การพูดภาษาไทย(1)

泰语口语教程

第一册

[泰] 谢玉冰 (จรัสศรี จิรภาส) 田霖 著

世界图书出版公司
北京・广州・上海・西安

图书在版编目（CIP）数据

泰语口语教程. 第一册 /(泰) 谢玉冰, 田霖著 . --
北京 : 世界图书出版有限公司北京分公司, 2023.7
　ISBN 978-7-5232-0618-8

　Ⅰ. ①泰… Ⅱ. ①谢… ②田… Ⅲ. ①泰语–口语–
高等学校–教材 Ⅳ. ①H412.94

　中国国家版本馆CIP数据核字(2023)第131629号

书　　名	泰语口语教程. 第一册
	TAIYU KOUYU JIAOCHENG
著　　者	[泰]谢玉冰　　　　　田　霖
	จรัสศรี จิรภาส　　　เถียนหลิน (วรุณ)
绘图（手绘）	张可珈
录音诵读	陈丰媛　陈运财
责任编辑	刘　涛　张　焱
装帧设计	陈　陶
责任校对	张建民
出版发行	世界图书出版有限公司北京分公司
地　　址	北京市东城区朝内大街137号
邮　　编	100010
电　　话	010-64038355（发行）　64033507（总编室）
网　　址	http://www.wpcbj.com.cn
邮　　箱	wpcbjst@vip.163.com
销　　售	新华书店
印　　刷	北京建宏印刷有限公司
设计排版	北京欧伯文化发展有限责任公司
开　　本	185mm×260mm　1/16
印　　张	20.8
字　　数	367千字
版　　次	2023年10月第1版
印　　次	2023年10月第1次印刷
国际书号	ISBN 978-7-5232-0618-8
定　　价	69.00元

คำนำ

ตำราเรียนจัดว่าเป็นเครื่องมือและคู่มือที่สำคัญยิ่งสำหรับการเรียนการสอน แม้ว่าปัจจุบันสถาบันการศึกษาต่าง ๆ ในประเทศจีนจะให้ความสำคัญต่อการเรียบเรียงตำราเรียนภาษาไทยเพิ่มขึ้นมาก ทว่า ก็ยังมีความจำเป็นที่จะต้องร่วมกันส่งเสริมทั้งด้านปริมาณให้เพียงพอ รวมถึงคุณภาพของเนื้อหาในตำราเรียนที่สอดคล้องกับคำอธิบายรายวิชาและความเหมาะสมกับเงื่อนไขและองค์ประกอบการเรียนการสอนทั้งความเหมาะสมกับระดับความรู้ของผู้เรียน เนื้อหามีความเป็นปัจจุบัน ทันสมัย เหมาะกับการใช้งานหรือประยุกต์ใช้ได้จริง

ตำรา "การพูดภาษาไทย" (เล่ม 1) นี้ได้รับการสนับสนุนงบประมาณการจัดทำตำราและงบประมาณจัดพิมพ์ตำราจากมหาวิทยาลัยภาษาต่างประเทศปักกิ่ง โครงสร้างและเนื้อหาตำราโดยรวมออกแบบและเรียบเรียงโดยจรัสศรี จิรภาส โดยมี เถียนหลิน (อาจารย์วรุณ) รับผิดชอบแปลและร่วมออกแบบลำดับความยากง่ายของการออกเสียงพยัญชนะและสระภาษาไทย

ผู้เขียนขอขอบคุณมหาวิทยาลัยภาษาต่างประเทศปักกิ่ง และคณะผู้บริหารคณะภาษาเอเชียศึกษาที่ให้การสนับสนุนในการเรียบเรียงและจัดพิมพ์ตำราในครั้งนี้ ขอบคุณศาสตราจารย์ ดร.ไป๋ฉุน (มหาวิทยาลัยภาษาต่างประเทศปักกิ่ง) และรองศาสตราจารย์ว่านเย่วหรง (ภาควิชาภาษาไทย มหาวิทยาลัยปักกิ่ง) ที่ช่วยประเมินคุณภาพตำรา ขอบคุณรองศาสตราจารย์แสงอรุณ กนกพงศ์ชัย อาจารย์ ดร.พรวิภา วัฒรัชนากูล อดีตอาจารย์ประจำคณะศิลปศาสตร์ มหาวิทยาลัยหัวเฉียวเฉลิมพระเกียรติ ผู้ช่วยศาสตราจารย์ ดร.สุภัค มหาวรากร และผู้ช่วยศาสตราจารย์ ดร.นิธิอร พรอำไพสกุล อาจารย์ประจำศูนย์การศึกษาระดับบัณฑิตศึกษา สาขาวิชาภาษาไทย คณะมนุษยศาสตร์ มหาวิทยาลัยศรีนครินทรวิโรฒ ที่ได้ช่วยพิจารณากลั่นกรองและตรวจทานความถูกต้องของตำราโดยละเอียด ขอบใจภาพวาดน่ารัก ๆ ประกอบตัวเล่ม วาดภาพและออกแบบโดยนิจวิภา จิรภาส (น้องเทียนเทียน) และยังต้องขอบใจศิษย์น้ำใจงาม นางสาวภัทรอรนางสาวภูมิรักษ์ นางสาวปาริฉัตร ทีมผู้ช่วยสนับสนุนงานเบื้องหลังกระทั่งตำราสามารถตีพิมพ์เป็นรูปเล่มสมบูรณ์

จรัสศรี จิรภาส

กรุงเทพฯ

28 มีนาคม 2023

前 言

教材是辅助教学的重要工具和手册。尽管目前中国各大高校愈发重视泰语教材的编写工作，但在数量以及质量方面尚有进一步提高和完善的空间，应促使教材内容符合课程定位、教学设备和学生的知识水平，紧贴时代背景，满足实践运用需求，具有较高的实用性。

本教材《泰语门语教程》（第一册）由北京外国语大学资助编写和出版。

教材整体结构和内容由本人主持编辑，田霖老师负责翻译部分，并参与设计泰语辅音、元音的发音要点讲解等工作。

本教材受惠于多方的帮助和支持，笔者在此感谢北京外国语大学和亚洲学院对本教材在编写和出版方面的支持，感谢北京外国语大学泰语专业白湝教授、北京大学泰语专业万悦容副教授协助评估教材质量。感谢原泰国华侨崇圣大学文学院教师宋雅伦副教授（Sangaroon Kanokpongchai）、彭薇帕博士（Pornwipa Watarachanakool ）以及诗纳卡琳威洛大学人文学院泰语系高等教育中心的苏帕克 · 玛哈瓦拉功（Supak Mahavarakorn）助理教授、尼提翁 · 蓬昂拍萨衮（Nition Pornumpaisakul）助理教授协助审校本教材。谢谢张可珈活泼有趣、惟妙惟肖的绘图，还要谢谢张嘉玲、万思嘉、米红花等高徒对于教材编写工作的帮助，使得本教材得以顺利出版。

谢玉冰

（Charassri Jiraphas）

曼谷

2023 年 3 月 28 日

คำชี้แจง

1. วัตถุประสงค์และกลุ่มเป้าหมายผู้เรียน

1.1 ใช้เป็นแบบเรียนรายวิชาด้านทักษะการพูดหรือการสนทนาภาษาไทยขั้น
พื้นฐานสำหรับผู้เรียนชาวจีนที่ศึกษาหลักสูตรภาษาไทย และมีความรู้หลักการ
ประสมคำไทยขั้นพื้นฐานมาก่อน

1.2 ให้ผู้เรียนได้ศึกษาศัพท์ สำนวนภาษาไทยประมาณ 800 คำ ศึกษาเทคนิค
การอ่านออกเสียงคำไทยที่ผู้เรียนชาวจีนมักจะออกเสียงไม่ถูกต้อง ตลอดจนเทคนิค
การอ่านออกเสียงคำไทยที่ประสมด้วยรูปเสียงพยัญชนะ สระ และวรรณยุกต์เฉพาะ
ที่ไม่ปรากฏในภาษาจีน

1.3 ให้ผู้เรียนมีความรู้ทางด้านโครงสร้างประโยคสนทนาภาษาไทยที่ใช้สื่อสาร
เกี่ยวกับตัวบุคคลและสถานการณ์ที่คุ้นเคยในชีวิตประจำวันภายในรั้วมหาวิทยาลัย
ในประเทศจีน ตลอดจนสามารถประยุกต์ใช้ในการสนทนาโต้ตอบประโยคพื้นฐาน
ทั่วไปกับเจ้าของภาษาได้

1.4 ผู้เรียนสามารถเรียนรู้เกร็ดความรู้พื้นฐานวัฒนธรรมไทย และวัฒนธรรม
การสื่อสารแบบไทยที่ได้สอดแทรกในเนื้อหาบทเรียนแต่ละบท

2. โครงสร้างเนื้อหาแบบเรียน

แบบเรียน "การพูดภาษาไทย" เล่ม 1 ประกอบด้วยเนื้อหา 12 บท
แต่ละบทมีหัวข้อต่าง ๆ ตามลำดับ ดังนี้

2.1 *บทเรียนและ"ศัพท์ วลีและข้อสังเกต"*

2.1.1 บทเรียนแบ่งออกเป็น 2 ตอน เนื้อหาตอนที่ 2 ออกแบบสอดคล้อง
กับตอนที่ 1 โดยเป็นส่วนขยายความและเน้นย้ำศัพท์ สำนวนและ

โครงสร้างประโยคที่สัมพันธ์กับ

ตอนที่ 1

2.1.2 แบบเรียนนี้ไม่เน้นการ
ถ่ายทอดความรู้หลักไวยากรณ์
ไทย ดังนั้นหัวข้อ "ศัพท์ วลีและ
ข้อสังเกต" จะไม่เน้นแจกแจง
คุณสมบัติของคำแต่จะเน้นอธิบาย
ความหมายภาษาจีนของศัพท์
แต่ละคำ สำหรับคำที่มีความ
หมายเฉพาะตามคุณสมบัติการ
ใช้งานของคำนั้น ๆ หรือมีวิธีการ
ใช้งานพิเศษที่จำเป็นต้องเน้นให้

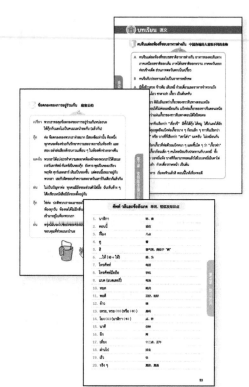

ผู้เรียนเข้าใจเพิ่มเติม จะระบุเป็นข้อสังเกตหลังคำศัพท์นั้น

2.1.3 เพื่อให้ผู้เรียนสามารถพูดภาษาไทยได้เป็นธรรมชาติ สามารถศึกษา
เรียนรู้และแยกแยะระดับภาษาตามแต่ละโอกาสและความเหมาะสม
ระหว่างคู่สนทนา แบบเรียนนี้จะใช้วิธีการระบุข้อสังเกตระดับภาษา ดังนี้
(1) ระบุว่าเป็น "ภาษาสุภาพทั่วไป" หรือ "ภาษาพูด" (ภาษาปาก) ไว้
ใน "สาระสำคัญประจำบท" (2) ระบุภาษาเขียนไว้ในวงเล็บหลังภาษาพูด
ที่ปรากฏในเนื้อหาบทสนทนา เช่น มั้ย (ไหม) เมื่อไหร่ (เมื่อไร) มั้ง (มัง)
ซัก (สัก) ยัง (หรือยัง) เป็นต้น โดยจะระบุภาษาเขียนไว้ในวงเล็บเฉพาะ
ตำแหน่งแรกที่ปรากฏในเนื้อหาบทสนทนาเท่านั้น (3) เพื่อให้ผู้ใช้แบบ
เรียนสามารถเลียนแบบการออกเสียงภาษาไทยอย่างเป็นธรรมชาติ จุดที่
ออกเสียงเน้นโดยระบุให้ลากเสียงยาว จะปรากฏสัญลักษณ์ "~" หลังคำ
และ "•" ใต้ศัพท์คำนั้น

2.1.4 เนื่องจากตำรานี้มุ่งเน้นผู้ใช้แบบเรียนซึ่งเป็นชาวจีนเป็นหลัก ด้าน

การถ่ายเสียงคำเฉพาะหรือชื่อเฉพาะภาษาจีนที่ปรากฏในตำรานี้ หากมี
ความใกล้เคียงกับเสียงอ่านภาษาจีนอยู่แล้ว จะไม่วงเล็บคำจีน ยกเว้น
การถ่ายเสียงคำเฉพาะบางคำในภาษาไทยที่ไม่ตรงกับเสียงอ่านภาษาจีน
กลาง จะวงเล็บภาษาจีนหลังคำนั้น ๆ ยกตัวอย่าง ไหหลำ (海南) เซี่ยงไฮ้
(上海) เป็นต้น

2.2 *"ย้ำคำซ้ำความ"*

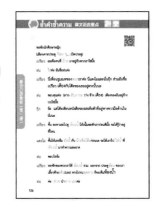

2.2.1 เป็นหัวข้อที่ออกแบบเพื่อย้ำให้ผู้เรียน
ได้ฝึกหัดการอ่านออกเสียงศัพท์ สำนวน สำหรับ
ผู้เรียนชาวจีนที่เริ่มเรียนภาษาไทยประมาณ 1-2
ภาคการศึกษา และยังไม่สามารถออกเสียงได้
ถูกต้อง ชัดเจน โดยคำศัพท์หรืออักขระ
(พยัญชนะหรือสระ) ที่เน้นย้ำ (ตัวอักษรที่มี
ขนาดใหญ่) ส่วนใหญ่เป็นคำที่นักศึกษาชาวจีน
ออกเสียงไม่ค่อยถูกต้อง

2.2.2 นอกจากจะมีการขีดฆ่าตัวอย่างคำที่ออกเสียงใกล้เคียงเพื่อให้ผู้เรียน
เลือกออกเสียงคำที่ถูกต้อง บางคำจะใส่วงเล็บเสียงสระของคำ ๆ นั้น เพื่อ
ให้ผู้เรียนใส่ใจกับการออกเสียงสระของคำนั้น ๆ ได้อย่างถูกต้อง แม่นยำขึ้น

2.2.3 เนื้อหาตั้งแต่บทที่ 9-12 นอกจากจะใช้สัญลักษณ์ต่าง ๆ เพื่อเน้นย้ำ
และกระตุ้นการออกเสียงคำศัพท์ต่าง ๆ ให้ถูกต้องและชัดเจนแล้ว ยังมี
ข้อความหรือสำนวนที่ได้ขยายขนาด เพื่อให้ผู้เรียนตั้งเป็นข้อสังเกตสำหรับ
ฝึกอ่านสำนวนหรือรูปประโยคเหล่านั้นให้ถูกต้อง และเป็นธรรมชาติเพิ่ม
เติมด้วย

2.3 *"เสริมความรู้"*

ความรู้ที่เสริมในหัวข้อดังกล่าวนี้ ประกอบด้วยคำศัพท์ สำนวน และ
ตัวอย่างโครงสร้างภาษาที่สัมพันธ์กับศัพท์ สำนวนในบทเรียนที่กำหนดให้ผู้

เรียนศึกษาเพิ่มเติม

2.4 *“อ่าน-ออกเสียง”*

2.4.1 ด้านทักษะการอ่าน-ออกเสียงและการพูดที่ปรากฏในแบบเรียนนี้แบ่งออกเป็น 2 ช่วง ได้แก่

(1) บทที่ 1-7 ทบทวนและฝึกหัดการอ่านออกเสียงคำไทยอย่างถูกวิธี เนื้อหาบทสนทนา 7 บทแรกมีการสอดแทรกคำศัพท์และชื่อเฉพาะต่างๆ ที่สอดคล้องกับสาระสำคัญประจำบทด้านการออกเสียงคำไทย (โดยมีการยกตัวอย่างคำไทยที่ผู้เรียนชาวจีนมักจะออกเสียงไม่ถูกต้อง หรือการออกเสียงพยัญชนะหรือเสียงสระภาษาไทยที่ไม่ปรากฏในภาษาจีน) นอกจากอธิบายเทคนิควิธีการออกเสียงให้ถูกต้องแล้ว ยังมีการยกตัวอย่างคำศัพท์ต่าง ๆ เพื่อเพิ่มความเข้าใจ และฝึกฝนให้ผู้เรียนสามารถพัฒนาการออกเสียงให้ดีขึ้น

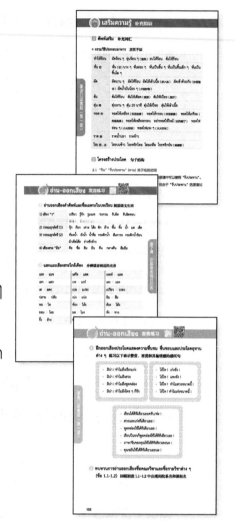

(2) บทที่ 8-12 เรียนรู้และฝึกหัดการพูดโครงสร้างประโยคภาษาไทยอย่างเป็นธรรมชาติ เนื้อหาบทสนทนา 5 บทหลัง เน้นสำนวน ประโยค และโครงสร้างประโยคภาษาไทยที่นิยมใช้ในสถานการณ์ต่าง ๆ ตามมารยาทสังคมไทยและความนิยมทั่วไป ตลอดจนการฝึกพูดและออกเสียงอย่างเป็นธรรมชาติและใกล้เคียงกับเจ้าของภาษา

2.4.2 ตำราเล่มนี้ไม่ได้เน้นทักษะการสอนตามโครงสร้างหลักไวยากรณ์ไทย

*** “การแจกลูก” ที่ปรากฏในตำราไม่ใช่รูปแบบ “การแจกลูก” ตามหลักภาษา

ไทย   แต่เป็นเทคนิคที่ออกแบบสำหรับสอนผู้เรียนชาวจีนโดยเฉพาะ

2.5 *"แบบฝึกหัด"*

ประกอบด้วยการทบทวนและทดสอบความเข้าใจ
เนื้อหาในบทเรียนแต่ละบท ขอบเขตของแบบฝึกหัด
ประกอบด้วย การอ่านออกเสียงคำไทย ความเข้าใจ
และการประยุกต์ใช้ศัพท์ สำนวน และโครงสร้างประโยค
ต่าง ๆ รวมถึงเทคนิคการสนทนาโต้ตอบในสถานการณ์
ต่าง ๆ ที่สอดคล้องกับเนื้อหาในบทเรียน เป็นต้น

3. คำแนะนำวิธีการใช้แบบเรียนสำหรับผู้สอน

3.1 แบบเรียนนี้เหมาะสำหรับการเรียนการสอนวิชาการพูดและสนทนาภาษา
ไทยในภาคการศึกษาที่ 2 เนื้อหาบทเรียนแบ่งออกเป็น 12 บท เหมาะสำหรับการ
จัดการเรียนการสอน 3-4 ชั่วโมงต่อสัปดาห์ของหนึ่งภาคศึกษา (16 สัปดาห์)
กรณีจำนวนชั่วโมงเรียนน้อยกว่า 3 ชั่วโมง ผู้สอนอาจพิจารณาลดทอนบทเรียน
บทหลัง ๆ บางบทลง หรือให้ผู้เรียนศึกษาบทหลัง ๆ ต่อในวิชาการพูดหรือการ
สนทนา 2 ก็ย่อมได้ อย่างไรก็ตาม เพื่อเป็นการวางรากฐานให้ผู้เรียนสามารถอ่าน
ออกเสียงภาษาไทยได้แม่นยำ ชัดเจน การเรียนการสอนในช่วงแรก (บทที่ 1-5)
ควรดำเนินแบบค่อยเป็นค่อยไป โดยให้คำนึงถึงพัฒนาการของผู้เรียนในชั้นเรียน
เป็นหลัก ไม่ควรรวบรัดเนื้อหาช่วงแรก หรือเร่งรีบขึ้นบทใหม่

3.2 ผู้สอนสามารถศึกษาโครงสร้างเนื้อหาการสอนทั้งหมดได้จาก "โครงสร้าง
เนื้อหาตำรา" และควรศึกษา "สาระสำคัญประจำบท" ประกอบความเข้าใจ
โครงสร้างและเนื้อหาบทเรียนแต่ละบทก่อนการสอน และวางแผนการสอนโดย
พิจารณาให้สอดคล้องกับเงื่อนไข ปัจจัยของผู้เรียน รวมถึงสภาพแวดล้อมในชั้น
เรียนด้วย

3.3 การสอนเนื้อหาแต่ละบท ผู้สอนอาจเริ่มจากการอธิบายความหมายคำ ศัพท์สำคัญประจำบท จากนั้นให้ผู้เรียนอ่านและทำความเข้าใจความหมายเนื้อหา ในบทเรียน และขอแนะนำให้ใช้แบบเรียนหัวข้อ "ย้ำคำซ้ำความ" ในการฝึก ทักษะการอ่านออกเสียงของผู้เรียน ซึ่งหัวข้อดังกล่าวนี้ผู้เรียบเรียงได้คิดค้นและ พัฒนารูปแบบการสอนมาจากการเรียนการสอนทางออนไลน์ในช่วงการแพร่ ระบาดโควิด 19 พบว่าเทคนิคการใช้ขนาดตัวอักษรสูง-ต่ำ และการใช้สีเน้นคำ ศัพท์สำคัญในบทเรียน สามารถดึงดูดความสนใจและกระตุ้นให้ผู้เรียนระมัดระวัง การอ่านออกเสียงคำศัพท์ดังกล่าวได้เป็นอย่างดี

หัวข้อ "ย้ำคำซ้ำความ" บางบทจะกำกับคำที่มีเสียงอ่านใกล้เคียง ที่ผู้ เรียนมักจะอ่านออกเสียงเป็นคำนั้นประกอบพร้อมด้วย เพื่อชี้นำให้ผู้เรียนตั้งเป็น ข้อสังเกต แยกแยะ ระมัดระวัง และเลือกที่จะอ่านคำศัพท์คำที่ถูกต้องได้แม่นยำ ยิ่งขึ้น หลังจากผู้เรียนสามารถทำความเข้าใจ และแยกแยะเสียงอ่านคำเฉพาะ ต่าง ๆ ในบทเรียนได้บ้างแล้ว ให้ผู้เรียนฝึกทบทวนการอ่านออกเสียงตัวอย่างคำ ศัพท์ที่มีลักษณะการประสมคำคล้าย ๆ กันในกลุ่มเดียวกัน หรือคำศัพท์ที่ได้กำหนด ใน "สาระสำคัญประจำบท" ของหัวข้อ "อ่าน-ออกเสียง" ต่อไป

3.4 หัวข้อ "เสริมความรู้" มีตัวอย่างการขยายคำศัพท์และตัวอย่างโครงสร้าง ประโยคการใช้คำศัพท์สำคัญในบทเรียน ผู้สอนสามารถยกตัวอย่างเพิ่มเติม หรือ ให้นักศึกษายกตัวอย่างในคาบเรียน เพื่อย้ำความแม่นยำความหมายคำศัพท์ และ ฝึกประยุกต์ใช้คำศัพท์เพื่อการสื่อสารอย่างถูกวิธี

3.5 อธิบายให้ผู้เรียนเข้าใจว่า ภาษาไทยที่พบเห็นในการสนทนาผ่านบท โฆษณา ละครและภาพยนตร์ไทยหลายประโยค ไม่ใช่ภาษาสุภาพ และเป็นภาษาที่ ไม่เป็นทางการ เพื่อประโยชน์ของการเรียนรู้ภาษาไทยในฐานะภาษาต่างประเทศ ผู้เรียนควรศึกษาภาษาสุภาพก่อนที่จะเรียนรู้และแยกแยะระดับภาษาเมื่อศึกษาใน ระดับที่สูงขึ้นต่อไป

3.6 แนะนำผู้เรียนให้ฟังเทปบันทึกเสียงฝึกหัดการออกเสียงเนื้อหาบทสนทนา แต่ละบท รวมถึงเนื้อหาหัวข้อ "อ่าน-ออกเสียง" ขณะทบทวนแบบเรียน

3.7 วิธีการสอนแบบบรรยายไม่เหมาะกับวิชาการพูดหรือสนทนา ผู้สอนควร ออกแบบการเรียนการสอนในชั้นเรียน โดยเปิดโอกาสให้ผู้เรียนอ่านทบทวนเนื้อหา ในบทเรียน ตอบคำถาม สนทนาโต้ตอบ โดยเฉพาะอย่างยิ่งหากให้ผู้เรียนได้ ท่องจำโครงสร้างประโยคสำคัญในบทเรียน ก็จะช่วยส่งเสริมและพัฒนาทั้งทักษะ การพูด การอ่าน รวมไปถึงทักษะการเขียนได้เป็นอย่างดี

4. วิธีการเตรียมตัวเรียนสำหรับผู้เรียน

4.1 ศึกษาและทำความเข้าใจขอบเขตเนื้อหารวมถึงความสำคัญการเรียนรู้ แต่ละบทจาก "สาระสำคัญประจำบท" ก่อนการเรียน

4.2 ศึกษาและทำความเข้าใจความหมายคำศัพท์ประจำบท สืบค้นความหมาย ศัพท์ สำนวนที่ไม่เคยเรียน หรือสืบค้นความหมายเพื่อให้เข้าใจมากยิ่งขึ้นก่อนการ เรียน

4.3 ทักษะการพูดของผู้เรียนจะพัฒนาได้ช้า หากว่าผู้เรียนไม่ได้ฝึกฝนการออก เสียงภาษาไทยเป็นประจำทุกวัน ในทางตรงกันข้าม หากผู้เรียนให้ความร่วมมือใน กิจกรรมต่าง ๆ ในชั้นเรียน เช่น การตอบคำถาม การแต่งประโยค หรือการจับคู่ สนทนา เป็นต้น ก็จะช่วยให้ผู้เรียนกล้าพูด และมั่นใจในการพูดมากขึ้น

4.4 การฝึกหัดการอ่านออกเสียงที่ได้ผลเร็วคือ การอ่านออกเสียงและเปล่ง เสียงชัดถ้อยชัดคำเวลาฝึกอ่านออกเสียง การอ่านในใจไม่ใช่วิธีการฝึกทักษะการ พูดภาษาต่างประเทศที่ดี

4.5 ทำแบบฝึกหัดแต่ละบทให้ครบถ้วน และฝึกการฟังจากเทปบันทึกเสียง

5. ข้อเด่นของแบบเรียน"การพูดภาษาไทย" เล่ม 1

5.1 มีการลำดับความยากง่ายอย่างเป็นลำดับ โครงสร้างแบบเรียนมีความสมบูรณ์ ประกอบด้วยเนื้อหาบทสนทนา การอธิบายความหมายคำศัพท์ ตัวอย่างการขยายคำศัพท์ ตัวอย่างโครงสร้างประโยคสำคัญ ๆ ของบทเรียน แบบฝึกหัดประจำบท เป็นต้น

5.2 เนื้อหามีความใกล้ชิดกับบรรยากาศการเรียนการสอนในชั้นเรียน การใช้ชีวิตภายในรั้วมหาวิทยาลัย ภาษาที่เรียบเรียงเป็นภาษาสุภาพ แฝงบรรยากาศร่วมสมัยและเป็นธรรมชาติ เหมาะสำหรับผู้เรียนที่เพิ่งเรียนรู้ภาษาไทย สามารถนำไปประยุกต์ใช้ในสภาพแวดล้อมหรือสถานการณ์จริง ขณะที่กำลังศึกษาได้โดยตรง

5.3 มีการใช้รูปแบบการสอนและเทคนิคใหม่ ๆ ในการเรียบเรียงตำราที่สามารถกระตุ้นความสนใจและพัฒนาการการเรียนรู้ของผู้เรียน เช่น เทคนิคย้ำคำไทยที่ชาวจีนออกเสียงยากด้วยการเพิ่มขนาดของตัวอักษรให้เป็นข้อสังเกตและให้ผู้เรียนระมัดระวังในการออกเสียง เป็นต้น

5.4 เรียบเรียงโดยผู้เชี่ยวชาญชาวไทยที่มีประสบการณ์ทักษะการสอนภาษาจีนและไทยมากกว่า 20 ปี และอาจารย์ชาวจีนที่สำเร็จการศึกษาวิชาเอกภาษาไทยสอนภาษาไทยพื้นฐานร่วม 10 ปี มีการกลั่นกรองประสบการณ์ ความเชี่ยวชาญและเทคนิคการสอนภาษาไทยมาประยุกต์ในการออกแบบแบบเรียนให้มีลำดับขั้นตอนความยาก-ง่ายที่เป็นระบบ สอดคล้องและเหมาะสมกับผู้เรียนชาวจีนมากที่สุด

6. กระบวนการฝึกทักษะการพูดในแบบเรียน

6.1 การฝึกพูดภายใต้ระบบอักขรวิธีและการประสมคำไทย

ฝึกพูดโดยเน้นความถูกต้องของอักขรวิธีหน่วยเสียงคำไทย

ฝึกพูดโดยเน้นความแม่นยำและความเข้าใจความหมายรูปแบบของคำไทย

(รูปแบบของคำไทย เช่น คำประสม คำมูล คำสมาส-สนธิ การแผลงสระ

พยัญชนะ วรรณยุกต์ คำซ้อน คำซ้ำ คำยืม เป็นต้น)

6.2 การฝึกพูดระดับกลไก

ฝึกพูดตามตัวแบบที่กำหนดหลากบริบท ได้แก่

พูดเปลี่ยนคำศัพท์ในโครงสร้างประโยคที่กำหนด

พูด ถาม-ตอบตามเนื้อหาบทสนทนาของบทเรียน

พูดยกตัวอย่างคำที่มีลักษณะสัมพันธ์กับคำที่กำหนด

พูด ถาม-ตอบตามรูปแบบของประโยคที่กำหนด

พูดสร้างประโยคต่อเติมจากคำและวลีที่กำหนด

พูดสร้างประโยคต่อเติมจากประโยคที่กำหนด

พูดลำดับประโยคจากบทสนทนา

6.3 การฝึกพูดเพื่อการสื่อสาร

พูดตั้งคำถามและตอบคำถามจากสถานการณ์ที่กำหนด

พูดบรรยายภาพหรือสถานการณ์

พูดขยายความเพื่อการสื่อสารที่เต็มรูปแบบ

6.4 การฝึกพูดสร้างความหมาย

พูดสร้างประโยคจากศัพท์ สำนวนที่กำหนด

พูดเกี่ยวกับสถานการณ์ต่าง ๆ

พูดสร้างประโยคเปรียบเทียบ

พูดแนะนำภาพ

教材使用说明

1. 学习目标和适用人群

1.1 本书为基础泰语口语或会话课程教材，适用于已掌握基本泰语拼读规则的中国学生。

1.2 本书为学习者提供约 800 个泰语生词和短语，帮助学习者纠正常见的发音错误，掌握泰语特有的辅音、元音以及声调的发音技巧。

1.3 课文内容以校园生活中的各类日常用语为主，可应用于与泰语母语者的日常沟通以及泰语课堂上的会话练习。本书将指导学习者掌握中国大学校园生活场景中的日常对话技巧以及常用句式，并应用于与泰语母语者的对话当中。

1.4 本书课程内容涵盖泰国文化、泰语会话技巧等背景知识，有益于增进学生对泰国语言文化的了解。

2. 内容设置

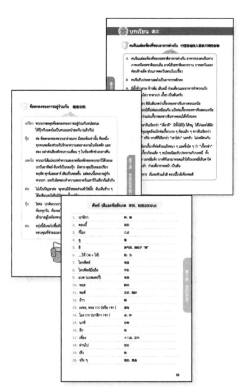

"泰语口语"教材第一册共分 12 课，每一课的学习内容包含以下部分：

2.1 课文及"单词、短语和知识点"

　　2.1.1　课文分为两个部分，第二部分在第一部分的基础上对重点的单词、短语和句式进行强调和补充拓展。

　　2.1.2　本教材不侧重于泰语语法教学，因此在"单词、短语和知识点”中不会过多地强调单词的词性，而是重点讲解单词的中文释意，对于一些常见的多词性单词则会以补充标注的形式进行拓展讲解。

2.1.3　为了让学习者能够以自然的方式开口讲泰语，并且分别不同场合以及与不同对象对话时应采用的语言风格，本教材采用以下方式标注语言风格：（1）在“本课要点”中，标注每一课的语言风格，如“一般礼貌用语”“口语”等。（2）在课文中出现的口语词后用括号标注其正式的书面语写法，如 มั้ย (ไหม)　เมื่อไหร่ (เมื่อไร)　มั้ง (มัง)　ซัก (สัก)　ยัง (หรือยัง) 等等，只在课文中首次出现该单词时标注书面语。（3）为了使学习者能够更好掌握自然的口语风格，教材在需要着重强调或读长音的单词旁边和下方用“~ ”和“•”标注。

2.1.4　关于本书中出现的中文专有名词，考虑到本书的目标学习者大多为中文母语者，而且泰语转写与中文发音本身较为接近，因此此类专有名词将不再特别标记中文。但部分词汇的泰语转写发音并非源于中文普通话，本书在此类词汇后用括号标注了中文含义，比如 ไหหลำ (海南) เซี่ยงไฮ้ (上海) 等。

2.2 “课文语音重点”

2.2.1　本部分旨在帮助学生练习发音，专为刚刚学习泰语 1—2 个学期但仍不能正确、清晰发音的中国学生设计，强调的单词或音素（元音或辅音）以较大字号显示，大多为对于中国学生来说发音困难的单词。

2.2.2　部分单词后将附上发音接近的易混淆音节，并用划线删除的形式显示，帮助学习者区分发音的细微差异。此外还有部分单词后附上括号，其中为该单词的元音，表示需要学习者重点注意将元音发准确。

2.2.3 第 9—12 课的内容除了使用以上的标注方式来帮助学习者正确、清晰地朗读泰语词汇外，还将重点短语或句式加大字号，指导学习者正确、自然地朗读。

2.3 "补充知识"

本部分在课文的基础上补充了相关的单词、短语和例句，作为拓展学习内容。

2.4 "发音练习"

2.4.1 本教材的发音练习部分共分两个阶段：

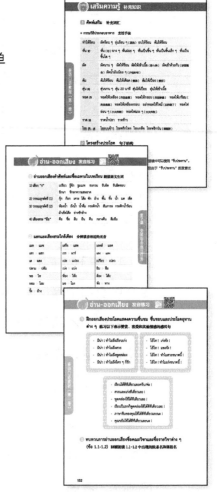

（1）第 1—7 课 复习并练习正确的泰语词汇的发音。前七课的会话内容主要根据每节课的发音重点列举相关生词和专有名词，尤其是中国学生不易掌握的发音，或是汉语中没有的辅音、元音发音。同时还扩充了单词的用法和例句，以增进学生对于单词的理解与掌握。

（2）第 8—12 课 学习并练习自然的泰语会话句式。后五课的会话内容强调按照泰国礼仪和习惯在不同场合中正确、自然地使用短语、句子和不同句式，帮助学习者学会自然的、符合泰语母语者习惯的会话表达方式。

2.4.2 本教材并不强调泰语语法教学，课文中出现的音节分解拼读并不完全按照泰语语法，而是按照符合中国学生需求的方式进行设计。

2.5 “练习”

由复习和测验两部分组成，考查学生对于每课课文的掌握情况，范围包括泰语单词发音、词义理解与应用、各种场合下的会话技巧等等。

แบบฝึกหัด 练习

บอกวิธีการเขียนและวิธีการอ่านวัน-เดือน-ปีต่อไปนี้ตามตัวอย่าง (และลองสืบค้นดูว่าวันต่าง ๆ ในแต่ละข้อเป็นวันสำคัญอะไร)
根据示例写出日期的读法和写法（可以尝试查询以下每个日期有什么重要意义）

ศุกร์ 1 ตุลาคม 1949
วันศุกร์ที่ 1 ตุลาคม ค.ศ.1949
วันศุกร์ ที่ หนึ่ง (เดือน)ตุลาคม (ปี)คอสอ หนึ่งพันเก้าร้อยสี่สิบเก้า

1) 5 ธันวาคม 2023

2) 16 มกราคม 2500

3) ศุกร์ 14 กุมภาพันธ์ 2025

4) พุธ 29 กรกฎาคม 2569

45

3. 教师使用说明

3.1 本教材适配于本科阶段第二学期的泰语口语或泰语会话教学，共分 12 课，建议一学期（16 周）每周教学 3—4 小时。如果教学时间少于 3 小时，教师可以考虑缩减教材的后几个章节，或让学生在之后的课程中继续学习。为了打好学生的口语基础，前期 1—5 课的教学速度应依据学生的课堂学习情况适当放缓，不建议缩减前期教学内容或急于推进速度。

3.2 教学前，教师可以通过大纲目录了解全部的教学内容安排，也可参考“本课要点”了解每节课的课程结构和内容，并根据课堂教学情况制订课程计划。

3.3 建议教师先从每节课的重点生词部分开始讲解，然后让学生尝试阅读、理解课文，并参照“课文语音重点”练习发音。该部分的编排灵感得益于新冠疫情期间的线上教学经验。编者发现，不同的字体大小和颜色能够有效地吸引学生的注意力，提醒学生注意发音。在部分章节的“课文语音重点”中，特别附上了与课文生词发音相近的单词，以提醒学生注意选择区分，掌握正确发音。当学生能够理解和分辨课文中的生词后，教师可安排学生练习发音相近或拼写方式相近的单词，也可以继续学习“发音练习”“本课要点”中所出现的单词。

3.4 “补充知识”中列举了课文重点单词和句式示例，教师可在此基础上补充相关例句，也可以让学生在课堂上自行造句举例，从而加深学生对词义的理解，掌握词语正确的使用方式。

3.5 需要向学生特别说明的是，泰国广告、电视剧以及电影中的句子有很多不符合规范，作为外语学习者，我们需要首先掌握正式、规范的用法，而后，随着学习程度的不断加深再了解、区分各类词句的适用范围。

3.6 指导学生利用课文配套录音以及"发音练习"练习口语。

3.7 讲座式的教学方法不适合口语会话课程，而需要让学生实际参与到课堂当中，进行阅读、回答、互动等教学活动，这种方式能够有效地加强学生对重点句式的理解和掌握，有助于提高学生的口语、阅读、写作能力。

4. 学生使用说明

4.1 课前可通过"本课要点"了解每节课的课程范围和要点。

4.2 课前预习课文生词，对不认识的单词和短语需要提前查字典并理解词义。

4.3 口语水平的提升是一个循序渐进的过程，需要坚持进行口语练习，在课堂上应该积极回答问题，多参与造句、对话练习等课堂活动，有助于建立自信心，激发对口语学习的兴趣。

4.4 想要快速提高口语水平，就要一字一句地大声朗读，默读并不是练习口语的好方法。

4.5 认真完成课后练习，并通过配套录音锻炼听力。

5.《泰语口语教程》（第一册）的特色

5.1 教材内容由易到难逐步推进，涵盖会话、词义解析、拓展示例、课文重点例句、课后练习等内容，结构清晰、完整。

5.2 课文内容贴合校园生活，使用现代规范用语，亦注重当下泰国人日常自然表述的特点，符合泰语初学者的学习需求，可以在课堂之外直接应用于日常生活交流之中。

5.3 教材中融入了创新教学方式，如通过改变字体的大小强调发音难点等，能够有效激发学生的学习兴趣，提高教学质量。

5.4 本教材由具有 20 多年汉语、泰语教学经验的泰国专家以及 10 年泰语教育经验的中国教师合作编写而成，力求从专业的教学角度出发，按照难易程度合理编排教材内容，非常适合中国学生学习使用。

6. 口语技巧练习方法

6.1 根据泰语音节拼读规则练习口语

强调每个音素的发音准确性。

强调理解泰语词汇的形式和类别，并准确发音（泰语词汇发音的要素包括：复合词、单纯词、梵巴复合词、特殊元音、辅音、声调、重复词、重叠词、借词等等）

6.2 机制化口语练习

根据不同的文本语境练习口语，包括以下方式：

用给定句式进行近义词替换练习

根据课文内容进行问答练习

根据给定单词联想举例相关词汇

用给定句式进行问答对话

用给定词语进行造句练习

用给定句式进行造句练习

对话排序

6.3 交流式口语练习

根据假定情景进行问答练习

描述图片或事件

补全对话内容

6.4 发散式口语练习

用给定的单词短语进行造句练习

根据不同情境进行口语表达

造句并进行比较

看图说话

ความหมายสัญลักษณ์ในแบบเรียน
教材使用符号说明

1. 〈口〉　　：口语 ภาษาปาก ภาษาพูด

2. 〈书〉　　：书面语 ภาษาเขียน

3. 量　　　：量词 ลักษณนาม

4. 形　　　：形容词 คำคุณศัพท์

5. 动　　　：动词 คำกริยา

6. 名　　　：名词 คำนาม

7. 宾　　　：宾语 กรรม

8. ＊　　　：注释 หมายเหตุ

9. ✘　　　：错误用法 ไม่ถูกต้อง

10. ✔　　　：正确用法 ถูกต้อง

11. ～　　　：表示发音的延长 ลากเสียงยาว

12. 　：听录音 ฟังเทปบันทึก

13. 　：朗读 อ่านออกเสียง

โครงสร้างเนื้อหาตำรา

ลำดับบทเรียน	หัวข้อ	สาระสำคัญประจำบท
1 ฉันเป็นคนปักกิ่ง **p1**	1 คุณเป็นคนที่ไหน 2 คุณอาศัยอยู่กับใคร	1 ประโยคแนะนำตัวพื้นฐาน เช่น สัญชาติ บ้านเกิด สถานภาพ อาชีพ และคนในครอบครัว เป็นต้น 2 การออกเสียงสระเสียงยาว "-ี" "-า" "-อ" "แ-" 3 หลักการออกเสียงและแยกแยะเสียงอ่าน "จ" "ช" "ฉ" 4 การออกเสียง "น" และคำที่มีเสียงสะกด "น" 5 ระดับภาษาสนทนาประจำบท : ภาษาสุภาพทั่วไป
2 แนะนำเพื่อนให้รู้จัก **p17**	1 ช่วยแนะนำเขาให้รู้จักหน่อยได้ไหม 2 คุณมีชื่อไทยไหม	1 วิธีการแนะนำตัวและทักทายบุคคลรุ่นเดียวกัน 2 ฝึกย้ำการออกเสียงสระ "-อ" และหลักการออกเสียงสระ "-อ" ตามด้วยตัวสะกด "ง" "บ" "ม" เป็นต้น 3 การออกเสียงสระ "ไ-" "ใ-" 4 การออกเสียงพยัญชนะ "ร" และแยกแยะเสียงพยัญชนะระหว่าง "ร" และ "ล" 5 ฝึกหัดการออกเสียงควบกล้ำ "คร" และ "คล" 6 การออกเสียงวรรณยุกต์ไทย เสียง 4 7 ระดับภาษาสนทนาประจำบท : ภาษาสุภาพทั่วไป
3 การบ้านของพวกเรา **p33**	1 การบ้านวันนี้หน้าที่เท่าไร 2 พวกเราต้องส่งการบ้านเมื่อไร	1 การถาม-ตอบคำถามเกี่ยวกับการเรียนการสอนในชั้นเรียน 2 การออกเสียงพยัญชนะ "บ" และแยกแยะเสียงพยัญชนะ "บ" และ "ป" 3 การออกเสียงสระ "-ื" สระ "-ึ" และฝึกการออกเสียงสระ "-ึ" ประสมตัวสะกด "ก" "ง" "ด" 4 การออกเสียงสระ "โ-ะ" และเสียงสระ "โ-ะ" ที่ตามท้ายด้วยเสียงสะกด "ด" "ต" "ท" 5 การออกเสียงสระ "แ-" และแยกแยะเสียงสระ "แ-ะ" และ "แ-" 6 ฝึกหัดและการแยกแยะเสียงพยัญชนะ "อ" และ "ย" 7 ศึกษาคำศัพท์และการบอกวัน-เดือน-ปี 8 การใช้ไม้ยมก (ๆ) 9 ระดับภาษาสนทนาประจำบท : ภาษาสุภาพทั่วไป

ศัพท์ออกเสียงบังคับ	หลักภาษา	อ่านออกเสียง
จีน คน คุณ ยาย สาว ชาย แม่ แฝด พ่อ	1 คำตอบเดียวหลายคำถาม “เป็น....” 2 คำถามเดียวหลายคำตอบ “....มีใครบ้าง” 3 “อาศัยอยู่กับ” “อาศัยอยู่ที่” “อยู่กับ” “อยู่ที่” 4 คำเรียกเครือญาติและบุคคลทั่วไป 5 “ที่” “ที่ไหน” 6 นั้น นี้ โน่น โน้น ไหน 7 ด้วยกัน 8 คนนึงทำงานที่.... อีกคน (นึง) เรียนที่....	1 สะกดและออกเสียงคำศัพท์ในบทเรียน 2 ฝึกอ่านออกเสียงสระเสียงยาว 3 แยกแยะเสียงอ่านให้ถูกต้อง 4 แยกแยะเสียงพยัญชนะ “ฉ” “ช” “จ”
ไทย ให้ รู้จัก นักเรียน ร่วมชั้น เพราะ ของผม ขอบคุณ	1 ขยายคำศัพท์ 2 โครงสร้างประโยค 2.1 “ชื่อภาษาไทย” “ชื่อเล่น” “ชื่อจริง” 2.2 “ตั้งชื่อ” “ตั้งชื่อให้ว่า....” “ตั้งชื่อให้พวกเรา” 2.3 “ช่วยแนะนำ ....ให้ (ผม/ฉัน ....) รู้จักหน่อยได้มั้ย” 2.4 “ขอโทษ ....ไม่ทันเห็น....” 2.5 “ชื่อของคุณเพราะดี”	1 ออกเสียงคำศัพท์ในบทเรียน 2 ออกเสียงสระ “-อ” และสระ “-อ” ตามด้วยตัวสะกด “ง” “บ” และ “ม” 3 ออกเสียงสระ “ใ-” และ “ไ-” (-ัย) 4 ออกเสียงพยัญชนะ “ร” “ล” และเสียงควบกล้ำ “คร” และ “คล” 5 ออกเสียงวรรณยุกต์เสียง 4
การบ้าน คือ ฝึก ข้อใหญ่ ข้อย่อย ยี่สิบ แน่นอน	1 ศัพท์เสริม: วัน-เดือน-ปี 2 ขยายคำศัพท์ 3 “เมื่อไหร่” “เมื่อไร” 4 การใช้ไม้ยมก (ๆ)	1 แยกแยะเสียงพยัญชนะ “บ” และ “ป” 2 สะกดและออกเสียงสระ “-ื” สระ “-ึ” และสระ “-ึ” ที่ตามด้วยตัวสะกด “ก” “ง” “ด” 3 สะกดและออกเสียงสระ “โ-ะ” และเสียงสระ “โ-ะ” ที่ตามด้วยตัวสะกด “ด” “ท” “ต” 4 แยกแยะเสียงสระ “แ-ะ” และสระ “แ-” 5 แยกแยะเสียงพยัญชนะ “อ” และ “ย”

ศัพท์ออกเสียงบังคับ	หลักภาษา	อ่านออกเสียง
ตอนนี้ พอดี สิบเอ็ดโมง แบต หมด ขอโทษ เที่ยง	1️⃣ เวลาและการถาม-ตอบเกี่ยวกับเวลา 2️⃣ ขยายคำศัพท์ 3️⃣ สำนวนสุภาพที่ใช้ในชีวิตประจำวัน 4️⃣ ขยายประโยคคำสุภาพ	1️⃣ อ่านออกเสียงคำศัพท์และชื่อเฉพาะในบทเรียน 2️⃣ ทบทวนวรรณยุกต์เสียง 4 3️⃣ แยกแยะเสียงพยัญชนะ "ต" และ "ด" 4️⃣ ออกเสียงสระ "-อ" และสระ "-อ" ที่ตามท้ายด้วยตัวสะกด "น" 5️⃣ แยกแยะเสียงสระ "-อ" และสระ "โ-" ฝึกอ่านคำที่มีเสียงสระ "โ-" ตามด้วยตัวสะกด "ง" 6️⃣ ออกเสียงสระ "แ-" และสระ "แ-" ที่ตามด้วยตัวสะกด "ด" "ต" "ท"
อยากได้ โคมไฟ ยี่ห้อ พัสดุ เสร็จ แท่ง ซื้อ เครื่องเขียน	1️⃣ ศัพท์เสริม : สี และคำลักษณนาม 2️⃣ ขยายคำศัพท์และประโยค 3️⃣ ศัพท์ความหมายใกล้เคียง "และ" "กับ"	1️⃣ อ่านออกเสียงคำศัพท์ในบทเรียน 2️⃣ ทบทวนการออกเสียงพยัญชนะ "ป" พร้อมฝึกอ่านและแยกแยะเสียงพยัญชนะ "ป" ที่ผสมด้วยเสียง "-าย" และ "ไ-" 3️⃣ ออกเสียงสระ "-า" และแยกแยะเสียง "-า" กับ "-ั" ที่ตามด้วยตัวสะกดต่าง ๆ 4️⃣ ทบทวนการออกเสียงสระ "แ-" และแยกแยะ เสียงสระ "แ-" ตามด้วยตัวสะกด "ง" "น" "บ" "ส" 5️⃣ ออกเสียงและแยกแยะเสียงสระ "-ื" และ "เ-ือ"
ซ้ายมือ เลิกเรียน ใกล้ๆ ปุ่มเปิด เปิด-ปิด สตาร์ท คอมพิวเตอร์	1️⃣ ขยายคำศัพท์และศัพท์เสริม: คำบอกตำแหน่งและทิศทาง 2️⃣ การบอกตำแหน่งและทิศทาง	1️⃣ ออกเสียงและแยกแยะเสียงสระ "เ-" และ "แ-" 2️⃣ อ่านออกเสียงคำที่ตามด้วยตัวสะกด "ก" "ด" "น" "ม" "ป" 3️⃣ อ่านออกเสียงคำยืมจากภาษาต่างประเทศ

ลำดับบทเรียน	หัวข้อ	สาระสำคัญประจำบท
7 แบ่งเวรทำความสะอาดหอพัก **p117**	1 เพื่อนรูมเมทของพวกเรา 2 ข้อตกลงของการอยู่ร่วมกัน	1 คำศัพท์เกี่ยวกับอุปกรณ์การทำความสะอาดและกิจกรรมงานบ้านในชีวิตประจำวัน 2 โครงสร้างบทสนทนาเกี่ยวกับการแบ่งภาระงานหรือแบ่งเวรทำงาน 3 โครงสร้างประโยคถามย้ำเพื่อความชัดเจนหรือเพื่อความมั่นใจ 4 คำศัพท์ที่เกี่ยวข้องกับบทเรียน เช่น การเข้าห้องน้ำ ห้องน้ำ สุขภัณฑ์ในห้องน้ำ สัตว์จำพวกแมลง เป็นต้น 5 แยกแยะเสียงสระ "เ-ีย" ตามด้วยตัวสะกดต่าง ๆ 6 ทบทวนการแยกแยะรูปและเสียงสระที่มีความใกล้เคียง ได้แก่ "เ-/แ-" "เ-ง/แ-ง" "เ-ง/ไ-ง" "-ง/-าง" เป็นต้น 7 ระดับภาษาสนทนาประจำบท : ภาษาสุภาพทั่วไป
8 การเรียนภาษาไทยของพวกเรา **p139**	1 ทำไมคุณเลือกเรียนภาษาไทย 2 แต่ละเทอมเรียนวิชาอะไรบ้าง	1 คำศัพท์ชื่อคณะวิชาและชื่อรายวิชาต่าง ๆ 2 ประโยคสนทนาแนะนำการเรียนการสอนภาษาไทยของหลักสูตรหรือในชั้นเรียน 3 โครงสร้างประโยคกล่าวชื่นชมด้วยคำว่า "ทำไมถึง" "โอ้โห" "มิน่าถึง" "ใช้ได้ดีทีเดียวเลย" 4 โครงสร้างประโยคการชี้แจงแบบขยายความโดยใช้คำว่า "เดิม (แต่เดิม)" "จริง ๆ แล้ว" "มีแค่" 5 ฝึกพูดคำอุทานชื่นชอบและดีใจให้เป็นธรรมชาติ 6 คำอวยพรที่ขึ้นต้นด้วยคำว่า "ขอให้" 7 ระดับภาษาสนทนาประจำบท : ภาษาสุภาพทั่วไป

ศัพท์ออกเสียงบังคับ	หลักภาษา	อ่านออกเสียง

กุ๊ก ก๊อก สกปรก ห้องน้ำ รับผิดชอบ	1 ขยายคำศัพท์
	2 คำศัพท์เกี่ยวกับห้องน้ำ (ห้องสุขา) ภารกิจในห้องน้ำ สุขภัณฑ์ในห้องน้ำ และประโยคบอกกล่าวการเข้าห้องน้ำ อย่างสุภาพ
	3 โครงสร้างประโยค
	   3.1 ประโยคคำถามเพื่อต้องการ การยืนยันความถูกต้อง ชัดเจน
	   3.2 "จ้ะ"
	   3.3 "คือ + 量 + ที่"
	   3.4 "จะได้...."
	   3.5 "ก็น่าจะได้" "ไม่น่าจะมีปัญหา" "ก็น่าจะไม่มีปัญหา" "ไม่น่าจะเป็นปัญหา"
	   3.6 "...เสร็จแล้ว อย่าลืม.... (ด้วย)"
	   3.7 "เป็นของ"
		1 อ่านออกเสียงคำศัพท์และชื่อเฉพาะในบทเรียน
		2 แยกแยะเสียงสระใกล้เคียง
		3 ออกเสียงสระ "เ-ีย" และแยกแยะเสียง "เ-ีย" ที่ตามด้วยตัวสะกดต่าง ๆ

ขึ้นชั้น เลือกเรียน เริ่มรัก งู ๆ ปลา ๆ สุนทรพจน์ ประวัติศาสตร์ไทย	1 ศัพท์เสริม : ชื่อคณะวิชา ชื่อรายวิชา
	2 ประโยคอวยพร "ขอให้..."
	3 โครงสร้างประโยคแสดงความสงสัย และกล่าวชื่นชม
	   3.1 "ทำไมถึง..." "ทำไม... ถึง..."
	   3.2 "ใช้ได้ทีเดียว" "ใช้ได้ดีทีเดียว" "ใช้ได้ดีทีเดียวเลย"
	   3.3 "...ที่สุด"
	   3.4 "มิน่า" "มิน่าถึง..."
	4 โครงสร้างประโยคชี้แจงแบบขยายความ
	   4.1 "เดิม" (เดิมที, แต่เดิม)
	   4.2 "จริง ๆ แล้ว"
	   4.3 "มีแค่"
		1 ฝึกออกเสียงประโยคแสดงความชื่นชม ชื่นชอบและประโยคอุทานต่าง ๆ
		2 ทบทวนการอ่านออกเสียงชื่อคณะวิชา และชื่อรายวิชาต่าง ๆ

ศัพท์ออกเสียงบังคับ	หลักภาษา	อ่านออกเสียง
สด ๆ เปรี้ยว ๆ หวาน ๆ รสชาติจัดจ้าน ผัดผัก เงิน	1 ศัพท์เสริม : ชื่อผลไม้ชนิดต่าง ๆ รสชาติผลไม้และอาหาร วัตถุดิบอาหาร ชื่อประเภทร้านค้าและสถานที่ต่าง ๆ 2 โครงสร้างประโยค 2.1 "โดยเฉพาะ" 2.2 คำประพันธสรรพนาม "ที่" 2.3 "มีทั้งที่....และที่...." 2.4 "ตั้งแต่...." " ไปตั้งแต่...." "ได้ตั้งแต่...." 2.5 "....อยู่แล้ว อย่าไป....เลย" 2.6 "แล้วแต่...." 2.7 "ขอบอกเลยว่า...." "บอกได้เลยว่า...." 2.8 "เหมือนเคย....มาว่า...." 2.9 "ส่วนใหญ่" 2.10 "....เป็นหลัก" 2.11 "เปล่า" 2.12 "ใครว่าละคะ"(ใครว่าละค้า~) "ใครว่าละครับ"(ใครว่าละคร้าบ~) 2.13 "แสน...." "แสนจะ...." 2.14 "ถ้าไม่....(ไป) หน่อย ก็จะดี"	1 ประโยคสนทนาเกี่ยวกับความชอบผลไม้และรสชาติอาหารต่าง ๆ 2 ประโยคสนทนาเกี่ยวกับการต่อรองราคา
เกี๊ยว บะหมี่ ส้มตำ ต้มยำกุ้ง อาหารหลัก รับประทาน	1 ศัพท์เสริม: กรรมวิธีประกอบอาหาร 2 โครงสร้างประโยค 2.1 "กิน" "รับประทาน" (ทาน) 2.2 "ออก...." (ออกรส ออกรสชาติ) "ออกแนว" (ลักษณะ) 2.3 "พูดถึง" 2.4 "พูดถึง.... เริ่มจะ....แล้วสิ" 2.5 "หลัก" 2.6 "เรียก....ว่า ...." 2.7 "ได้ยิน....เล่าว่า (เล่าให้ฟังว่า, บอกว่า)...." 2.8 "เวลา...." 2.9 "พอจะ + 动"	ประโยคปฏิเสธคำเชื้อเชิญอย่างสุภาพ

ลำดับบทเรียน	หัวข้อ	สาระสำคัญประจำบท	
11 ลาป่วย **p211**	1 อาการดีขึ้นบ้างหรือยัง 2 เคยแพ้ยาอะไรบ้างไหม	1 คำศัพท์เกี่ยวกับความเจ็บป่วย ประเภทยา อวัยวะของร่างกาย กิจวัตรประจำวันต่าง ๆ 2 ฝึกฝนการถาม-ตอบเกี่ยวกับการเจ็บป่วยและการรักษาพยาบาล 3 ตัวอย่างประโยคฝากลาและขออนุญาตลาเรียนต่อผู้สอน 4 ความแตกต่างของการใช้คำว่า "ขอ" และ "ช่วย" 5 ภาษาพูดที่ลงท้ายด้วย "อะ" "เนี่ย" "แป๊บ" "เดี๋ยว" และภาษาพูดที่ลดย่อคำบางคำในประโยค เช่น "....ไรหรือ" "....ไรหรือเปล่า" "....แล้วยัง" 6 โครงสร้างประโยคอื่น ๆ ได้แก่ "รู้สึก" "วันทั้งวัน" "เลย" "เผื่อ" "จำเป็น"(จำเป็นต้อง) "ไหน" "หรือเปล่า" 7 ประโยคแสดงความห่วงใย สงสาร 8 ระดับภาษาสนทนาประจำบท : ภาษาปากและภาษาสุภาพทั่วไป	
12 สอบและเตรียม ตัวสอบ **p241**	1 พวกเราจะสอบปลาย ภาคเมื่อไร 2 เริ่มสอบและหลังสอบ	1 ศัพท์ สำนวนเกี่ยวกับการสอบและการประเมินผลการเรียน 2 ประโยคชี้แจงเกี่ยวกับรายละเอียดของการสอบ 3 ประโยคสนทนาเกี่ยวกับการเรียนการสอน การสอบ การติดตามผลการสอบ และการตั้งคำถามเกี่ยวกับการสอบ 4 ประโยคย้อนแย้งคู่สนทนา 5 ประโยคคำสั่ง ชี้แจง ตักเตือนและสั่งห้าม 6 ระดับภาษาสนทนาประจำบท : ภาษากึ่งทางการและภาษาสุภาพทั่วไป	

ศัพท์ออกเสียงบังคับ	หลักภาษา	อ่านออกเสียง
เย็นวาน ตากฝน ลาป่วย ตกถึงท้อง เผื่อ เจาะเลือด ผล(ตรวจ) เลือด	1 ศัพท์เสริม: เวลาและช่วงเวลา กิจวัตรประจำวัน การบอกอาการต่าง ๆ (รู้สึก + อาการ) ยาชนิดต่าง ๆ ประเภทการลา 2 โครงสร้างประโยค 2.1 "ช่วย" และ "ขอ" 2.2 ภาษาพูดแบบลดหรือย่อบางคำในประโยค 2.3 "ฝาก" 2.4 "รู้สึก....ขึ้นบ้างหรือยัง" "รู้สึก....ขึ้นบ้างมั้ย 2.5 "เนี่ย" 2.6 "....เลย", "ดูไม่+ 形 +เลย" 2.7 "(ประโยค)....แล้ว+ 动 + (ยาว,ต่อ) ถึง+...." 2.8 "อะ" 2.9 "เป็นเพื่อน" 2.10 "ไป๊ 2.11 "ไหน" 2.12 ตรงไหน 2.13 "ดู+ 宾 แล้ว+น่าจะ...." 2.14 "....หรือเปล่า"	1 ประโยคขออนุญาตลาต่อผู้สอน 2 ประโยคแสดงความเป็นห่วง เห็นอกเห็นใจ
หายหน้าหายตา สอบกลางภาค สอบปลายภาค สุขภาพ ต้อง แจ้ง แจก กระดาษคำตอบ	1 ประโยคตักเตือนและประโยคคำสั่ง 2 ประโยคสั่งห้าม 3 ประโยคคำถามเกี่ยวกับการสอบ	1 ประโยคขออนุญาตและขอโทษ 2 ประโยคย้อนแย้งและย้อนย้ำคู่สนทนา 3 ฝึกการตอบรับคำอย่างฉับพลัน

教材内容概览

课文顺序	课文题目	每课要点
1 我是北京人 **p1**	1 你是哪里人？ 2 你跟谁住在一起？	1 自我介绍的基本句式，如介绍国籍、家乡、职位、职业、家庭成员等 2 长元音 “-ื” “-า” “-อ” “แ-” 发音练习 3 区分辅音 “จ” “ช” “ฉ” 的发音 4 练习辅音 “น” 和以 “น” 为尾辅音的音节发音 5 本课会话语言风格：一般礼貌用语
2 介绍朋友们认识 **p17**	1 帮忙介绍一下好吗？ 2 你有泰语名字吗？	1 与同龄人打招呼和介绍自己 2 练习元音 “-อ” 的发音以及 “ง” “บ” “ม” 作尾辅音时的发音规则 3 练习元音 “ไ-” 和 “ใ-” 发音 4 学习辅音 “ร” 的发音技巧，并区分 “ร” 和 “ล” 5 复合辅音 “คร” 和 “คล” 的发音练习 6 练习泰语第四声的发音 7 本课会话语言风格：一般礼貌用语
3 我们的作业 **p33**	1 今天的作业在第几页？ 2 我们什么时候得交作业？	1 课堂教学相关的问答用语 2 练习辅音 “บ” 的发音，并区分辅音 “บ” 和 “ป” 3 练习元音 “-ึ” “-ื” 的发音，以及元音 “-ึ” 与尾辅音 “ก” “ง” “ด” 相拼的发音 4 练习元音 “โ-ะ” 的发音，以及 “โ-ะ” 与尾辅音 “ด” “ต” “ท” 相拼的发音 5 练习元音 “แ-” 的发音，并区分元音 “แ-ะ” 和 “แ-” 的发音 6 练习并区分辅音 “อ” 和 “ย” 的发音 7 学习关于日月年的词汇与说法 8 学习使用重读符号 “ๆ” 9 本课会话语言风格：一般礼貌用语

	发音重点词汇	语法	发音练习
	จีน คน คุณ ยาย สาว ชาย แม่ แฝด พ่อ	1 一答多问 “เป็น....” 2 一问多答：“……都有谁？” 3 “和谁住” “住在哪” 4 亲属称谓和一般称谓 5 在、在哪儿 6 那、这、那边、哪 7 一起、一块儿 8 一个在……工作，另一个在……学习	1 课文生词拼读 2 长元音发音练习 3 区分并练习发音 4 区分辅音“ฉ” “ช”和“จ”的发音
	ไทย ให้ รู้จัก นักเรียน ร่วมชั้น เพราะ ของผม ขอบคุณ	1 组词练习 2 句型结构 2.1 “泰语名” “小名” “名字（大名）” 2.2 “起名” “给某人起名叫……” “给我们起名” 2.3 “介绍……让……认识一下可以吗？” 2.4 “对不起，没……” 2.5 “你的名字很好听”	1 课文生词发音 2 练习朗读元音 “-อ” 以及“-อ”与尾辅音“ง” “บ” “ม”相拼时的发音技巧 3 区分并练习以下发音练习朗读元音 “ใ-” 和 “ไ-” 4 区分辅音 “ร” “ล”，以及复合辅音“คร” 和 “คล” 的发音 5 练习泰语第四声的发音
	การบ้าน คือ ฝึก ข้อใหญ่ ข้อย่อย ยี่สิบ แน่นอน	1 补充词 2 组词练习 3 “什么时候” 4 重读符号“ๆ”的用法	1 区分辅音 “บ” 和 “ป” 2 练习元音 “-ื” 和 “-ึ” 的发音，以及 “-ื” 与尾辅音 “ก” “ง” “ด” 相拼时的读音 3 练习元音 “โ-ะ” 的发音，以及 “โ-ะ” 与尾辅音 “ด” “ท” “ต” 相拼时的读音 4 区分元音 “แ-ะ” 和 “แ-” 5 区分辅音 “อ” 和 “ย”

发音重点词汇	语法	发音练习
ตอนนี้ พอดี สิบเอ็ดโมง แบต หมด ขอโทษ เที่ยง	1 与时间相关的词汇和句式 2 词汇扩展 3 日常礼貌用语 4 礼貌用语扩展练习	1 练习课文生词和专有名词的发音 2 复习泰语第四声 3 分辨辅音“ต”和“ด”的发音 4 练习元音“-อ”，以及以“น”作尾辅音的发音 5 区分元音“-อ”和“โ-”，并练习“โ-”和尾辅音“ง”的组合发音 6 练习元音“แ-”，以及“ด”“ท”“ต”作尾辅音的发音
อยากได้ โคมไฟ ยี่ห้อ พัสดุ เสร็จ แท่ง ซื้อ เครื่องเขียน	1 补充词汇：颜色、量词 2 组词和造句练习 3 近义词“และ”和“กับ”	1 朗读课文生词 2 复习辅音“ป”的发音，区分“ป”与“ไ-”“-าย”拼读时的发音 3 练习元音“-า”的发音，区分元音“-า”和“-ะ”与尾辅音拼读时的发音 4 复习元音“แ-”，以及元音“แ-”和“ง”“น”“บ”“ส”等尾辅音拼读时的发音 5 练习并区分元音“-ื”和“เ-ือ”的发音
ซ้ายมือ เลิกเรียน ใกล้ ๆ ปุ่มเปิด เปิด-ปิด สตาร์ท คอมพิวเตอร์	1 组词练习及补充单词 2 表述位置和方向	1 练习并区分元音“เ-”和“แ-”的发音 2 练习以“ก”“ด”“น”“ม”“บ”为尾辅音的音节发音 3 练习泰语中的外来词

课文顺序	课文题目	每课要点
7 安排宿舍值日任务 **p117**	1 我们的室友 2 寝室公约	1 学习关于卫生工具和家务劳动的日常用语 2 安排值日任务的相关对话 3 练习为确认信息进行重复提问的句式 4 课文相关词汇，如卫生间、卫生用具、各类昆虫等等 5 区分元音 "เ-ีย" 与各种尾辅音拼读的发音 6 复习并区分书写、发音相似的几组元音，如："เ-/แ-" "เ-ง/แ-ง" "เ-ง/ไ-ง" "-ง/-าง" 7 本课会话语言风格：一般礼貌用语
8 我们的泰语 学习情况 **p139**	1 你为什么选择学习泰语呢？ 2 各个学期都学哪些科目？	1 学习专业和课程名称的相关词汇 2 学习介绍本专业或班内泰语教学的情况 3 学习表示赞扬、夸奖的句式，如："ทำไมถึง" "โอ้โห" "มิน่าถึง" "ใช้ได้ดีทีเดียวเลย" 4 学习表示补充说明的句式，如："เดิม (แต่เดิม)" "จริง ๆ แล้ว" "มีแค่" 5 熟练掌握表示赞赏或开心的感叹词 6 练习以 "ขอให้" 开头的祝福语 7 本课会话语言风格：一般礼貌用语
9 水果和食物的 味道 **p157**	1 超市里的水果贵吗？ 2 我不挑食，什么都吃	1 关于水果、食物味道、原材料、各种商店名字的词汇 2 练习介绍食物味道、成分、水果种类的句型，表达对各种水果和食物的偏好 3 练习关于讲价的句子 4 学习表示补充说明的句式，如："โดยเฉพาะ" "มีทั้งที่....และ...." "ส่วนใหญ่" "....เป็นหลัก" 5 练习表示反驳的句型，比如 "ใครว่าล่ะ" "ใครว่าล่ะคะ/ครับ" "ไม่น่าจะ" "ก็ใช่จะ" "ใครว่า/ ใครบอก" 6 学习关系代词 "ที่" 的用法 7 本课会话语言风格：口语及一般礼貌用语

	发音重点词汇	语法	发音练习
	กุ๊ก ก๊อก สกปรก ห้องน้ำ รับผิดชอบ	1 组词练习 2 卫生间、卫生用具等相关词汇以及相关礼貌用语 3 句型结构 3.1 求证真实情况的问句 3.2 “จ้ะ” 应答词、语气词 3.3 “คือ +量 + ที่” 3.4 才能…… 3.5 应该可以的、应该不成问题、应该没问题、不太会出问题 3.6 ……完，别忘了…… 3.7 是……的	1 朗读课文生词 2 分辨读音相近的元音 3 练习 “เ-ีย” 的发音以及其与各种尾辅音的拼读
	ขึ้นชั้น เลือกเรียน เริ่มรัก งูๆ ปลาๆ สุนทรพจน์ ประวัติศาสตร์ไทย	1 补充词汇：院系名称、课程名称 2 以 “ขอให้....” 开头的祝福语 3 表示怀疑、赞扬夸奖的句型 3.1 怎么会……、……怎么会…… 3.2 还不错、非常好、非常不错 3.3 最…… 3.4 才能…… 3.5 难怪、怪不得能…… 4 扩展句意 4.1 原先、本来 4.2 其实 4.3 只有……	1 练习以下表示赞赏、喜爱和其他情感的感叹句 2 回顾朗读1.1–1.2中出现的院系名和课程名
	สดๆ เปรี้ยวๆ หวานๆ รสชาติจัดจ้าน ผัดผัก เงิน	1 词汇扩充：各种水果的名字、水果和食物的味道、原料、商店和其他场所的说法 2 句子结构 2.1 尤其 2.2 关系代词 “ที่” 2.3 既有……也有…… 2.4 自从……（开始） 2.5 ……已经……了，就别……了 2.6 取决于…… 2.7 可以保证…… 2.8 就像之前……那样 2.9 大多 2.10 以……为主 2.11 不是、没有 2.12 谁说的啊 2.13 非常、……得很 2.14 如果不那么……就好了	1 练习关于各种水果和食物的对话，模仿母语者的发音 2 关于讲价的对话

课文顺序	课文题目	每课要点
10 中餐和泰餐 **p185**	1 中国各地的人喜欢不同的食物 2 泰国人的主食是米饭	1 关于中餐、泰餐以及中泰两国饮食文化的词汇 2 练习介绍各种食物的特点、制作方法和食用方法 3 区分 “กิน” “ทาน” “รับประทาน” 的差别 4 学会礼貌地拒绝邀请 5 回顾第 9 课中的词汇和句型，在本课内容中尝试应用 6 本课会话语言风格：半正式用语
11 请病假 **p211**	1 症状好些了吗？ 2 对什么药物过敏过么？	1 学习关于生病、药品、身体部位以及日常生活的词汇 2 练习关于生病和治疗的问答 3 练习让别人帮忙请假以及自己向老师请假的句型 4 分辨 “ขอ” 和 “ช่วย” 的用法 5 学习以 “อะ” “เนี่ย” “แป้บ” “เดี๋ยว” 结尾的口语句型，学习口语中的简略表达，比如：“....ไรหรือ” “....ไรหรือเปล่า” “....แล้วยัง” 6 学习以下口语表达：“รู้สึก” “วันทั้งวัน” “เลย” “เผื่อ” “จำเป็น” (จำเป็นต้อง) “ไหน” “หรือเปล่า” 7 学习表达担心和关心的句型 8 本课会话语言风格：口语及一般礼貌用语
12 考试和备考 **p241**	1 我们什么时候期末考试？ 2 开考前和考试后	1 练习关于考试和学习评价的词汇与短语 2 练习与考试细则相关的句子 3 练习与教师对话，询问关于教学、考试以及成绩的内容 4 练习关于反驳他人的句型 5 练习关于命令、指示、解释以及表示禁止的句子 6 本课会话语言风格：半偏正式用语及一般礼貌用语

发音重点词汇	语法	发音练习

เกี๊ยว บะหมี่
ส้มตำ ต้มยำกุ้ง
อาหารหลัก
รับประทาน
	1 词汇扩充：烹饪手法
	2 句子结构
	  2.1 关于吃的动词
	  2.2 偏……（形容味道）、比较……（形容事物
	      特征）
	  2.3 说到、说起
	  2.4 说起……，就开始……了
	  2.5 主要的
	  2.6 称……为……
	  2.7 听……说……
	  2.8 当……的时候
	  2.9 "พอจะ + 动"
		礼貌地拒绝邀请

เย็นวาน ตากฝน
ลาป่วย ตกถึงท้อง
เผื่อ เจาะเลือด
ผล(ตรวจ)เลือด
	1 词汇扩充：时间和时间段、日常行为、描述各种
	症状（感觉＋病症）、各种药物、请假的类型
	2 句子结构
	  2.1 用 "ช่วย" 和 "ขอ" 表达请求帮助
	  2.2 口语的简略表达
	  2.3 拜托、麻烦
	  2.4 感觉……点了吗
	  2.5 句末语气词 เนี่ย
	  2.6 完全……，看起来一点都不……
	  2.7 然后接着……（一直）到……
	  2.8 句末语气词 อะ
	  2.9 陪……
	  2.10 走
	  2.11 "ไหน"
	  2.12 哪里
	  2.13 看起来……应该……
	  2.14 是不是……
		1 向老师请假
		2 表示担心、关心的说法

หายหน้าหายตา สอบกลางภาค สอบปลายภาค สุขภาพ ต้อง แจ้ง แจก กระดาษคำตอบ	**1** 表达提醒和命令 **2** 表示禁止的句式 **3** 关于考试的问题	**1** 请求允许和请求原谅的句式 **2** 反驳他人的句式 **3** 快速问答练习

สารบัญ
目录

บทที่ 1 第 1 课

ฉันเป็นคนปักกิ่ง
我是北京人

สาระสำคัญประจำบท

1. ประโยคแนะนำตัวพื้นฐาน เช่น สัญชาติ บ้านเกิด สถานภาพ อาชีพ และคนในครอบครัว เป็นต้น
2. การออกเสียงสระเสียงยาว "-ี" "-า" "-อ" "แ-"
3. หลักการออกเสียงและแยกแยะเสียงอ่าน "จ" "ช" "ฉ"
4. การออกเสียง "น" และคำที่มีเสียงสะกด "น"
5. ระดับภาษาสนทนาประจำบท : ภาษาสุภาพทั่วไป

本课要点

1. 自我介绍的基本句式，如介绍国籍、家乡、职位、职业、家庭成员等
2. 长元音 "-ี" "-า" "-อ" "แ-" 发音练习
3. 区分辅音 "จ" "ช" "ฉ" 的发音
4. 练习辅音 "น" 和以 "น" 为尾辅音的音节发音
5. 本课会话语言风格：一般礼貌用语

คำศัพท์ออกเสียงบังคับประจำบท
本课发音重点词汇

จีน คน คุณ ยาย สาว ชาย แม่ แฝด พ่อ

บทเรียน 课文

1 คุณเป็นคนที่ไหน 你是哪里人？

A คุณเป็นคนจีน (ชาวจีน) ใช่มั้ย (ไหม) คะ

B ใช่ครับ

A คุณเป็นคนที่ไหน

B ผมมาจากเซี่ยงไฮ้ครับ คุณเป็นคนที่ไหน

A ฉันเป็นคนปักกิ่งค่ะ

B เพื่อนของคุณเป็นคนที่ไหนครับ

A เพื่อนคนไหนคะ

B เพื่อนคุณคนนั้นไงครับ

A อ๋อ เขาเป็นคนฉงชิ่ง ค่ะ

ศัพท์ วลีและข้อสังเกต 单词、短语及知识点

1.	คุณ	你
2.	เป็น	是
3.	คนจีน (ชาวจีน)	中国人
4.	ใช่	是，是的
5.	มั้ย〈口〉(ไหม〈书〉)	吗 注 ไหม 是书面语写法，口语中发第四声 มั้ย
6.	คะ	句末敬语（女性使用，表疑问）
7.	ครับ	句末敬语（男性使用）

8.	คนที่ไหน	哪里人
9.	ฉัน	我，女性第一人称
10.	มาจาก	来自
11.	เซี่ยงไฮ้	上海
12.	คนปักกิ่ง	北京人
13.	ค่ะ	句末敬语（女性使用，表陈述和应答）
14.	เพื่อน	朋友
15.	ของ	的，表示从属关系
16.	คนไหน	哪个人
17.	คนนั้น	那个人
18.	ไง〈口〉	语气词，类似于“啊”“呗” 注 口语用词，置于句尾，表示事实明显，应当知道
19.	อ๋อ	语气词，“哦”
20.	เขา	他
21.	ฉงชิ่ง	重庆

2 คุณอาศัยอยู่กับใคร 你跟谁住在一起?

A คุณอาศัยอยู่กับใครครับ

B ฉันอยู่กับคุณปู่-คุณย่าค่ะ คุณพ่อ-คุณแม่ทำงานที่เจียงซู

C ผมอาศัยอยู่กับคุณตา-คุณยาย และคุณแม่ครับ
คุณพ่อของผมทำงานที่ต่างประเทศ

A ครอบครัวคุณมีใครบ้างครับ (สมาชิกที่บ้านคุณมีใครบ้างครับ)

B คุณพ่อ คุณแม่ และน้องสาวฝาแฝดค่ะ คุณล่ะ

A ครอบครัวผมมีด้วยกันสามคน มีผม คุณพ่อ คุณแม่ ผมเป็นลูกโทน ไม่มีพี่น้อง

C ฉันมีพี่ชายสองคน คนนึงทำงานที่เจ้อเจียง อีกคนเรียนที่เจิ้งโจว

ศัพท์ วลีและข้อสังเกต 单词、短语及知识点

1.	อาศัย	居住
2.	อยู่	居住
3.	กับ	和、跟
4.	คุณ	对长辈的尊称，加在亲属称谓前
5.	ใคร	谁
6.	คุณปู่	爷爷
7.	คุณย่า	奶奶
8.	คุณพ่อ	父亲、爸爸
9.	คุณแม่	母亲、妈妈
10.	ทำงาน	工作
11.	ที่	在
12.	เจียงซู	江苏
13.	คุณตา	外公

14.	คุณยาย	外婆
15.	และ	和
16.	ต่างประเทศ	外国
17.	ครอบครัว	家庭
18.	มี	有
19.	บ้าง	一些
20.	สมาชิก	成员
21.	บ้าน	家
22.	น้องสาว	妹妹
23.	ฝาแฝด	双胞胎
24.	ล่ะ	语气词，"呢"
25.	คน	人（量）
26.	ลูกโทน (ลูกคนเดียว)	独生子女
27.	ไม่มี	没有
28.	พี่น้อง	兄弟姐妹
29.	พี่ชาย	哥哥
30.	สอง	二
31.	นึ่ง ⟨口⟩(หนึ่ง ⟨书⟩)	一
32.	เจ้อเจียง	浙江
33.	อีกคน	另一个人
34.	เรียน	学习
35.	เจิ้งโจว	郑州

ย้ำคำซ้ำความ 课文语音重点

1

A คุณ เป็น คน จีน (ชาวจีน) ใช่มั้ย คะ

B ใช่~~ช่าย~~ ครับ

A คุณ เป็น คน~~คุน~~ ที่ไหน

B ผมมา จาก เซี่ยงไฮ้ ครับ คุณ เป็น คน ที่ไหน

A ฉันเป็น คน ปักกิ่งค่ะ

B เพื่อน ของ~~ขง~~ คุณ เป็น คน ที่ไหนครับ

A เพื่อน คนไหนคะ

B เพื่อน คุณคนนั้นไงครับ

A อ๋อ เขาเป็น คนฉงชิ่ง ค่ะ

2

A คุณ อาศัย อยู่กับใครครับ

B ฉันอยู่กับคุณปู่-คุณย่าค่ะ คุณพ่อ~~พั่ว~~-คุณแม่ ทำงานที่เจียงซู

C ผมอาศัยอยู่กับ คุณตา-คุณยาย~~ยัย~~ และคุณแม่ครับ

คุณพ่อของผม ทำงานที่ ต่างประเทศ

....

A ครอบครัว คุณ มีใครบ้างครับ (สมาชิกที่ บ้าน คุณ มีใคร บ้าง ครับ)

B คุณพ่อ คุณแม่ และ น้องสาว~~เสา~~ ฝาแฝด ค่ะ คุณล่ะ

A ครอบครัวผม มีด้วยกัน สาม~~สำ~~ คน มีผม คุณพ่อ คุณแม่

ผมเป็นลูกโทน ไม่มีพี่น้อง~~นั่ง~~

C ฉันมี พี่ชาย~~ชัย~~ สอง~~สง~~คน คนนึงทำงานที่เจ้อเจียง

อีกคนเรียนที่เจิ้งโจว

เสริมความรู้ 补充知识

1 คำตอบเดียวหลายคำถาม "เป็น...." 一答多问："是……"

答：ผม/ดิฉัน/ฉันเป็นคนไทย 我是泰国人	答：ผม/ดิฉัน/ฉันเป็นนักศึกษาจีน 我是中国学生
问： ■ คุณเป็นคนไทยใช่มั้ย (ไหม) ครับ/คะ 你是泰国人吗？ ■ คุณเป็นคนไทยรึเปล่า (หรือเปล่า) 你是不是泰国人？ ■ คุณเป็นคนไทยหรือคนจีน 你是泰国人还是中国人？ ■ คุณเป็นคนที่ไหน 你是哪里人？	问： ■ คุณเป็นนักศึกษาจีนใช่มั้ย ครับ/คะ 你是中国学生吗？ ■ คุณเป็นนักศึกษาจีนรึเปล่า (หรือเปล่า) 你是不是中国学生？ ■ ใครเป็นนักศึกษาจีน 谁是中国学生？ ■ คุณเป็นนักศึกษาจีนหรือนักศึกษาไทย 你是中国学生还是泰国学生？

2 คำถามเดียวหลายคำตอบ "....มีใครบ้าง"
一问多答："……都有谁？"

问：ครอบครัวคุณมีใครบ้าง 你家有哪些人？	问：ที่บ้านคุณมีใครบ้าง 你家都有谁？
或 สมาชิกครอบครัวคุณมีใครบ้าง 你家有哪些成员？	或 สมาชิกที่บ้านคุณมีใครบ้าง 你的家庭成员都有谁？
答： ■ ครอบครัวผมมีคุณพ่อ คุณแม่และผม 我家有我的父母和我	答： ■ ที่บ้านผมมีคุณพ่อ คุณแม่และผม 我家有我的父母和我

■ ครอบครัวผมมีกัน 3 คน คุณพ่อ คุณแม่และผม 我家有三个人，爸爸、妈妈和我	■ สมาชิกที่บ้านผมมีคุณพ่อ คุณแม่และผม 我家成员有我的父母和我
■ ครอบครัวผมมีสมาชิก 3 คน คุณพ่อ คุณแม่และผม 我家成员一共有三个人，爸爸、妈妈和我	■ ผม คุณพ่อ คุณแม่และคุณยาย เราอยู่ด้วยกัน 4 คน 我、爸爸、妈妈和外婆，我们四个人一起住
■ ครอบครัวหนูมีคุณพ่อ คุณแม่ และหนู 我家有我和爸爸妈妈 注 หนู 是女孩自称，晚辈对长辈说话时使用	

3 "อาศัยอยู่กับ" "อาศัยอยู่ที่" "อยู่กับ" "อยู่ที่"
"和谁住" "住在哪"

"อาศัยอยู่กับ" 和"อยู่กับ" 这两个短语后面应该加同住的人，"อาศัยอยู่ที่" 和"อยู่ที่" 后则应该加居住的地点。"อาศัย" 一般指居住于固定住处或主要住处，而"อยู่" 在某些语境下还可以指临时居住在某处，并非固定居所。

อาศัยอยู่กับ + บุคคล 和某人居住在一起	อยู่กับ + บุคคล 和某人住在一起
■ อาศัยอยู่กับคุณพ่อ	■ อยู่กับคุณพ่อ
■ อาศัยอยู่กับเพื่อน	■ อยู่กับเพื่อน
■ อาศัยอยู่กับคุณปู่และคุณย่า	■ อยู่กับคุณปู่และคุณย่า
■ อาศัยอยู่คนเดียว (独自)	■ อยู่คนเดียว

อาศัยอยู่ที่ + สถานที่ 居住在某地	อยู่ที่ + สถานที่ 住在某地
■ อาศัยอยู่ที่บ้าน	■ อยู่ที่บ้าน
■ อาศัยอยู่ที่บ้านคุณอา	■ อยู่ที่บ้านคุณอา
■ อาศัยอยู่ที่หอพักนักศึกษา（学生宿舍）	■ อยู่ที่หอพักนักศึกษา
■ อาศัยอยู่ที่เจ้อเจียง	■ อยู่ที่เจ้อเจียง

4 คำเรียกเครือญาติและบุคคลทั่วไป 亲属称谓和一般称谓

4.1 คำเรียกเครือญาติในภาษาไทย 亲属称谓

คุณพ่อ คุณแม่ คุณปู่ คุณย่า คุณตา คุณยาย

พี่ชาย พี่สาว（姐姐）น้องชาย（弟弟）น้องสาว

ลูก（孩子，子女）ลูกชาย（儿子）ลูกสาว（女儿）

พี่คนโต（大哥、大姐、老大）น้องคนเล็ก（小弟、小妹、老幺）

คุณอา（小叔、小姑：父亲的弟弟或妹妹）

คุณน้า（小舅、小姨：母亲的弟弟或妹妹）

คุณลุง（伯伯、大舅：父母的哥哥）

คุณป้า（大姑，大姨：父母的姐姐）

คุณทวด（曾祖父母 / 曾外祖父母）

ญาติ ๆ（亲戚们）ลูกพี่ลูกน้อง（堂兄弟姐妹）

4.2 ของ 的

"ของ" 表从属关系，和中文里的"的"相反，事物的所有者要置于"ของ"后。提及人物时，如果想表示礼貌、尊敬，可在人称前加上"คุณ"，如：คุณตา คุณพ่อ คุณแม่ คุณลุง。如果是与关系亲近的人说话，则可以省略

"คุณ" 和 "ของ"，如：พ่อฉัน (คุณพ่อของฉัน) แม่ผม (คุณแม่ของผม) น้าเขา (คุณน้าของเขา) อาเรา (คุณอาของพวกเรา)。

4.3 คำเรียกเครือญาติตามด้วยชื่อจริง ชื่อเล่น 用名字和小名称呼亲属

泰国人习惯以"称谓加名字"的方式称呼亲戚，或用"称谓加小名"的方式来表示亲切，如：

คุณน้าสายใจ　คุณอาสายทอง　คุณลุงวิชัย　คุณป้าลำไย

น้าแนน　อาสอง　ลุงชัย　ป้าชื่น　ตาแช่ม　ยายแจ่ม

4.4 คำเรียกขานบุคคลทั่วไป 一般称谓

一般情况下，泰国人习惯称呼 60 岁以上的老人为 คุณลุง　คุณป้า；年纪更大一些的称为 คุณตา　คุณยาย，但一般不会称呼不熟悉的人为 คุณปู่　คุณย่า。对于年纪相差不大的人则习惯称为 พี่，而非 น้า อา ป้า ลุง。

5 ที่ ที่ไหน 在、在哪儿

พ่อคุณ (คุณพ่อของคุณ) ทำงานที่ไหน
เขาทำงานที่เจียงซู
คุณอาศัยอยู่ที่ไหน
ฉันอาศัยอยู่กับคุณปู่ที่เซี่ยงไฮ้
พี่ชายผมทำงานที่เจ้อเจียง
ฉันเรียนออนไลน์ (online) ที่บ้าน

6 นั้น นี้ โน่น โน้น ไหน 那、这、那边、哪

นั้น	指离自己较远的事物	เพื่อนของคุณคนนั้นไง
นี้	指离自己较近的事物	เพื่อนของผมคนนี้ไง
โน่น (นู่น) 〈口〉	โน่น 同 นู่น, 指离自己很远的事物	เพื่อนของเขาคนโน่นไง เพื่อนของเขาคนนู่นไง
โน้น (นู้น) 〈口〉	โน้น 同 นู้น, 指离自己很远的事物	เพื่อนของเขาคนโน้นไง เพื่อนของเขาคนนู้นไง
ไหน	用作疑问词, 哪里或哪个	เพื่อนของคุณคนไหน เพื่อนของคุณเป็นคนที่ไหน คนไหนเป็นเพื่อนคุณ คนไหนเป็นคนเจ้อเจียง

7 ด้วยกัน 一起、一块儿

อยู่ด้วยกัน อาศัยอยู่ด้วยกัน พักอยู่ด้วยกัน (住在一起) เรียนด้วยกัน (一起学习) ไปด้วยกัน (一起去)

8 คนนึงทำงานที่.... อีกคน (นึง) เรียนที่....
一个在……工作，另一个在……上学

"คนนึง" 是口语表达，意为"一个人"。"นึง"（或 หนึ่ง）也可以置于其他量词后，如："เล่มนึง"（一本）"คู่นึง"（一对）"ชิ้นนึง"（一份）等等。如果需要强调具体数量，则将数字放在量词之前，如 หนึ่งคน สองคน สามคน สี่คน（一个人、两个人、三个人、四个人）。

■ ฉันมีพี่ชายสองคน คนนึงทำงานที่เจ้อเจียง อีกคนเรียนที่เจิ้งโจว

   或 ฉันมีพี่ชายสองคน คนนึงทำงานที่เจ้อเจียง อีกคนนึงเรียนที่เจิ้งโจว

■ หนังสือสองเล่มนี้ เล่มนึงเป็นของฉัน อีกเล่มเป็นของชัย

   或 หนังสือสองเล่มนี้ เล่มนึงเป็นของฉัน อีกเล่มนึงเป็นของชัย

■ น้องชายสองคนนี้ คนนึงเป็นน้องของโจ้ อีกคนเป็นน้องของแจ้

■ น้องสองคนนี้ คนนึงเป็นลูกป้าแช่ม อีกคนเป็นลูกลุงชื่น

■ รถ (车) คัน (辆) นี้เป็นของน้องชาย อีกคันเป็นของน้องสาว

 อ่าน-ออกเสียง 发音练习

❶ สะกดและออกเสียงคำศัพท์ในบทเรียน 课文生词拼读

1) จีน	จอ อี นอ -จีน	6) คุณ	คอ อุ นอ -คุณ
2) แม่	มอ แอ แม -แม่	7) บ้าน	บอ อา นอ -บ้าน
3) แฝด	ฝอ แอ แฝ ดอ -แฝด	8) ยาย	ยอ อา ยอ -ยาย
4) เพื่อน	พอ เอือ นอ -เพื่อน	9) สาม	สอ อา มอ -สาม
5) คน	คอ โอะ นอ -คน	10) ชาย	ชอ อา ยอ -ชาย

❷ ฝึกอ่านออกเสียงสระเสียงยาว 长元音发音练习

1) จี ฉี ชี มี ผี ปี สี พี

2) มา จา อา ยา ชา บา สา งา

3) ขอ คอ ฉอ จอ ชอ สอ พอ

4) แม แจ แฉ แย แป แฝ แก

5) จาก สาม สอง ของ น้อง แม่ แฝด

③ แยกแยะเสียงอ่านให้ถูกต้อง 区分并练习以下发音

1) แม่ แก แก่ แฝด แย่ และ แซ่

2) โท โทน โค โคน คน คุณ คูณ

3) คุณคนนั้น ใครคนไหน คนไหนคุณ

4) ฉันไม่ใช่คนฉงชิ่ง ฉันเป็นคนเจ้อเจียง

④ แยกแยะเสียงพยัญชนะ "ฉ" "ช" "จ"

区分辅音"ฉ""ช"和"จ"的发音

"ฉ"和"ช"的发音口型一致，但"ฉ"是高辅音，"ช"是低辅音，两者声调不同。这两个辅音的发音口型介于汉语拼音"c"和"ch"之间，舌头前部贴近硬腭，气流从舌面与硬腭间冲出。"จ"的发音口型也很类似，舌头的位置介于汉语拼音"z"和"zh"之间，也类似英语字母中"J"的发音。

ชื่อสถานที่ 地名	คำทั่วไป 一般词汇
ฉงชิ่ง ฉางชุน เฉิงตู	ฉู่ฉี่ ฉิ่งฉาบ ฉับฉับ ไฉไล
ชิงไห่ ชิงเต่า เชียงใหม่ เชียงราย เชียงตุง เชียงดาว	ชอช้าง ชูช่อ ชายไทย ไชโย ชั้นห้า แชแช่ ชื่อชา ช่ำชอง
เจ้อเจียง จ้านเจียง เจิ้งโจว เจียงซู เจียงหนาน	จู๊จี๋ จู้จี้ แจ้วแจ้ว ใจแจ๋ว แจ่มแจ้ง จุกจิก จับโจร จดจำ

แบบฝึกหัด 练习

1 จับคู่สลับกันตั้งคำถามของคำตอบแต่ละข้อในตาราง ทำเครื่องหมาย √ ในช่องตารางแต่ละช่องเมื่อเพื่อนของคุณตั้งคำถามแต่ละคำถามเสร็จ

两人一组练习对话，根据表格中的回答给出对应的问句，每想出一个问题就在空格中打一个√。

1) ดิฉันเป็นคนหางโจว						
2) ย่าผม (คุณย่าของผม) เป็นคนฉงชิ่ง						
3) ชัยเป็นพี่ชายของชู						
4) คนนั้นเป็นน้องสาวผม						
5) ญาญ่าเป็นคนไทย						
6) ผมเป็นนักศึกษาชั้นปี 1 (大一学生)						
7) ครอบครัวผมมีคุณตา คุณยาย คุณแม่ และผม						

2 ใช้คำที่กำหนดเรียบเรียงเป็นประโยคตามตัวอย่าง

根据示例，用给出的单词造句

例1 พี่ชาย ทำงาน เจ้อเจียง เจิ้งโจว

ฉันมีพี่ชายสองคน คนนึงทำงานที่เจ้อเจียง อีกคนทำงานที่เจิ้งโจว

例2 เพื่อนสนิท（好朋友） อาศัย กวางสี กวางโจว

ฉันมีเพื่อนสนิทสองคน คนนึงอาศัยอยู่ที่กวางสี อีกคนอยู่ที่กวางโจว

例3 ลูกคนโต ลูกคนเล็ก เรียน ฉงชิ่ง เสฉวน

ผมมีลูกสองคน “คนโต” เรียนที่ฉงชิ่ง “คนเล็ก” เรียนที่เสฉวน

注 句子前已提到 ลูก，后面可以不用重复，可省略为 คนโต คนเล็ก

1) ญาติ อาศัย เซี่ยงไฮ้ หางโจว

____

2) น้องชายฝาแฝด เรียน เป่ยต้าฟู่เสี่ยว（北大附小）เป่ยซือต้าฟู่จง（北师大附中）

____

3) เพื่อนคนไทย เรียน เป่ยอวี่（北语） เป่ยว่าย（北外）

____

4) เพื่อนคนจีน ทำงาน เทียนจิน เหอเป่ย

____

5) พี่ชายคนโต น้องชายคนเล็ก เรียน เป่ยหัง（北航） เจ้อต้า（浙大）

____

3 เลือกคำศัพท์ในตารางเติมบทสนทนาให้สมบูรณ์จากนั้นจับคู่สนทนา 选词填空，分组进行对话练习

3.1 ปักกิ่ง เจ้อเจียง หูเป่ย เจียงซู ซานตง ชิงเต่า ซีอาน
เชียงใหม่（清迈）เชียงราย（清莱） กรุงเทพฯ（曼谷）ภูเก็ต（普吉）

A คุณเป็นคน....ใช่มั้ย (ไหม) ครับ/คะ

B ใช่ครับ/ค่ะ ไม่ใช่ครับ/ค่ะ ผม/ดิฉันเป็นคน....

A คุณเป็นคนที่ไหน

B ผม/ดิฉันมาจาก....ครับ/ค่ะ คุณเป็นคนที่ไหนครับ/คะ

A ฉัน/ผม/ดิฉันเป็นคน....ครับ/ค่ะ

A คุณเรียนที่ไหนครับ/คะ

B ผม/ดิฉันเรียนที่....

3.2 คุณพ่อ คุณแม่ คุณปู่ คุณย่า คุณตา คุณยาย

คุณน้า คุณอา คุณป้า คุณลุง คุณทวด ญาติ ๆ

เซี่ยงไฮ้ ปักกิ่ง เจ้อเจียง ยูนนาน กวางสี กวางโจว กวางตุ้ง（广东）

ไหหลำ（海南）ฮกเกี้ยน（福建）ฮ่องกง（香港）

ต่างประเทศ เวียดนาม（越南）พม่า（缅甸）ลาว（老挝）ไทย

A คุณอาศัยอยู่กับใครครับ/คะ

B ฉันอาศัยอยู่กับ....และ....ครับ/ค่ะ แล้วคุณล่ะ

A ฉันอาศัยอยู่กับ....

B คุณพ่อของคุณทำงานที่ไหน

A เขาทำงานที่....ครับ/ค่ะ

B คุณแม่ของคุณล่ะ

A ท่าน（他、她，尊称）ทำงานที่....ครับ/ค่ะ

❹ จับคู่ฝึกสนทนาให้คล่อง (ใช้คำอื่นแทนคำที่ขีดเส้นใต้)

两人一组练习对话（可以用其他词替换带有下划线的词汇）

B เพื่อนของคุณเป็นคนที่ไหนครับ

A เพื่อนคนไหนคะ

B คนนั้นไง / เพื่อนของคุณคนนั้นไง / คนโน่น (คนนู่น) ไง

A อ๋อ เขาเป็นคน<u>กวางโจว</u>ค่ะ

บทที่2 แนะนำเพื่อนให้รู้จัก
第2课 介绍朋友们认识

สาระสำคัญประจำบท

1. วิธีการแนะนำตัวและทักทายบุคคลรุ่นเดียวกัน
2. ฝึกย้ำการออกเสียงสระ "-อ" และหลักการออกเสียงสระ "-อ" ตามด้วยตัวสะกด "ง" "บ" "ม"
3. การออกเสียงสระ "ไ-" "ใ-"
4. การออกเสียงพยัญชนะ "ร" และแยกแยะเสียงพยัญชนะระหว่าง "ร" และ "ล"
5. ฝึกหัดการออกเสียงควบกล้ำ "คร" และ "คล"
6. การออกเสียงวรรณยุกต์ไทย เสียง 4
7. ระดับภาษาสนทนาประจำบท : ภาษาสุภาพทั่วไป

本课要点

1. 与同龄人打招呼并介绍自己
2. 练习元音 "ออ" 的发音以及 "ง" "บ" "ม" 作尾辅音时的发音规则
3. 练习元音 "ไ-" 和 "ใ-" 发音
4. 学习辅音 "ร" 的发音技巧，并区分辅音 "ร" 和 "ล"
5. 复合辅音 "คร" 和 "คล" 的发音练习
6. 练习泰语第四声的发音
7. 本课会话语言风格：一般礼貌用语

คำศัพท์ออกเสียงบังคับประจำบท
本课发音重点词汇

ไทย ให้ รู้จัก นักเรียน ร่วมชั้น เพราะ ของผม ขอบคุณ

บทเรียน 课文

1 ช่วยแนะนำให้รู้จักหน่อยได้ไหม 帮忙介绍一下好吗？

จางรุ่ย	คนนั้นหน้าตาคุ้น ๆ เธอรู้จักเขามั้ย
หลี่ลี่หง	เขาเป็นเพื่อนนักเรียนไทยในมหาวิทยาลัยของเราไง
จางรุ่ย	ช่วยแนะนำให้รู้จักหน่อยได้มั้ย
หลี่ลี่หง	ได้สิ (เรียกเพื่อน) วิทัต สวัสดีค่ะ
วิทัต	สวัสดีครับ ลี่หง ขอโทษ ผมไม่ทันเห็นคุณ
หลี่ลี่หง	ไม่เป็นไรค่ะ ฉันมีเพื่อนอยากรู้จักคุณค่ะ เขาชื่อจางรุ่ย เป็นเพื่อนร่วมชั้นของดิฉันค่ะ
วิทัต	สวัสดีครับ จางรุ่ย ยินดีที่ได้รู้จักครับ
จางรุ่ย	ยินดีที่ได้รู้จักเช่นกันครับ

ศัพท์ วลีและข้อสังเกต 单词、短语及知识点

1.	หน้าตา	面貌、长相
2.	คุ้น ๆ	熟悉
3.	เธอ	你、她 注 人称代词，用于同龄人之间，多用于称呼女性
4.	รู้จัก	认识
5.	เพื่อนนักเรียน	同学

6.	ไทย	泰国
7.	ใน....	在……里面
8.	มหาวิทยาลัย	大学
9.	ช่วย	帮助 注 请求他人的帮助时，通常把 ช่วย 放在句首
10.	แนะนำ	介绍
11.	ให้รู้จัก	让……认识
12.	หน่อย	一下、一些
13.	ได้มั้ย〈口〉(ได้ไหม〈书〉)	可以吗
14.	สิ〈口〉	语气词，类似于"啊" 注 表示理所应当的语气，文中表示"可以啊"
15.	เรียก	叫、称呼
16.	ขอโทษ	对不起
17.	ไม่ทันเห็น	没看见
18.	ไม่เป็นไร	没关系
19.	ชื่อ	名字、名叫
20.	เพื่อนร่วมชั้น	同班同学
21.	ดิฉัน	我 注 代词，女性第一人称（较正式）
22.	ยินดีที่ได้รู้จัก	很高兴能认识
23.	เช่นกัน	一样

2 คุณมีชื่อไทยไหม 你有泰语名字吗?

วิทัต	จางรุ่ย คุณมีชื่อไทยมั้ย ครับ
จางรุ่ย	มีครับ ผมมีชื่อภาษาไทยว่า จอมทัพ ชื่อเล่นว่า จอมครับ
หลี่ลี่หง	อาจารย์รัชนีพร ตั้งชื่อไทยให้พวกเราค่ะ
วิทัต	ลี่หง คุณชื่อไทยอะไรน้ำ~ ผมลืมไปแล้ว
หลี่ลี่หง	นิชญาค่ะ นิชญาเป็นชื่อภาษาไทยของดิฉันค่ะ
วิทัต	ชื่อภาษาไทยของพวกคุณเพราะมาก
หลี่ลี่หง จางรุ่ย	ขอบคุณค่ะ ขอบคุณครับ

ศัพท์ วลีและข้อสังเกต 单词、短语及知识点

1.	ชื่อไทย (ชื่อภาษาไทย)	泰语名
2.	(มีชื่อ) ว่า	（名字）叫、叫作
3.	ตั้งชื่อ (ให้....)	（给……）取名
4.	ชื่อเล่น	小名
5.	ภาษาไทย	泰语
6.	พวกเรา	我们
7.	น้ำ 〈口〉(นะ)	语气词，类似于“呢” 注 นะ 放在句尾，表示想不明白，记不清楚时，发音拉长将改为第四声为 น้ำ
8.	ลืม	忘记

9.	ลืมไปแล้ว	忘记了
10.	แล้ว	了
11.	เพราะ	好听
12.	มาก	很、非常
13.	ขอบคุณ	感谢

ย้ำคำซ้ำความ 课文语音重点

1

จางรุ่ย คนนั้น หน้าตาคุ้น ๆ เธอรู้จักเขามั้ย

หลี่ลี่หง เขาเป็น เพื่อนนักเรียนไทย~~หาย~~ ในมหาวิทยาลัยของเราไง ~~งาย~~

จางรุ่ย ช่วยแนะนำ ให้~~ห้าย~~ รู้จักหน่อย ได้~~ดั้ย~~ มั้ย

หลี่ลี่หง ได้ สิ (เรียกเพื่อน) วิทัต สวัสดีค่ะ

วิทัต สวัสดีครับ ลี่หง ขอโทษ ผมไม่ทัน เห็น คุณ

หลี่ลี่หง ไม่เป็นไรค่ะ ฉันมี เพื่อน อยากรู้จักคุณค่ะ เขาชื่อจางรุ่ย เป็น เพื่อน ร่วมชั้นของดิฉันค่ะ

วิทัต สวัสดีครับ จางรุ่ย ยินดี ที่ได้รู้จักครับ

จางรุ่ย ยินดี ที่ได้รู้จักเช่นกันครับ

2

วิทัต	จางรุ่ย คุณมี ชื่อไทย มั้ยครับ
จางรุ่ย	มีครับ ผมมี ชื่อภาษาไทย ว่า จอมทัพ ชื่อเล่นว่า จอม ครับ
หลี่ลี่หง	อาจารย์ รัชนีพร ตั้งชื่อไทย ให้ พวกเราค่ะ
วิทัต	ลี่หง คุณ ชื่อไทย อะไรน้า~ ผมลืมไปแล้ว
หลี่ลี่หง	นิชญาค่ะ นิชญาเป็น ชื่อ ภาษาไทย ของ ดิฉันค่ะ
วิทัต	ชื่อ ภาษา ไทย ของ พวกคุณ เพราะมาก
หลี่ลี่หง จางรุ่ย	ขอบคุณ ~~ขบคุน~~ ค่ะ ขอบคุณ ครับ

เสริมความรู้ 补充知识

1 ขยายคำศัพท์ 组词练习

หน้าตา	หน้าตาคุ้น ๆ หน้าตาแปลก ๆ（长相奇怪）หน้าตาดี（长得好看） หน้าตาสวย（长得漂亮） หน้าตาหล่อเหลา（长得很帅） หน้าตาเฉย ๆ（没有表情） หน้าตาเชย ๆ（长得土气） หน้าตาธรรมดา (ไม่หล่อไม่สวย)（长相一般，不帅不美） หน้าตางั้น ๆ (ไม่หล่อไม่สวย)（长相一般，不帅不美）
เพื่อน	เพื่อนนักเรียน เพื่อนนักเรียนไทย เพื่อนร่วมชั้น เพื่อนร่วมคณะ（同院系同学） เพื่อนนอกชั้นเรียน（其他班的同学）
แล้ว	ลืมแล้ว ไปแล้ว ลืมไปแล้ว ทำแล้ว（做了） ทำเสร็จแล้ว（做完了） ได้แล้ว（可以了） ทันแล้ว（赶上了）มีแล้ว（有了）

....มาก	เพราะมาก ดีมาก（很好） ดีใจมาก（很高兴） ใจดีมาก（很善良） คุ้นมาก สวยมาก หล่อมาก ขอบคุณมาก

2 โครงสร้างประโยค 句型结构

2.1 "ชื่อภาษาไทย" "ชื่อเล่น" "ชื่อจริง" "泰语名" "小名" "名字（大名）" 亲属称谓

泰国人的姓名由姓氏和名字组成，而且大多数人都有小名。小名可以由名字简化而来，也可以另外重新取。以前的泰国华人习惯直接沿用本家族的中文姓氏，在前面加上"แซ่"（氏），如：ป๋วย แซ่อึ๊ง 黄氏、อุเทน แซ่แต้ 郑氏、จอมทัพ แซ่รุ่ย 瑞氏（示例名）。而现在的泰国华人则多使用泰语姓氏，并以谐音等方式在泰姓中融入汉姓元素，如：แซ่อึ๊ง 黄氏，泰姓写作 อึ้งภากรณ์；แซ่แต้ 郑氏，泰姓写作 เตชะไพบูลย์，其中 เต 与 แต้ 发音相近。介绍他人姓氏、姓名有以下方式：

แนะนำชื่อจริง 介绍名字 注 泰国人介绍姓名时，可能只介绍名，也可能名和姓氏一起介绍	■ ผมมีชื่อจริงว่า สมคิด รักษ์สงบ ■ ผมมีชื่อจริงชื่อว่า สมคิด รักษ์สงบ ■ ชื่อจริง (ของ) ผมคือ สมคิด รักษ์สงบ ■ ชื่อจริงผมชื่อ สมคิด รักษ์สงบ ■ ดิฉันมีชื่อจริงว่า สมฤดี ใบบุญ ■ ดิฉันมีชื่อจริงชื่อว่า สมฤดี ใบบุญ ■ ชื่อจริง (ของ) ฉัน /ดิฉัน คือ สมฤดี ใบบุญ ■ ชื่อจริงฉัน /ดิฉัน ชื่อ สมฤดี ใบบุญ

แนะนำชื่อและนามสกุล （姓）**ภาษาไทย** 介绍泰语姓名	■ ผมมีชื่อเต็มว่า สมคิด รักษ์สงบ ■ ดิฉันมีชื่อเต็มว่า สมฤดี ใบบุญ ■ ผมชื่อ สมคิด นามสกุล รักษ์สงบ ■ ดิฉันชื่อ สมฤดี นามสกุล ใบบุญ
ชื่อเล่น 小名	■ ชื่อเล่นผมคือ หนึ่ง ■ ดิฉันมีชื่อเล่นว่า ใบตอง
ชื่อไทย 泰语名 **ชื่อจีน** 中文名	■ ผมชื่อ จางรุ่ย ชื่อ ไทย จอมทัพ ■ ผมชื่อ จางรุ่ย ชื่อภาษาไทยของผมคือ จอมทัพ ■ ผมชื่อ จางรุ่ย ชื่อไทยว่า จอมทัพ ■ ดิฉันชื่อ หลี่ลี่หง ชื่อ (ภาษา) ไทย นิชญา ค่ะ ■ ดิฉันชื่อ หลี่ลี่หง ชื่อภาษาไทยของดิฉันคือ นิชญา ■ ชื่อไทยของผมคือ รุ่งโรจน์ ■ ฉันมีชื่อภาษาไทย ชื่อว่า เรืองรอง ■ หนูชื่อ จางอวี่ฉี ชื่อไทยว่า เรืองรอง

2.2 “ตั้งชื่อ” “ตั้งชื่อให้ว่า ....” “ตั้งชื่อให้พวกเรา”

“起名” “给某人起名叫……” “给我们起名”

ตั้งชื่อ .... ว่า .... ตั้งชื่อให้ว่า	■ คุณแม่ตั้งชื่อเขาว่า อานนท์ ■ คุณปู่ตั้งชื่อให้หนูว่า รุ้งทิพย์ ■ คุณยายตั้งชื่อเล่นให้ผมว่า กล้า ครับ
.... ตั้งชื่อให้ผมว่า .... ตั้งชื่อให้ฉัน /ดิฉัน /หนูว่า .... ตั้งชื่อให้พวกเรา	■ คุณพ่อตั้งชื่อให้น้องชายผมว่า เฉิงชง ■ คุณแม่ตั้งชื่อให้หนูว่า เฉินเหม่ยฉี ■ อาจารย์ตั้งชื่อไทยให้ดิฉันว่า แพรไหม ■ อาจารย์จรัสศรีตั้งชื่อไทยให้พวกเราครับ

.... เป็นคนตั้งชื่อให้ผม /ดิฉัน	■ คุณพ่อ<u>เป็นคนตั้งชื่อให้ผม</u>ครับ
	■ คุณทวด<u>เป็นคนตั้งชื่อให้ดิฉัน</u>ค่ะ

2.3 "ช่วยแนะนำ .... ให้ (ผม/ฉัน ....) รู้จักหน่อยได้มั้ย"

"介绍……让……认识一下可以吗?"

ช่วยแนะนำ	เขา/เธอ เขา หลี่ลี่หง เพื่อนคนไทย เพื่อนคนจีน		ให้ผม/ฉัน รู้จักหน่อยได้มั้ยครับ/คะ
คุณช่วยแนะนำ	อาจารย์จรัสศรี คุณพราวใส อาจารย์เป่ยต้าท่านนั้น แฟน (男女朋友) ของคุณ คุณน้าของคุณ	ให้	เพื่อนของดิฉัน เพื่อนผม พวกเรา ดิฉัน	รู้จักหน่อยได้มั้ย ครับ/คะ

2.4 "ขอโทษ....ไม่ทันเห็น...." "对不起，没看见……"

如果没注意别人正和你打招呼，可以对他说："ขอโทษ ....ไม่ทันเห็น"

"ขอโทษไม่ทันเห็นคุณ"，下面是不同情况的示例:

对长辈: อาจารย์ ขอโทษค่ะ หนูไม่ทันเห็นอาจารย์

对朋友: ลี่หง ขอโทษนะ ไม่ทันเห็นคุณ

与好友或熟人：ขอโทษ จอมทัพ ไม่ทันเห็น

2.5 “ชื่อของคุณเพราะดี” “你的名字很好听”

ชื่อภาษาไทยของคุณ	เพราะมาก ยาวมาก
ชื่อภาษาจีนของเขา	ยากมาก（很难） สั้นมาก（很短）
ชื่อเล่น（小名）ของคุณ ชื่อจริง（名字）ของคุณ	เพราะดี น่ารักดี สั้นดี ความหมายดี（含义好） 注 “ดี” 放在形容词后，表示喜爱、赞同

อ่าน-ออกเสียง 发音练习

1 ออกเสียงคำศัพท์ในบทเรียน 课文生词发音

1) พอ เพอ เพือ เพื่อ เพื่อน

2) ขอ ของ ของฉัน ของดิฉัน

ของ ผม ของ เขา

3) ขอ ขอ โทษ ขอบ ขอบ คุณ

ชอบ ชอบ คุณ

4) ปอ เอะ นอ เป็น หอ เอะ นอ เห็น

เป็น เห็น เล็น เย็น เซ็น

2 ออกเสียงสระ “ออ” และสระ “ออ” ตามด้วยตัวสะกด “ง” “บ” และ “ม”

练习朗读元音“ออ”以及“ออ”与尾辅音“ง”“บ”“ม”相拼时的发音技巧

1) กอ ขอ คอ ฆอ งอ

2) จอ ฉอ ชอ ฌอ ยอ

3) ตอ ถอ ธอ ฑอ นอ

4) กอบ ขอบ จอบ สอบ ครอบ หมอบ มอบ

5) ขอม จอม ยอม มอม ผอม ซ้อม พร้อม

6) กอง ของ จอง ซอง มอง สอง ถอง ยอง

7) ของ จอม ชอบ มอง สอบ ซ่อม

บอก ป้อง ขอบใจ

③ ออกเสียงสระ "ใอ" และ "ไอ" (อัย)

区分并练习以下发音练习朗读元音"ใอ"和"ไอ"

在朗读元音"ใ-"和"ไ-"时，经常有同学将其发音与"อาย"混淆，要注意"ใ-"和"ไ-"是特殊元音，它们的发音偏短，更接近"อัย"。

1) ให้ ไง ไม่ ใช่ ได้ ไป ไทย

2) อะไร ให้ใคร ว่าไง ไม่ใช่ ไปไทย

3) คนไทย ไม่ใช่ ไว้ใจ ไม่ได้

4) ใช่ไง คนไทย ไว้ใจกันได้

④ ออกเสียงพยัญชนะ "ร" "ล" และเสียงควบกล้ำ "คร" และ "คล"

练习辅音"ร""ล"，以及复合辅音"คร"和"คล"的发音

辅音"ร"发音时需要轻轻弹动舌头才能发准，但并不需要连续弹舌，舌尖放松接近硬腭，气流从喉咙冲出，经过舌面与硬腭的缝隙促使舌尖短促弹动。泰语中的"ร"与中英文的"r"音，发音时舌头的位置基本相同，但发"r"音时舌头用力，不颤动；发"ร"音时舌头放松才能发出颤音。辅音"ล"与中英文

的“ใ”音基本相同。至于复合辅音“คร”和“คล”只需要在这两个辅音前加上一个非常短促的“ค”音即可。

1) เลีย ลู่ ลม เรียน รู้ เร็ว

2) ครู ใคร รุ่น คราว ลูก

3) เคลียร์ คลิป คลาส คลาย คล้าย คล้าย ๆ

4) โรงเรียน โรงแรม โรงรถ โรงพิมพ์ โรงพัก โรงพยาบาล

5) เรา รัก โรงเรียน เรา โรงเรียน เรา รุ่งเรือง

⑤ ออกเสียงวรรณยุกต์เสียง 4 练习泰语第四声的发音

泰语中的第四声声调较高，在发音时应注意两点：第一，起始音位要高，高于泰语第一声的音位，若起始音位过低会与泰语第五声混淆；第二，后续发音时声音继续上扬至一个很高的音位，如果前后音高差异不够大，可能会与泰语第一声混淆。

1) ร่วมชั้น รุ่งเช้า รักเธอ รถไฟฟ้า

2) มีมั้ย จริงมั้ย เพราะมั้ย นะคะ ไพเราะ เพราะจริง

3) คิดหนัก คัดไทย ใส๊ใส คล้ายใคร

4) อาทิตย์ สมคิด สมรัก วิทิต วิทัต

นิชญา รัตนา รัชฎา รัชนีพร พัชราภรณ์

5) อะไรนุ้า~ ทำไมนุ้า~ จะไปมั้ยนุ้า~ รู้แล้วยังนุ้า~ พูดอะไรดีนุ้า~

แบบฝึกหัด 练习

1 ① นำคำในตารางเติมในช่องว่างและทำประโยคให้สมบูรณ์

② เขียนตัวอย่างประโยคที่แต่งขึ้นในบรรทัดที่มีเครื่องหมาย ➲ จากนั้นสลับกันอ่านให้เพื่อนในชั้นเรียนฟัง

① 将表格中的词语填入空格补全句子

② 把造好的句子填入标有➲的空格，并轮流朗读

1) คุณช่วยแนะนำ .... ให้ฉัน/ผม/เขา รู้จักหน่อยได้มั้ย/ไหม ครับ/คะ

สมคิด วิทัต รุ้งทิพย์ จางรุ่ย มหาวิทยาลัยของคุณ เพื่อนชั้นเรียนภาษาไทย สมาชิกในครอบครัวคุณ คุณลุงคุณป้า อาจารย์ท่านนี้

➲

2) เขา/เธอ เป็น .... ของเราไง (พวกเรา)

อาจารย์ เพื่อนคนไทย เพื่อนชาวจีน ครูใหญ่ (中小学的校长) ครูสอนภาษาอังกฤษ อาจารย์ในคณะ (学院里的老师)

➲

3) ขอโทษครับ/ค่ะ.... ผม/หนู/ดิฉัน/ฉัน ไม่ทันเห็นคุณ (อาจารย์) ครับ/ค่ะ

อาจารย์ อาจารย์วรุณ ลี่หง จางรุ่ย คุณอา คุณสมคิด คุณใบตอง

➲

4) .... คุณชื่อภาษาไทย/ภาษาจีน อะไรน้า~/นะ ผม/ดิฉันลืมไปแล้ว

จอมทัพ นิชญา ฟ้าใส ลี่หง จางอวี่ฉี จางซินอี้ ชื่อเพื่อนในชั้นเรียน（同学的名字）

➲

5) ....(ชื่อ).... ฉัน/ผมมีเพื่อนอยากรู้จักคุณ ค่ะ/ครับ

เขา/เธอ ชื่อ.... เป็น .... ของผม/ดิฉัน ครับ/ค่ะ

ชื่อไทยของนักศึกษาและเพื่อนนักศึกษา

เพื่อนร่วมชั้นภาษาไทย เพื่อนร่วมมหาวิทยาลัย เพื่อนร่วมคณะ

➲

➲

6) ....(ชื่อ).... ....(ชื่อ).... เป็นชื่อภาษาไทยของผม/ดิฉัน ครับ/ค่ะ

ชื่อไทยของนักศึกษา

➲

❷ จับคู่สลับกันถาม-ตอบประโยคสนทนาต่อไปนี้

依照下列对话格式进行问答练习

A ....(ชื่อ).... คุณมีชื่อไทย/จีนมั้ย (ไหม) ครับ/คะ

B มีครับ/ค่ะ ผม/ดิฉันมีชื่อภาษาไทย/ภาษาจีนว่า ....ครับ/ค่ะ

A ใครตั้งชื่อไทย/จีนให้คุณ ครับ/คะ

B .... ตั้งชื่อให้ผม/ดิฉัน ครับ/ค่ะ

A คุณชื่อเล่นอะไรนะ ผม/ดิฉันลืมไปแล้ว

B .... ครับ/ค่ะ ....เป็นชื่อเล่นของผม/ดิฉัน

A ชื่อจริงและชื่อเล่นของคุณเพราะมาก

③ แบ่งกลุ่มสนทนา 分组对话练习

练习1：三人小组对话

A คนนั้นหน้าตาคุ้น ๆ เธอรู้จักเขามั้ย

B เขาเป็น .... (ของ) .... ไง

A ช่วยแนะนำให้รู้จักหน่อยได้มั้ย

B ได้สิ (เรียกเพื่อน) .... สวัสดีค่ะ

C สวัสดีครับ .... ขอโทษ ผมไม่ทันเห็นคุณ

B ไม่เป็นไรค่ะ ฉันมีเพื่อนอยากรู้จักคุณค่ะ
เขาชื่อ .... เป็นเพื่อนร่วมชั้นของฉันค่ะ

C สวัสดีครับ .... ยินดีที่ได้รู้จักครับ

A ยินดีที่ได้รู้จักครับ

练习2：全班同学互相询问彼此的泰语名字后分为人数相等的两组，站成内外两圈，内外圈同学一一结对按下列文本对话。内圈同学扮演A的角色，外圈同学扮演 B 的角色。对话结束后转动一个位置继续，转完完整一圈后，内外圈同学互换位置再开始新一轮对话。

A สวัสดีครับ/ค่ะ คุณชื่อไทย ชื่ออะไรครับ/คะ

B ผม/ดิฉันชื่อไทย ชื่อ .... ครับ/ค่ะ

A คุณมีชื่อเล่นมั้ยครับ/คะ

B มีครับ/ค่ะ ผม/ดิฉันชื่อเล่น ชื่อ ....

บันทึกของฉัน

บทที่3 การบ้านของพวกเรา
第 3 课 我们的作业

สาระสำคัญประจำบท

1. การถาม-ตอบคำถามเกี่ยวกับการเรียนการสอนในชั้นเรียน
2. การออกเสียงพยัญชนะ “บ” และแยกแยะเสียงพยัญชนะ “บ” และ “ป”
3. การออกเสียงสระ “-ื” สระ “-ือ” และฝึกการออกเสียงสระ “-ือ” ประสมตัวสะกด “ก” “ง” “ด”
4. การออกเสียงสระ “โ-ะ” และเสียงสระ “โ-ะ” ที่ตามท้ายด้วยเสียงสะกด “ด” “ต” “ท”
5. การออกเสียงสระ “แ-” และแยกแยะเสียงสระ “แ-ะ” และ “แ-”
6. ฝึกออกเสียงและแยกแยะเสียงพยัญชนะ “อ” และ “ย”
7. ศึกษาคำศัพท์และการบอกวัน-เดือน-ปี
8. การใช้ไม้ยมก (ๆ)
9. ระดับภาษาสนทนาประจำบท : ภาษาสุภาพทั่วไป

本课要点

1. 课堂教学相关的问答用语
2. 练习辅音 “บ” 的发音，并区分辅音 “บ” 和 “ป”
3. 练习元音 “-ื” “-ือ” 的发音，以及元音 “-ือ” 与尾辅音 “ก” “ง” “ด” 相拼的发音
4. 练习元音 “โ-ะ” 的发音，以及 “โ-ะ” 与尾辅音 “ด” “ต” “ท” 相拼的发音
5. 练习元音 “แ-” 的发音，并区分元音 “แ-ะ” 和 “แ-” 的发音
6. 练习并区分辅音 “อ” 和 “ย” 的发音

7. 学习关于日月年的词汇与说法

8. 学习使用重读符号“ๆ”

9. 本课会话语言风格：一般礼貌用语

คำศัพท์ออกเสียงบังคับประจำบท
本课发音重点词汇

การบ้าน คือ ฝึก ข้อใหญ่ ข้อย่อย ยี่สิบ แน่นอน

บทเรียน 课文

1 การบ้านวันนี้หน้าที่เท่าไร 今天的作业在第几页?

นักศึกษา 1 อาจารย์ครับ วันนี้พวกเรามีการบ้านมั้ยครับ การบ้านวันนี้หน้าที่เท่าไหร่ (เท่าไร) ครับ

อาจารย์ วันนี้การบ้านของทุกคนคือ บทที่ 4 หน้า 22 ถึง 23

นักศึกษา 2 หน้า 22-23 มีกี่ข้อคะ

อาจารย์ มี 2 ข้อใหญ่ และ 20 ข้อย่อย

นักศึกษา 1 อาจารย์ให้การบ้านพวกเราเยอะจัง

อาจารย์ ฝึกทำการบ้านเยอะ ๆ ทุกคนจะได้เก่ง

ศัพท์ วลีและข้อสังเกต 单词、短语及知识点

1. วันนี้   今天

2. การบ้าน   作业

3. หน้าที่....   第……页

4. เท่าไหร่〈口〉(เท่าไร〈书〉)   多少

5. ทุกคน   大家、每个人

6. คือ   是

   注 "คือ" 和 "เป็น" 都是系动词,但用法不完全相同。"คือ" 用于下定义,表示确切的含义;而 "เป็น" 用于描述情况

7. บท (บทเรียน)   课(课文)

8. หน้า   页

9. ถึง   到

10. กี่   几

11. ข้อ   题目

12. ข้อใหญ่   大题

13. ข้อย่อย   小题

14. เยอะ   多

15. จัง   很、真

16. ฝึก   练习

17. เยอะ ๆ   很多

   注 对 เยอะ 重读,意思是 "多多",比如 "ฝึกเยอะ ๆ"

18. จะได้   将会、才会

19. เก่ง   厉害、好

2 | พวกเราต้องส่งการบ้านเมื่อไร 我们什么时候得交作业？

หัวหน้าชั้น	พวกเราต้องส่งการบ้านเมื่อไหร่คะ
อาจารย์	วันศุกร์หน้าค่ะ
หัวหน้าชั้น	เพื่อน ๆ วันนี้วันอะไร
เพื่อนนักศึกษา	วันนี้วันพุธ วันที่ 12 พฤศจิกา
หัวหน้าชั้น	พวกเรามีเวลาถึงพฤหัสหน้า ทำการบ้านทันแน่นอน

การบ้าน วันนี้

ศัพท์ วลีและข้อสังเกต 单词、短语及知识点

1.	ต้อง	必须
2.	ส่ง	交、送
3.	เมื่อไหร่〈口〉(เมื่อไร〈书〉)	什么时候
4.	วันศุกร์	星期五
5.	หน้า	下一（个）
6.	วัน	天
7.	อะไร	什么
8.	วันพุธ	星期三
9.	วันที่	几号
10.	พฤศจิกา (พฤศจิกายน)	十一月
11.	เวลา	时间
12.	พฤหัส (พฤหัสบดี)	周四

13. ทำ 做

14. ทัน 来得及

15. แน่นอน 肯定

ย้ำคำซ้ำความ 课文语音重点

นักศึกษา 1	อาจารย์ครับ วันนี้ พวกเรา มี การบ้าน~~กันบั้น~~ มั้ยครับ การบ้าน วันนี้ หน้าที่เท่าไหร่ ครับ
อาจารย์	วันนี้ การบ้าน ของ ทุกคน คือ บทที่สี่ หน้า ยี่~~อี้~~ สิบ สอง~~สง~~ ถึง ยี่ สิบ สาม~~สัม~~
นักศึกษา 2	หน้า ยี่ สิบสอง ถึง ยี่ สิบสาม มี กี่ ข้อ~~โซ้~~ คะ
อาจารย์	มี สองข้อ ใหญ่ และ ยี่สิบ ข้อ ย่อย
นักศึกษา 1	อาจารย์ให้ การบ้าน พวกเรา เยอะจัง
อาจารย์	ฝึกทำการบ้านเยอะ ๆ ทุกคนจะได้เก่ง

หัวหน้าชั้น	พวกเรา ต้อง ส่ง การบ้าน เมื่อไหร่ คะ
อาจารย์	วัน ศุกร์ ~~สุด สูด~~ หน้าค่ะ
หัวหน้าชั้น	เพื่อน ๆ วันนี้วันอะไร
เพื่อนนักศึกษา	วันนี้ วันพุธ วันที่ 12 พฤศจิกา (พรึด-สะ-จิ-กา, พรึด-จิ-กา)
หัวหน้าชั้น	พวกเรา มีเวลา ถึง~~เถิง~~ พฤหัส (พะ-รึ-หัด) หน้า ทำการบ้าน ทัน แน่นอน

37

เสริมความรู้ 补充知识

1 ศัพท์เสริม 补充词汇

วันต่าง ๆ 日

วันจันทร์ 星期一 วันอังคาร 星期二 วันพุธ 星期三 วันพฤหัสบดี 星期四

วันศุกร์ 星期五 วันเสาร์ 星期六 วันอาทิตย์ 星期日

วันนี้ 今天 วันพรุ่งนี้ 明天 วันมะรืน 后天

เมื่อวาน 昨天 เมื่อวานซืน 前天 วันก่อน 之前

จำนวนเลข 数字

หนึ่ง 一 สอง 二 สาม 三 สี่ 四 ห้า 五 หก 六 เจ็ด 七 แปด 八 เก้า 九 สิบ 十

ยี่สิบ 二十 ยี่สิบสอง 二十二 สามสิบ 三十 สามสิบเอ็ด 三十一

สี่สิบ 四十 สี่สิบสี่ 四十四 ห้าสิบ 五十 ห้าสิบหก 五十六

หกสิบ 六十 หกสิบเจ็ด 六十七 เจ็ดสิบ 七十 เจ็ดสิบเก้า 七十九

แปดสิบ 八十 แปดสิบแปด 八十八 เก้าสิบ 九十 เก้าสิบห้า 九十五

หนึ่งร้อย 一百 หนึ่งพัน 一千

เดือน 月

มกราคม 一月 กุมภาพันธ์ 二月 มีนาคม 三月 เมษายน 四月

พฤษภาคม 五月 มิถุนายน 六月 กรกฎาคม 七月 สิงหาคม 八月

กันยายน 九月 ตุลาคม 十月 พฤศจิกายน 十一月 ธันวาคม 十二月

注 在口语中，泰语月份的说法可以做如下简化

มกรา กุมภา มีนา เมษา

พฤษภา มิถุนา กรกฎา สิงหา

กันยา ตุลา พฤศจิกา ธันวา

ปีและการอ่าน 年份的读法

พ.ศ. (พอ-สอ) ปีพุทธศักราช (พุด-ทะ-สัก-กะ-หราด)

ค.ศ. (คอ-สอ) ปีคริสต์ศักราช (คริด-สัก-กะ-หราด)

ปี พ.ศ.2565 (อ่านว่า 读法 ปี-พอ-สอ-สอง-พัน-ห้า-ร้อย-หก-สิบ-ห้า)

ปี ค.ศ.2022 (อ่านว่า 读法 ปี-คอ-สอ-สอง-พัน-ยี่-สิบ-สอง)

ขยายคำศัพท์ 组词练习

ข้อ	ข้อใหญ่ 大题 ข้อเล็ก 小题 ข้อย่อย 小题 ข้อห้า 第五题 ข้อสุดท้าย 最后一题 ข้อแรก 第一题 ข้อนี้ 这一题 ข้อนั้น 那一题
จัง	ดีจัง 真好 เก่งจัง 真棒 เยอะจัง 真多 มากจัง 真多 แปลกจัง 真奇怪 คุ้นจัง 真熟悉 น้อยจัง 真少
ฝึก	ฝึกอ่าน 练习读 ฝึกพูด 练习说 ฝึกสนทนา 练习对话 ฝึกทำการบ้าน 练习做作业 ฝึกตอบคำถาม 练习回答问题
动 + (宾) + 形 + จะได้.......	ทำการบ้านเยอะ ๆ จะได้เก่ง ฝึกสนทนาบ่อย ๆ จะได้เก่ง กินน้อย ๆ จะได้ไม่อ้วน อ่านหนังสือทุกวันจะได้เรียนดี
แน่นอน	ทำแน่นอน 肯定做的 ทันแน่นอน 肯定来得及 ดีแน่นอน 肯定好 เยอะแน่นอน 肯定多 น้อยแน่นอน 肯定少 ได้แน่นอน 肯定可以 ใช่เขาแน่นอน 肯定是他

“เมื่อไหร่” “เมื่อไร” “什么时候”

“เมื่อไหร่” “เมื่อไร”在句中用作疑问词时，一般应放在句末，表示询问事情发生的时间，但在日常口语中也可以放在句首，表示等待和盼望，相当于“什么时候才能……”。

"เมื่อไหร่"(เมื่อไร) 表示什么时候	"เมื่อไหร่"(เมื่อไร) 表示等待、盼望
พวกเราต้องส่งการบ้านเมื่อไหร่ 我们要什么时候交作业?	เมื่อไหร่พวกเราจะต้องส่งการบ้าน (รอตั้งนานแล้ว) 我们什么时候才要交作业? （等了很久）
อาจารย์ให้การบ้านพวกเราเมื่อไหร่ 老师什么时候给我们作业?	เมื่อไหร่อาจารย์จะให้การบ้านพวกเราคะ (พวกเราอยากรู้ว่าการบ้านมีอะไรบ้าง) 老师什么时候才能给我们布置作业呀? （我们想知道作业有哪些）
คุณมีชื่อภาษาไทย (ตั้งแต่) เมื่อไหร่ 你什么时候有的泰语名字?	เมื่อไรที่คุณมีชื่อไทย คุณจะรู้สึกเท่มาก 什么时候等你有了泰语名，你就会感觉很酷

4 การใช้ไม้ยมก (ๆ) 重读符号 "ๆ" 的用法

重读符号 "ๆ" 加在单词后，表示该单词应重复朗读。重读一般是为了强调单词原有的意义，使之更加清楚，最常用于形容词后，如 ดี ๆ ดัง ๆ เยอะ ๆ แย่ ๆ แปลก ๆ 等（读作 ดีดี ดังดัง เยอะเยอะ แย่แย่ แปลกแปลก）。同时重读符号也可以放在表示时间和距离的单词后，表示大致范围，比如 ใกล้ ๆ เช้า ๆ ค่ำ ๆ。除此之外还有以下几种用法：

1) 拟声词的重读

- แมะ ๆ · แง ๆ · เหมียว ๆ · กุ๊ก ๆ

2) 表示所指对象有不止一个或描述的动作重复多次

① 名词的重读表示所指的对象不止一个

- เขามีเพื่อน ๆ เป็นคนไทยเยอะ

- ลูก ๆ เขาทั้งคนโต คนเล็ก ทำงานดี ๆ ทั้งนั้น

- ใคร ๆ ก็รู้จักมหาวิทยาลัยภาษาต่างประเทศปักกิ่งทั้งนั้น

② 动词的重读表示该动作连续发生不止一次，或一直在发生

- เขาพูด ๆ ๆ อยู่นั่นแหละ

- เด็กคนนั้นกิน ๆ ๆ ไม่หยุดเลย คงหิวมั้ง

- เขาทำงาน ทำ ๆ ๆ ทั้งวัน

3) 表示分别或依次做某事

- เขาทำการบ้านเป็นวิชา ๆ (ทำการบ้านทีละวิชา) (一科一科地完成作业)

- ฉันกินอาหารเป็นจาน ๆ (กินทีละจาน) (一盘一盘地吃饭)

4) 表示意义的弱化，表示大致范围，稍微减弱语气

- คนดี ๆ แบบนี้หายาก

- เริ่มเรียนเช้า ๆ กันดีกว่า 早点上课较好

- เขามีเสื้อแดง ๆ หลายตัว

5) 表达命令、要求或协商条件的语气，比如课文中的用法意思是"多多
练习才能学得好"

① 动 +เยอะ ๆ +หน่อย
表达命令

② 动 +เยอะ ๆ +หน่อยนะ
表示要求

③ 动 + 宾 +เยอะ ๆ +จะได้....
表示条件

① กินเยอะ ๆ หน่อย

② กินเยอะ ๆ หน่อยนะ

③ กินเยอะ ๆ ทุกคนจะได้อ้วน (胖)

ฝึกทำแบบฝึกหัดเยอะ ๆ ทุกคนจะได้เก่ง

เดินเยอะ ๆ จะได้แข็งแรง (健康)

ไปกันเยอะ ๆ ทุกคนจะได้สนุก (开心、有趣)

อ่าน-ออกเสียง 发音练习

1 แยกแยะเสียงพยัญชนะ “บ” และ “ป” 区分辅音“บ”和“ป”

泰语辅音“บ”和“ป”的读音都类似于汉语拼音中的“b”，但两者之间仍有细微的区别，主要在于发音时声带是否震动。“บ” 是浊辅音，发音时声带先震动，发音较柔缓；“ป”是清辅音，本身发声时声带不震动，和元音相拼后才震动，整体发音稍有爆破感。关于声带是否振动的感觉可以通过“f”“v”的发音来体会：“f”发气音，声带不震动，而“v”则必须通过声带振动发声。

1) บอ บ้าน การบ้าน อยู่บ้าน ทำการบ้าน

2) บ้านใหญ่ บ้านเล็ก บ้านหลังนี้ บ้านหลังนั้น

3) บ้านของฉัน บ้านของเรา
บ้านของใคร บ้านใครบ้านมัน

4) ไป ปีน ป่าย ไปปีนป่าย
ปลูกป่า เปียกปอน ป๋อมแป๋ม ปนเป

5) ป้าใบ้ ไปบ้าน ป้ายบอก ใบบัว
บุกป่า บนปก แบบโบแบน

2 สะกดและออกเสียงสระ “อือ” สระ “อึ” และสระ “อึ” ที่ตามด้วยตัวสะกด “ก” “ง” “ด”

练习元音“อือ”和“อึ”的发音，以及“อึ”与尾辅音“ก”“ง”“ด”相拼时的读音

1) อือ คือ ยือ ลือ มือ ขือ สือ หือ หรือ

2) เขาคือ~~เคอ~~ใคร ใครคือเขา เราคือใคร ใครคือเรา

3) อึ ฝึ บึ สึ คึ พึ รึ

4) อึก~~อึ~~ ฝึก คึก บึก สึก

5) ถึง~~เถิง~~ จึง พึง ซึง มึง ปึง

6) พฤหัส พฤษภา พฤศจิกา พฤศจิกายน

สะกดและออกเสียงสระ “โอะ” และเสียงสระ“โอะ” ที่ตามด้วยตัวสะกด “ด” “ท” “ต”

练习元音“โอะ” 的发音，并练习 “โอะ” 与尾辅音“ด” “ท” “ต” 相拼时的读音

1) โกะ โอะ โจะ โบะ โมะ

2) โกะ-กด โอะ-อด โจะ-จด โมะ-หมด

3) โบะ-บท บท~~โบะ~~เรียน บทที่ บทที่หนึ่ง
บทที่สอง บทที่สี่ บทที่เก้า บท~~โบะ~~

4) โก๊ะจดบทเรียน โอ๊ะจดหมด โอ๋จำบทสด ๆ กบร้องอ๊บ ๆ

แยกแยะเสียงสระ “แอะ” และสระ “แอ”

区分元音 “แอะ” 和 “แอ”

泰语元音 “แ-” 发音时注意口型放扁并张大，要注意与元音 “เ-” 的区别，“เ-” 发音时也是扁口型，但与 “แ-” 相比口型更小。“แอะ” 是短元音，发音时口型与 “แอ” 相同，但整体音节要更短促，声调也需要根据发音规则改变。

1) และ~~เละ~~ แยะ แปะ แผะ แกะ และ แมะ แพะ

2) แอร์~~เอ~~ แคร์ แฟร์ แซว แมว แคว

3) แย่ไม่แย่ แน่ไม่แน่ แย่ไม่แน่ ไม่แน่แย่ ก็แค่แย่

4) แม่**แพะ**มีลูกแฝด ลูกแฝดร้อง**แมะ** ๆ

แมะ แมะ แมะ ลูก**แพะ**ร้องหาแม่

5) จะเอาอะไรกับแกแน่   แกไม่ใช่คนแย่

แต่เอาแน่กับแกคงแย่

5 **แยกแยะเสียงพยัญชนะ "อ" และ "ย"   区分辅音 "อ" 和 "ย"**

"อ" 和 "ย" 在和元音 "อี" 拼读时发音十分接近，其中 "อ" 做辅音时本身不发声，只发元音 "อี" 的音，口腔中并不形成任何障碍来阻挡气流。而带有辅音 "ย" 的音节，发音时舌面与硬腭短暂贴合形成阻碍，有轻微的摩擦感，之后气流才流出。

1) อีที อีกที   อีแอบ อีสา อีกา   อียิปต์ อีรัก อิหร่าน อีสป

2) อิ่ม ออก อ้อย อ้อน อักโข อักขาน อักษร อุทาน

3) ยาง ยันต์ แหยง ยี้ แย้ ยิ้ม   ยวน ยวด ยาก ยิน ยิม ยุ่งยาก ย่อยยับ

4) **ยี่**อี้สิบ **ยี่**สิบสอง เอาอีก**ยี่**สิบ

5) สระ**อี** ไม่ออกเสียง "**ยี**" **ยี่**อี้   ออกเสียง "**ยี**" ไม่ใช่เสียง "**อี**"

๒๑
ยี่สิบเอ็ด

๒๒
ยี่สิบสอง

แบบฝึกหัด 练习

บอกวิธีการเขียนและวิธีการอ่านวัน-เดือน-ปีต่อไปนี้ตามตัวอย่าง (และลองสืบค้นดูว่าวันต่าง ๆ ในแต่ละข้อเป็นวันสำคัญอะไร)

根据示例写出日期的读法和写法（可以尝试查询以下每个日期有什么重要意义）

例 ศุกร์ 1 ตุลาคม 1949

写 ➲ วันศุกร์ที่ 1 ตุลาคม ค.ศ.1949

读 ➲ วันศุกร์ ที่ หนึ่ง (เดือน)ตุลาคม (ปี)คอสอ หนึ่งพันเก้าร้อยสี่สิบเก้า

1) 5 ธันวาคม 2023

写 ➲ ______________________________

读 ➲ ______________________________

2) 16 มกราคม 2500

写 ➲ ______________________________

读 ➲ ______________________________

3) ศุกร์ 14 กุมภาพันธ์ 2025

写 ➲ ______________________________

读 ➲ ______________________________

4) พุธ 29 กรกฎาคม 2569

写 ➲ ______________________________

读 ➲ ______________________________

5) 13-14 เมษายน 2568

写 ➲ ____________________

读 ➲ ____________________

6) อังคาร 28 พฤศจิกายน 2566

写 ➲ ____________________

读 ➲ ____________________

❷ อ่านคำที่กำหนด โดยทำให้เป็นคำซ้ำและให้เน้นน้ำหนักคำแรกเป็นเสียงวรรณยุกต์ตรีตามตัวอย่าง

按照示例对下列词汇进行重读，朗读时将第一个音节的声调变为第四声可以加强语气

例 ดี ➲ ดี๊ดี

แปลก ➲ แปล๊กแปลก

มาก	น้อย（少）
เพราะ（动听 好听）	เก่ง（棒、厉害）
ใหญ่（大）	เล็ก（小）
ใกล้（近）	ไกล（远）

❸ ใช้คำที่กำหนดแต่งประโยค ทำให้เป็นคำซ้ำโดยใช้ “ๆ” (เลือกแต่งประโยคตามโครงสร้าง ① ② ③หรือ ④) ดังตัวอย่าง

用给出的单词造句，并在后面添加 “ๆ” 进行重读（可以参考给出的 4 个示例句型）

例

① เก่ง ➲ ฝึกทำการบ้านเยอะ ๆ จะได้เก่ง

② ดี ➲ เขามีเพื่อนเก่ง ๆ หลายคน

③ กิน ➲ เธอกิน ๆ ๆ กินเท่าไหร่ก็ไม่พอ

④ ข้อ ➲ ทำการบ้านเป็นข้อ ๆ

1) เพื่อน ➲ _____

2) ใกล้ ➲ _____

3) ดี ➲ _____

4) ใคร ➲ _____

5) เยอะ ➲ _____

ตั้งคำถามจากคำตอบที่ขีดเส้นใต้ของประโยคบอกเล่าต่อไปนี้
根据答句中下划线的部分提问

1) การบ้านวันนี้มี 4 หน้า

➲ _____

2) วันนี้พวกเราเรียนบทที่ 2 และ 3

➲ _____

3) เขาเป็นคนเซี่ยงไฮ้

➲ _____

4) ฉันอาศัยอยู่กับคุณพ่อ คุณแม่ที่ซานตง

➲ _____

5) ไม่มี ผมเป็นลูกโทน

➲ _____

6) พี่ชายของหนูเรียนที่ปักกิ่ง

➡ ______________________________

7) ได้ค่ะ ดิฉันจะแนะนำให้คุณรู้จัก

➡ ______________________________

8) วันพฤหัสนี้

➡ ______________________________

9) วันนี้วันศุกร์ที่ 20 กุมภาพันธ์

➡ ______________________________

10) มีค่ะ ดิฉันชื่อไทยว่า แจ่มใสค่ะ

➡ ______________________________

5 จับคู่สนทนาตามโครงสร้างประโยคต่อไปนี้

按照下列句式进行分组对话

A วันนี้ วันอะไรครับ/คะ

B วันนี้ วัน .... ที่ .... (เดือน) ....

A พวกเรามีการบ้านกี่ข้อครับ/คะ

B พวกเรามีการบ้าน .... ข้อ

A วันนี้การบ้านของพวกเราคืออะไรครับ/คะ

B วันนี้การบ้านของพวกเราคือ ....

A การบ้านของพวกเรา หน้าที่เท่าไหร่ถึงเท่าไหร่ครับ/คะ

B การบ้านของพวกเราคือ หน้าที่ .... ถึงหน้าที่ ....

A วันนี้การบ้านของพวกเราคืออะไรครับ/คะ

B   วันนี้การบ้านของพวกเราคือ ....

A   พวกเราต้องส่งการบ้านเมื่อไหร่ครับ/คะ

B   การบ้านของพวกเราคือ หน้าที่ .... ถึงหน้าที่ ....

ร่างความเรียงพร้อมบอกเล่าในชั้นเรียน
根据以下格式写一篇短文并在课堂上朗读展示

题目：我这周的作业

เรื่อง การบ้านสัปดาห์นี้ของฉัน

เทอม (term) นี้ฉันเริ่มเรียนตั้งแต่วันที่ ....

วิชาที่เรียนได้แก่ ....

สัปดาห์ที่ผ่านมาฉันมีการบ้านหลายวิชา เช่น ....

วิชาการพูดภาษาไทย 1 อาจารย์ให้การบ้านพวกเราหน้าที่ .... ถึงหน้าที่ ....

การบ้านสัปดาห์นี้ของฉัน

บันทึกของฉัน

บทที่4 ถามเวลา
第 4 课 询问时间

สาระสำคัญประจำบท

1. ศัพท์ที่เกี่ยวข้องกับเวลา และการถาม-ตอบเกี่ยวกับเวลา
2. ประโยคสนทนาเกี่ยวกับการนัดหมาย
3. สำนวนสุภาพพื้นฐาน ได้แก่ “ขอโทษ” “ไม่เป็นไร” “รอสักครู่” เป็นต้น
4. แยกแยะเสียงพยัญชนะ “ด” และ “ต”
5. แยกแยะเสียงสระ “-อ” และ “โ-”
6. การออกเสียงสระ “-อ” ตามด้วยตัวสะกด “น”
7. การออกเสียงสระ “โ-ะ” “โ-” และเสียงสระ “โ-ะ” “โ-” ที่ตามท้ายด้วยตัวสะกด “ง” “ด”
8. การออกเสียงสระ “แ-” และเสียงสระ “แ-” ตามด้วยตัวสะกด “ด” “ต” และ “ท”
9. ระดับภาษาสนทนาประจำบท : ภาษาสุภาพทั่วไป

本课要点

1. 关于时间的词汇以及问答用语
2. 与人约时间的句式
3. 日常用语 “ 对不起 ”“ 没关系 ”“ 请稍等 ” 等
4. 区分 “ด” 和 “ต” 的发音
5. 区分 “-อ” 和 “โ-” 的发音

6. 练习 "-อ" 和 "น" 作尾辅音的发音

7. 练习 "โ-ะ" "โ-"，以及 "ง" "ด" 作尾辅音的发音

8. 练习 "แ-"，以及以 "ด" "ต" "ท" 作辅音结尾的发音

9. 本课会话语言风格：一般礼貌用语

คำศัพท์ออกเสียงบังคับประจำบท
本课发音重点词汇

ตอนนี้ พอดี สิบเอ็ดโมง แบต หมด ขอโทษ เที่ยง

บทเรียน 课文

1 ตอนนี้ 11 โมง 45 นาที 现在11点45分

A คุณมีนาฬิกามั้ย ตอนนี้กี่โมงแล้ว

B ไม่มี คุณดูเวลาที่โทรศัพท์มือถือสิ

A โทรศัพท์มือถือของผม แบต (แบตเตอรี่) หมดพอดี

B อ้าว เหรอ ผมดูให้.... ตอนนี้ 11 โมง 45 นาที

A อีก 15 นาทีเที่ยง

B เวลาผ่านไปเร็วจริง ๆ

A คุณจะรีบไปไหน

B ผมนัดกับศักดิ์ดาที่ห้องสมุด ขอตัวก่อนนะครับ

ศัพท์ วลีและข้อสังเกต 单词、短语及知识点

1.	นาฬิกา	钟、表
2.	ตอนนี้	现在
3.	กี่โมง	几点
4.	ดู	看
5.	สิ	语气词，类似于"啊"
6.	....ให้ (动 + ให้)	给、为
7.	โทรศัพท์	电话
8.	โทรศัพท์มือถือ	手机
9.	แบต (แบตเตอรี่)	电池
10.	หมด	耗光
11.	พอดี	正好、刚好
12.	อ้าว	哦
13.	เหรอ, หรอ 〈口〉(หรือ〈书〉)	是吗
14.	โมง 〈口〉(นาฬิกา〈书〉)	点、钟
15.	นาที	分钟
16.	อีก	再
17.	เที่ยง	十二点、正午
18.	ผ่านไป	过去
19.	เร็ว	快
20.	จริง ๆ	真的、真是

21.	จะ	将要
22.	รีบ	着急、赶紧
23.	ไปไหน	去哪
24.	นัด	约定
25.	ห้องสมุด	图书馆
26.	ขอตัว	告辞、再见
27.	ก่อน	先

2 ขอโทษที่มาช้า 对不起来晚了

A ขอโทษที่มาช้าครับ ศักดิ์ดา

B ไม่เป็นไรครับ ผมก็เพิ่งจะมาถึง

A เราจะไปกันเลยมั้ย

B รอสักครู่ครับ แสงดาวยังไม่มา เธอบอกว่าจะมาช้าหน่อย

C ขอโทษที่ทำให้รอนานค่ะ

B พวกเรานัดอาจารย์ไตรภพ บ่ายโมงครึ่ง ตอนนี้เพิ่งจะเที่ยงยี่สิบ ยังทันครับ

A แต่ผมว่าพวกเรารีบไปกันเถอะครับ ผมไม่อยากให้อาจารย์รอ

ศัพท์ วลีและข้อสังเกต 单词、短语及知识点

1.	มา	来
2.	ช้า	迟
3.	ก็	也
4.	เพิ่งจะ	刚要
5.	มาถึง	到
6.	เรา (พวกเรา)	我们
7.	ไป	去
8.	กัน	一起

注 略自"ด้วยกัน"表示一同做某事，或修饰的动作有不止一个参与者

9.	เลย	直接

注 如果放在动词后，表示立即做某事

10.	รอสักครู่	稍等一会
11.	ยัง	还
12.	บอกว่า	告诉
13.	รอ	等
14.	นาน	久
15.	ครึ่ง	半
16.	แต่	但是
17.	รีบ	快
18.	....กันเถอะ	一块……吧
19.	ไม่อยาก	不想

ย้ำคำซ้ำความ 课文语音重点

1

A　คุณมีนาฬิกามั้ย ตอนนี้ กี่ โมง~~มง~~ แล้ว

B　ไม่มี คุณ ดู เวลา ที่ โทรศัพท์ มือถือ สิ

A　โทรศัพท์ มือถือ ของผม แบต หมด~~โมะ~~ พอดี

B　อ้าว เหรอ ผมดูให้.... ตอนนี้ สิบเอ็ดโมง สี่สิบห้านาที

A　อีกสิบห้านาที เที่ยง(ที่-อั้ง)

B　เวลาผ่านไปเร็ว จริง ๆ

A　คุณจะรีบ ไป~~ปาย~~ไหน

B　ผม นัด กับ ศักดิ์ดา ที่ ห้องสมุด ขอตัว~~ดัว~~ก่อนนะครับ

2

A　ขอโทษ ที่มาช้าครับ ศักดิ์ดา

B　ไม่~~ม่าย~~เป็นไรครับ ผมก็ เพิ่ง~~พึ่ง~~ จะมาถึง

A　เราจะไป~~ปาย~~กันเลยมั้ย

B　รอสักครู่ครับ แสงดาวยังไม่มา เธอบอก~~บก~~ว่าจะมาช้าหน่อย

C　ขอโทษ ที่ทำให้รอนานค่ะ

B　พวกเรานัด อาจารย์ ไตรภพ บ่ายโมงครึ่ง ตอนนี้ เพิ่งจะ เที่ยงยี่~~อี่~~สิบ ยังทันครับ

A　แต่~~แด่~~ผมว่า พวกเรารีบไปกันเถอะครับ ผมไม่อยากให้~~ห้าย~~อาจารย์รอ

เสริมความรู้ 补充知识

1 เวลาและการถาม-ตอบเกี่ยวกับเวลา 与时间相关的词汇和句式

1.1 เวลาและการอ่านเวลา 关于时间的说法

นาฬิกา（钟、点）**โมง กี่โมง ชั่วโมง**（小时）**ครึ่งชั่วโมง**（半小时）
นาที วินาที（秒）**เที่ยง**

06:00	หกโมง (หกนาฬิกา)	12:00	เที่ยง
06:30	หกโมงครึ่ง (หกนาฬิกาสามสิบนาที)	12:25	เที่ยงยี่สิบห้านาที
06:55	หกโมงห้าสิบห้านาที (หกนาฬิกาห้าสิบห้านาที)	15:16	บ่ายสามสิบหกนาที
07:02	เจ็ดโมงสองนาที	14:30:10	บ่ายสองครึ่งสิบวินาที

1.2 ถาม-ตอบ "เวลา 24 ชั่วโมง" 关于24小时的问答

> 问 ตอนนี้กี่โมง (แล้ว) / ตอนนี้เวลาเท่าไหร่
>
> 答 ตอนนี้ .... โมง (แล้ว)
>
> ตอนนี้ .... โมง
>
> ตอนนี้เวลา .... นาฬิกา

ตอนนี้เวลาห้าโมงเย็น

06:00	หกโมง หกโมงเช้า	19:00	หนึ่งทุ่ม
07:00	เจ็ดโมง เจ็ดโมงเช้า	20:00	สองทุ่ม
08:00	แปดโมง แปดโมงเช้า	21:00	สามทุ่ม

09:00	เก้าโมง เก้าโมงเช้า	22:00	สี่ทุ่ม
10:00	สิบโมง	23:00	ห้าทุ่ม
11:00	สิบเอ็ดโมง	24:00	เที่ยงคืน
12:00	สิบสองโมง เที่ยง เที่ยงตรง	02:00	ตีสอง
13:00	บ่ายโมง บ่ายหนึ่ง (โมง)	03:00	ตีสาม
14:00	บ่ายสอง บ่ายสองโมง	04:00	ตีสี่
15:00	บ่ายสาม บ่ายสามโมง	05:00	ตีห้า
16:00	บ่ายสี่ บ่ายสี่โมง	06:00	หกโมง
17:00	ห้าโมงเย็น		
18:00	หกโมงเย็น		

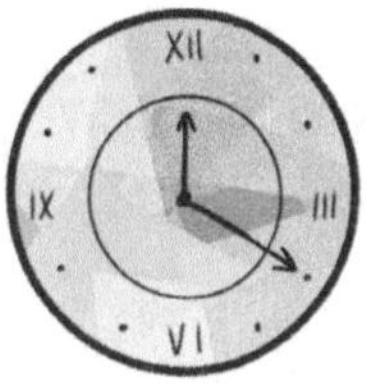

เที่ยงคืน
ยี่สิบนาที

สิบโมง
เก้านาที
สามสิบแปดวินาที

ตีห้า
(ห้านาฬิกา)

1.3 "ช่วงเวลา" 时间段

กลางวัน（白天） กลางคืน（晚间） ช่วงเช้า（上午） ช่วงบ่าย（下午）

ช่วงเที่ยง ช่วงเย็น（傍晚） ช่วงค่ำ（晚上） ช่วงดึก（深夜）

2 ขยายคำศัพท์　组词练习

พอดี	พอดี ๆ ทันพอดี หมดพอดี หมดเวลาพอดี (正好到时间)
	สิบโมงพอดี มีพอดี ไม่พอดี
จริง ๆ	ดีจริง ๆ พอดีจริง ๆ ลืมจริง ๆ เซ็งจริง ๆ (真无聊、真扫兴)
	เร็วจริง ๆ ช้าจริง ๆ รีบจริง ๆ
สิ	ดู (เวลา) สิ ทำสิ พูดสิ ไปสิ เร็วหน่อยสิ นั่นนะสิ (就是啊)
จะ	จะรีบไป จะไปไหน จะรอ (เธอ)　จะนัด (เขา)
	จะเที่ยง (แล้ว)　จะทำ (การบ้าน)　จะอยู่(กับเพื่อน)
เลย	ไปกันเลย พูดเลย ทำเลย กินเลย (ไม่ต้องรอ)
นาน	รอนาน พูดนาน ทำการบ้านนาน ไปนาน
รีบ	รีบไป รีบมา รีบทำการบ้าน รีบบอก รีบดู
动 + ให้	ทำให้ ดูให้ นัดให้ ตั้งชื่อให้

3 สำนวนสุภาพที่ใช้ในชีวิตประจำวัน

日常礼貌用语 （每句后面应加上 ครับ/ค่ะ/คะ）

- ขอบคุณมาก 非常感谢你
- ยินดีที่ได้รู้จัก　很高兴认识你
- ขอโทษที่มาช้า　不好意思我来晚了
- ขอโทษที่มาสาย　对不起我迟到了
- ขอตัวก่อนนะ　我先走了/我先告辞了
- ไม่เป็นไร ผม/ดิฉันก็เพิ่งจะมาถึง　没关系，我也刚到
- ไม่เป็นไร เชิญตามสบาย　没关系，请便

59

- รอสักครู่นะ (รอสักครู่) 稍等一会
- ขอโทษที่ทำให้รอนาน 不好意思让您久等了

4 ขยายประโยคคำสุภาพ

礼貌用语扩展练习（每句后面应加上ครับ/ค่ะ）

1) ขอบคุณ

一般场合

- ขอบคุณมาก
- ขอบคุณที่ช่วยนะ 感谢你的帮助
- ขอบคุณที่เข้าใจ 感谢你的理解

较正式和正式场合

- ขอบคุณคุณศักดิ์ดามาก
- ขอบคุณคุณศักดิ์ดามากนะ
- ขอบคุณอาจารย์มาก
- ขอบคุณอาจารย์มากครับ/ค่ะที่ช่วยชี้แนะพวกเรา

  感谢老师对我们的指点

*ขอบพระคุณอาจารย์มากครับ/ค่ะที่ช่วยเหลือพวกเรา

非常感谢老师帮助我们 注 用于较为正式的场合

2) ขอโทษ ขอโทษที่....

一般场合（用于同龄人之间）

- ขอโทษ
- ขอโทษที่มาช้า
- ขอโทษที่สายไปหน่อย

注 较正式场合，多使用 "ขอโทษที่ทำให้รอ" 而非 "ขอโทษที่มาสาย"

- ขอโทษที่ทำให้รอนะ

- ขอโทษที่ทำให้คุณรอนาน

  不好意思让你久等了

- ขอโทษจริง ๆ ครับ/ค่ะที่ทำให้รอนาน

  真的很抱歉，让你久等了

- เผอิญเคลียร์ธุระนิดหน่อย ขอโทษที่ทำให้ต้องรอนะ

  去处理了一些事，不好意思让你久等了

3) รอสักครู่

- รอสักครู่

- รอสักครู่นะ

- รอสักครู่ เดี๋ยวเธอก็มา

  稍等一会，她一会就来了

- รอสักครู่นะครับ/คะ เดี๋ยวเขาก็มา

  稍等一会，他一会就来了

- รอสักครู่นะครับ/คะ เดี๋ยวแสงดาวก็มา

อ่าน-ออกเสียง 发音练习

① **อ่านออกเสียงคำศัพท์และชื่อเฉพาะในบทเรียน**

练习课文中生词和专有名词的发音

เวลา	เว ลา -เวลา
ศักดิ์ดา	สัก ดา สักดา -ศักดิ์ดา
แบต	แอ แบ แบต -แบตเตอรี่

หมด	หอ มอ โอะ ดอ -หมด
แสงดาว	สอ แอ งอ แสง ดา อา วอ ดาว -แสงดาว
ไตรภพ	ตอ รอ ไอ ไตร ภอ โอะ พอ ภพ -ไตรภพ
เที่ยง	ทอ เอีย เทียง -เที่ยง

② ทบทวนวรรณยุกต์เสียง 4 复习泰语第四声

ช้า- มาช้า แล้ว- กี่โมงแล้ว มั้ย- ไปกันเลยมั้ย ภพ- ไตรภพ

③ แยกแยะเสียงพยัญชนะ “ต” และ “ด” 分辨辅音“ต”和“ด”的发音

“ด”和“ต”的发音类似，接近汉语拼音中的“d”，但两者仍有区别，主要在于发音时声带是否震动。“ด”是浊辅音，发音时声带先震动，发音较柔缓；“ต”是清辅音，本身发声时声带不震动，和元音相拼后才震动，整体发音稍有爆破感。这一组清浊辅音的发音感觉与上一课学习的“บ”和“ป”类似。最重要的发音区别在于清辅音发音时口唇更为用力，有爆破感，而浊辅音发音较为柔缓。

1) ขอโซตัวดัว ขอตัวหน่อย ขอตาม ขอตามหน่อย

2) ขอตีดี ขอตีหน่อย ตามตัวตีหน่อย

3) ตีหนึ่ง ตีสาม ตีสี่ ตีตี

4) ต่ำต้อย โต๊ะเรียน ตาสี คุณตา

5) ขอดี ๆ ข้อดีตี ดี ดี๊ดี ดีจริง ๆ ดำดูดี แดงดูดำ ดีดูแดง

6) ตาดุตั้ม   ตั้มดูตา   ตาใจดี   ไม่ตีตั้ม   ตั้มดีใจ

④ ออกเสียงสระ "ออ" และสระ "ออ" ที่ตามท้ายด้วยตัวสะกด "น"
练习元音"ออ"，以及以"น"作尾辅音的发音

元音"-อ"是长元音，在发音时要注意将声音拉长，当音节结尾有尾辅音时，比如"น"，不要着急发尾辅音，否则会使得元音"-อ"不够饱满。

1) ออ อ้อ อ๋อ ออ่าง เออออ

2) ออ.... คอ.... มอ.... ยอ.... กอ.... ขอ.... งอ.... สอ.... ดอ....

3) ตอ ต่อ ต้อ ต้อน ตอน

4) ขอ กอขอคอ ยอ กอสอญอ

5) ตอนนี้ ตอนเช้า ตอนเที่ยง ตอนกลางวัน ตอนกลางคืน

6) ก่อนนอน ขอนไม้ ย้อนรอย ออดอ้อน อ้อนออด

⑤ แยกแยะเสียงสระ "ออ" และสระ "โอ" ฝึกอ่านคำที่มีเสียงสระ "โอ" ตามด้วยตัวสะกด "ง"
区分元音"ออ"和"โอ"，并练习"โอ"和尾辅音"ง"的组合发音

元音"โ-"发音时口型放圆，但不要过大，发音部位比较靠前，气流在口腔中共鸣；而元音"-อ"发音时，口型要放圆并长大，发音部位比较靠后，气流在喉咙中共鸣。当这两个元音与尾辅音"ง"相拼时，先发元音的音，再发

“ง” 的音，类似于汉语拼音中的后鼻音 “ong”。要注意 “-อ” 和 “โ-” 的发音不要被尾辅音影响，保持正确的口型和发音位置。

1) โก โจ โม โล โค โย โน

2) โก-โกง โจ-โจง โม -โมง โล-โลง โอ-โอง

3) โข-โขง โส-โสง โผ-โผง โฉ-โฉง

4) โยงใย โหมโรง โกงกิน โงงเงง โคลงเคลง ไหลงเหลง

5) โก้งโค้ง โต้งเต้ง โป้งป้าง โสร่ง โขยง

6 ออกเสียงสระ “แอ” และสระ “แอ” ที่ตามด้วยตัวสะกด “ด” “ต” “ท” 练习元音 “แอ”，以 “ด” “ต” “ท” 作尾辅音的发音

元音 “แ-” 是长音，发音时需要将声音拉长。另外元音 “แ-” 在发音时需要将口型放大，类似英语音标中[æ]的发音。当元音 “แ-” 和尾辅音 “ด” “ต” “ท” 组合出现时，需要迅速从张大的口型转换到 “ด” “ต” “ท” 的发音口型。尾辅音 “ด” “ต” “ท” 只做出即将发音的口型，并不真正发出辅音。

1) แก แข แค แง แจ แป

2) แร่ แล่ แค่ แย่ แซ่

3) แบ แบต แบตเตอรี่ แบตแบะหมดโมะ แบตหมดพอดี

4) แปด แฝด แดด แรด แชท แฟลต

แบบฝึกหัด 练习

1 ทบทวนการแยกแยะเสียง “อี” และ “ยี” 区分 “อี” 和 “ยี” 的发音

1) ยี่สิบ ยี่สิบสอง ยี่สิบเอ็ด ยี่สิบเก้า ยี่สิบห้า

2) ยิบย่อย ย่ำยี ยิ่งแย่ ยวดยาว ยิ้มร่า

3) หยูกยา หยักใย่ หย่อนใจ หลอกตา

4) อึ่งอ่าง อิ่มเอม อวบอั๋น อวดเอา อับเฉา อีโหน่อีเหน่

5) ยู่ยี่ อู๋อี๋ หยุมหยิม อุ๋มอิ๋ม อับๆ ยับๆ เข้าๆ ออกๆ

2 เขียนและอ่านเวลาต่อไปนี้ 写出下列时间并朗读

8:00		6:00	
20:00		18:00	
11:30		15:00	
13:00		07:36:12	
06:25:25		14:10:05	
09:05		14:20	
09:15		16:30	
10:11		22:00	
05:00		12:00	
01:00		24:00	

③ เลือกประโยคที่เหมาะสมเติมบทสนทนาให้สมบูรณ์

选择合适的句子填入空格中

■ขอบคุณค่ะ ■ไม่เป็นไร เชิญตามสบายครับ ■ขอโทษผมไม่ทันเห็นคุณ

■ผมว่ายังทันนะ ■นั่นนะสิ ■อีกสิบนาทีบ่ายสามค่ะ ■ขอโทษที่ทำให้รอนานนะครับ

1) A ______________________________

B ไม่เป็นไรค่ะ ดิฉันก็เพิ่งจะมาถึง

2) A ______________________________

B ไม่เป็นไรครับ

3) A ชื่อภาษาไทยของคุณเพราะมาก

B ______________________________

4) A ขอตัวก่อนนะครับ ผมมีนัด

B ______________________________

5) A ขอโทษนะครับ ตอนนี้กี่โมงแล้ว

B ______________________________

6) A ______________________________

B แต่ฉันว่าเรารีบไปกันเถอะ ฉันไม่อยากให้เจนรอนาน

7) A เวลาผ่านไปเร็วจริง ๆ

B ______________________________

④ จับคู่สนทนาพร้อมเติมประโยคให้สมบูรณ์

补全下列空格并练习对话

A เธอมีนาฬิกาไหม ______________________

B ไม่มี ดูเวลาที่โทรศัพท์มือถือสิ

A โทรศัพท์มือถือของฉัน แบตหมดพอดี

B อ้าว ! เหรอ ฉันดูให้ ! ตอนนี้ ______________________

A อีก 2 นาที บ่ายสาม

B ______________________

A นั่นน่ะสิ 就是啊

A คุณจะรีบไปไหน

B ฉันนัดกับ....ที่ห้องสมุด ______________________

A ฉันจะไปที่ห้องสมุดเหมือนกัน

B ไปด้วยกันไหม

A ได้สิ ไปด้วยกัน 好啊，一起去吧

A ขอโทษที่ทำให้รอนาน

B พวกเรานัดอาจารย์ไตรภพ บ่ายสาม ______________________ยังทันครับ

A ______________________ ผมไม่อยากให้อาจารย์รอนาน

B อืม ไปตอนนี้เลยก็ได้ 嗯，现在走也行

บันทึกของฉัน

บทที่5 第 5 课

ซื้อเครื่องเขียนและเครื่องใช้ไฟฟ้า
购买文具和电器

สาระสำคัญประจำบท

1. คำศัพท์และประโยคสนทนาเกี่ยวกับการใช้งานเครื่องเขียน เครื่องใช้ไฟฟ้า และสีต่าง ๆ
2. คำลักษณนามภาษาไทย
3. การใช้คำศัพท์บอกปริมาณ ได้แก่ พอดี เกินไป มากเกินไป น้อยเกินไป
4. การใช้ “และ” “กับ”
5. การออกเสียงเสียงสระ “-า” และแยกแยะระหว่างคำที่มีเสียงสระ “-า” ประสมกับตัวสะกดต่าง ๆ กับคำที่มีสระ “-ั” สะกดด้วยตัวสะกดเดียวกัน
6. การออกเสียงสระ “แ-” ที่ตามด้วยเสียงสะกด “ง” “น” “บ” “ส”
7. การออกเสียงสระ “-ื” และแยกแยะเสียงสระ “-ื” กับ “เ-ือ”
8. ทบทวนการออกเสียงพยัญชนะ “ป” และแยกแยะคำที่มีเสียงพยัญชนะ “ป” ประสมเสียงสระ “ไ-” “-ัย”และ “-าย”
9. ระดับภาษาสนทนาประจำบท : ภาษาสุภาพทั่วไป

本课要点

1. 关于文具、电器和颜色的词汇及句型
2. 泰语的量词
3. 描述数量的短语，如“正好”“超出”“过多”“过少”等
4. “และ”与“กับ”的使用方法

泰语口语教程（第一册）

5. 练习元音 "-า" 的发音，并区分元音 "-า" 和 "-ั" 在与尾辅音拼读时的发音
6. 练习元音 "แ-" 与尾辅音 "ง" "น" 相拼时的发音
7. 练习元音 "-ื" 的发音，并区分元音 "-ื" 和 "เ-ือ" 的发音
8. 复习辅音 "ป" 的发音，并区分其与 "ไ-" "-ัย" 和 "-าย" 拼读时的发音
9. 本课会话语言风格：一般礼貌用语

คำศัพท์ออกเสียงบังคับประจำบท 本课发音重点词汇

อยากได้ โคมไฟ ยี่ห้อ พัสดุ เสร็จ แท่ง ซื้อ เครื่องเขียน

บทเรียน 课文

1 ฉันอยากได้ปากกาไฮไลท์สักด้าม 我想买支荧光笔

A ไปซื้อเครื่องเขียนกันมั้ย ผมอยากได้ปากกาไฮไลท์ซัก (สัก) ด้าม

B ชั้น (ฉัน) ก็กำลังอยากจะได้ปากกาลูกลื่นซักด้ามสองด้ามพอดี ขอตามไปด้วยนะ

(ในร้านขายเครื่องเขียน)

A อยากได้ปากกาหมึกซึมสีดำ 3 ด้าม ดินสอกดดี ๆ ซัก 2 แท่ง เทปลบคำผิด และกาวช้าง (กาวตราช้าง) อย่างละอัน คุณอยากได้อะไรบ้าง

70

B นอกจากปากกาลูกลื่นสีดำกับสีน้ำเงินแล้ว ฉันยังอยากได้กระดาษเขียนรายงาน (กระดาษโน้ต) ซักปึก ยางลบก้อนนึง มีดคัตเตอร์และกรรไกรอย่างละเล่ม (อัน) ด้วย

A คุณจะเอาของพวกนั้น (ของเหล่านั้น) ไปทำอะไร

B เอาไว้จดโน้ต เขียนการบ้าน เขียนรายงาน ส่วนกรรไกรกับคัตเตอร์เอาไว้แกะห่อพัสดุ

A ซื้อเครื่องเขียนเสร็จแล้ว ขอไปแผนกเครื่องใช้ไฟฟ้าด้วยนะ อยากดูโคมไฟกับปลั๊กไฟเอาไว้ใช้ที่หอพักด้วย

ศัพท์ วลีและข้อสังเกต 单词、短语及知识点

1.	ซื้อ	买
2.	เครื่องเขียน	文具
3.	ชั้น〈口〉(ฉัน)	我 注 一般为女性自称
4.	อยากได้	想要
5.	ปากกาไฮไลท์ (ปากกาเน้นคำ, ปากกาเน้นข้อความ)	马克笔、荧光笔 注 ไฮไลท์ 英文 highlight 的转写
6.	ซัก〈口〉(สัก〈书〉)	大约（大概要这么多） 注 一般表示数量少

7.	ด้าม	支
8.	กำลัง	正在
9.	ปากกาลูกลื่น	圆珠笔
10.	ตาม	跟随
11.	....ด้วยนะ (动 + ด้วยนะ)	一起……吧（有请求的意思）
12.	ร้านขายเครื่องเขียน	文具店
13.	ปากกาหมึกซึม	钢笔
14.	สีดำ	黑色
15.	ดินสอกด	自动铅笔
16.	ดี ๆ	好
17.	แท่ง	支、块
18.	เทปลบคำผิด	修改带 注 เทป（读音 เท้ป，读第四声），是英文 tape 的转写
19.	กาวช้าง (กาวตราช้าง)	大象牌强力胶
20.	อะไรบ้าง	……些什么、哪些
21.	นอกจาก	除了
22.	สีน้ำเงิน	蓝色
23.	ยังอยากได้	还想要
24.	กระดาษเขียนรายงาน (กระดาษโน้ต)	稿纸 注 或叫 กระดาษรายงาน，โน้ต 是英文 note 的转写
25.	รายงาน	报告
26.	ปึก	叠、沓（量）

27. ยางลบ	橡皮
28. ก้อน	块（量）
29. มีดคัตเตอร์	美工刀 注 คัตเตอร์（读音 คัด-เต้อ)，是英文 cutter 的转写
30. กรรไกร	剪刀
31. อย่างละ	每样
32. เล่ม	把 注 还可以用作书的量词，意为本、册
33. อัน	个
34. ของ (สิ่งของ)	东西
35. พวกนั้น (เหล่านั้น〈书〉)	那些
36. เอาไว้....	留着……时再用
37. จดโน้ต	记笔记
38. เขียนการบ้าน	写作业
39. เขียนรายงาน	写报告
40. ส่วน	至于
41. แกะ	拆开
42. ห่อ	包
43. พัสดุ	包裹
44. เสร็จ	完、结束
45. แผนก	部门、部
46. เครื่องใช้ไฟฟ้า	电器

47.	โคมไฟ	灯
48.	ปลั๊กไฟ	插座
49.	ใช้	用
50.	หอพัก	宿舍

2 เครื่องใช้ไฟฟ้าที่ซื้อวันนั้นใช้ดีไหม　　那天买的电器好用吗？

A　โคมไฟตั้งโต๊ะสีฟ้าที่ซื้อวันนั้น ใช้งานดีมั้ย

B　ยี่ห้อ "มีเดีย" คุณภาพดีอยู่แล้วละ ปรับแสงไฟได้หลายระดับเชียว
นะ สว่างน้อย สว่างปานกลางและสว่างมาก แบบสว่างน้อยเป็น
แบบถนอมสายตา เอาไว้สำหรับอ่านหนังสือบนเตียง ไม่สว่างจ้าจน
รบกวนคนอื่นเกินไป

A　เหรอ ดีจัง ของผมรุ่นโบราณ ปรับแสงไม่ได้ ว่าแต่ ปลั๊กไฟตัวที่เธอ
ซื้อวันนั้นก็ยี่ห้อ "มีเดีย" เหมือนกันใช่มั้ย ใช้ดีมั้ย

B　เอ่อ รู้สึกว่ามีปัญหานิดหน่อย ชาร์จมือถือไม่ได้ (ชาร์จไม่ติด) กำลัง
จะเอาไปเปลี่ยนพรุ่งนี้พอดี ไม่รู้ว่าคนขายจะให้เปลี่ยนมั้ย

A　มีใบรับประกันมั้ยล่ะ ถ้าสินค้าชำรุดหรือมีปัญหา สามารถเปลี่ยน
ได้ภายใน 7 วัน

B　คงไม่เป็นไรมั้ง (มัง) ร้านค้าในมหาวิทยาลัย
น่าจะพูดง่าย

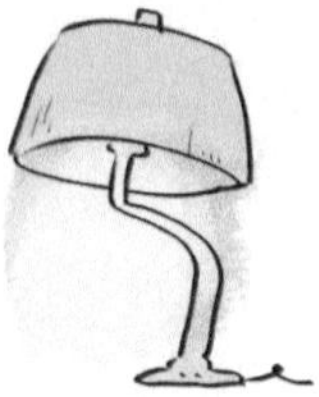

ศัพท์ วลีและข้อสังเกต 单词、短语及知识点

1.	โคมไฟตั้งโต๊ะ	台灯
2.	โต๊ะ	桌子
3.	สีฟ้า	天蓝色
4.	วันนั้น	那天
5.	ใช้งาน	使用
6.	ยี่ห้อ	品牌
7.	"มีเดีย"	美的 注 品牌名 MEDIA 的撰写
8.	คุณภาพ	质量
9.	ดีอยู่แล้ว	本来就好、足够好
10.	ละ	啦
11.	ปรับ	调整
12.	แสง (แสงไฟ)	光（灯光）
13.	ได้	可以
14.	หลาย	许多
15.	ระดับ	等级、级别
16.	จัง (形 + จัง)	……极了、真……
17.	เชียวนะ	十分、很 注 加强肯定语气，"ทีเดียว"的音变说法
18.	สว่าง	明亮
19.	น้อย	少

20.	ปานกลาง	中等
21.	แบบ	式样
22.	ถนอมสายตา	保护视力
23.	สำหรับ	针对
24.	อ่าน	读
25.	หนังสือ	书
26.	บน	在……上面
27.	เตียง	床
28.	สว่างจ้า	刺眼
29.	จน (จนกระทั่ง)	直到、以至、到
30.	รบกวน	打扰
31.	คนอื่น	别人
32.	เกินไป	过于
33.	รุ่น	款、型
34.	โบราณ	陈旧、古老、老式
35.	ว่าแต่	说起来
36.	ตัว	个（量）
37.	เอ่อ	呃
38.	รู้สึกว่า	感觉
39.	ปัญหา	问题
40.	นิดหน่อย	一点

41.	ชาร์จ (ชาร์จแบตเตอรี่)	充（充电）
		注 英文 charge, charge battery 的转写
42.	มือถือ	手机
43.	ไม่ติด	无法连接
44.	เปลี่ยน	变、换
45.	พรุ่งนี้	明天
46.	ไม่รู้ว่า	不知道……
47.	คนขาย	卖家
48.	ใบรับประกัน	保修卡
49.	ล่ะ	啊，表疑问
50.	ถ้า	如果
51.	สินค้า	商品
52.	ชำรุด	损坏
53.	สามารถ	能够
54.	ภายใน....	在……之内
55.	คง (คงจะ)	应该（不会）……
56.	ไม่เป็นไร	没关系
57.	ร้านค้า	商店
58.	มั้ง〈口〉(มัง, กระมัง〈书〉)	大概……吧
59.	น่าจะ....	应该（会）……
60.	พูดง่าย	好说话、好沟通

ย้ำคำซ้ำความ 课文语音重点

1

A ไป ซื้อ เครื่องเขียน กันมั้ย ผม อยากได้~~หยักดั้ย~~ ปากกาไฮไลท์ ซัก ด้าม

B ฉันก็กำลัง อยากจะได้ ปากกาลูกลื่น ซัก ด้ามสองด้าม พอดี ขอ ตาม~~ดาม~~ ไปด้วยนะ

(ในร้านขายเครื่อง~~ครื่น~~เขียน)

A อยากได้ ปากกาหมึกซึม สีดำ 3 ด้าม ดินสอกดดี ๆ ซัก 2 แท่ง เทปลบคำผิด และกาวช้าง (กาวตราช้าง) อย่างละอัน คุณอยากได้ อะไรบ้าง

B นอกจาก ปากกา ลูกลื่น สีดำ กับ สีน้ำเงิน แล้ว ฉันยัง อยากได้ กระดาษเขียนรายงาน (กระดาษโน้ต) ซักปึก ยางลบ ก้อน นึง มีดคัตเตอร์ และ กรรไกร อย่างละเล่ม (อัน) ด้วย

A คุณจะเอาของพวกนั้น (ของเหล่านั้น) ไปทำอะไร

B เอาไว้จดโน้ต เขียนการบ้าน เขียนรายงาน ส่วนกรรไกร กับ คัตเตอร์(คัด-เต้อ) เอาไว้ แกะ ห่อพัสดุ(พัด-สะ-ดุ)

A ซื้อ เครื่องเขียน เสร็จ แล้ว ขอไป แผนก เครื่องใช้ไฟฟ้า ด้วยนะ อยากดู โคม~~คม~~ไฟ กับ ปลั๊กไฟ เอาไว้ใช้ที่หอพักด้วย

2

A โคมคมไฟฟาย ตั้ง โต๊ะ สีฟ้า ที่ซื้อวันนั้น ใช้งานดีมั้ย

B ยี่ห้อ "มีเดีย" คุณภาพ(คุน-นะ-พาบ) ดีอยู่แล้วละ ปรับ **แสงไฟ** ได้หลาย
ระดับเชียวนะ สว่างสะหวั่งน้อย สว่างปานกลาง และสว่างมาก **แบบ**
สว่างน้อย เป็น แบบถนอมสายตา เอาไว้ สำหรับ อ่านหนังสือบน เตียง
ไม่สว่างจ้า จนรบกวนคนอื่นเกินไป

A เหรอ ดีจัง ของผมผงรุ่นโบราณ ปรับ แสงเส็ง ไม่ได้ ว่าแต่ ปลั๊กไฟตัวที่
เธอซื้อวันนั้น ก็ยี่ห้อ "มีเดีย" เหมือนกันใช่มั้ย ใช้ดีมั้ย

B เอ่อ รู้สึกว่ามีปัญหานิดหน่อย ชาร์จ มือถือเมอเถอ ไม่ได้ (ชาร์จไม่ติด)
กำลังจะเอาไปเปลี่ยน พรุ่งนี้พอดี ไม่รู้ว่า คนขาย จะให้เปลี่ยนมั้ย

A มีใบรับประกันมั้ยล่ะ ถ้าสินค้าชำรุด หรือ มีปัญหา สามารถเปลี่ยนได้
ภายใน 7 วัน

B คง ไม่เป็นไรมั้ง ร้านค้าในมหาวิทยาลัย น่าจะพูดง่าย

第5课 购买文具和电器

79

เสริมความรู้ 补充知识

1 ศัพท์เสริม　补充词汇

1.1 สี　颜色

สีต่าง ๆ	แดง（红色）　แดงเข้ม（深红）　แดงอ่อน（浅红） ส้ม（橘黄色）　แสด（橙色）　ชมพู（粉红色） ฟ้า（天蓝色）　น้ำเงิน（蓝色）　น้ำตาล（棕色） เหลือง（黄色）　เขียว（绿色）　ม่วง（紫色） เขียวมะกอก（橄榄绿）　เขียวขี้ม้า（军绿色）
	ชมพูบานเย็น（亮紫粉红）
“สี” + 形	สีสด（艳色）　สีจาง（浅色、褪色）　สีเข้ม（深色） สีสว่าง（亮色）　สีมืด（暗色）น้ำตาลเข้ม（深棕色） น้ำตาลอ่อน（浅棕色）　แดงเข้ม（深红色）

1.2 คำลักษณนาม　量词

泰语的量词非常有特点，是泰语学习中的一大重点。泰语的量词具有表示事物含义、类别、形态特征，以及说明数量、度量、状态等作用。在这里将重点介绍课文中出现的或日常生活中常用的量词，并列举对应的名词。（注 一个名词可能对应多个量词。）

量词	名词
แท่ง	ดินสอ　ยางลบ　ลิปสติก（口红）
ด้าม	ปากกา　ปากกาลูกลื่น　ปากกาหมึกซึม　ปากกาลบคำผิด
ปึก	กระดาษ　กระดาษโน้ต　กระดาษเขียนจดหมาย

เล่ม	หนังสือ พจนานุกรม หนังสือวิชาการอ่าน แบบเรียนวิชาการพูด กรรไกร มีด (刀) เข็ม (针)
แผ่น (片、张)	กระดาษ กระดาษเขียนรายงาน ขนมปัง (面包)
หลอด (支)	น้ำยาลบคำผิด (涂改液)
ดวง (盏、轮、颗、枚)	โคมไฟ พระจันทร์ (月亮) พระอาทิตย์ (太阳) ดวงดาว (星星) หัวใจ (心) แสตมป์ (邮票)
อัน	ยางลบ ไม้บรรทัด ขนม โคมไฟ เตารีด (熨斗)
ชิ้น, ก้อน (块、件、份)	ยางลบ (ก้อน) ขนม (甜品) เค้ก (蛋糕) คุกกี้ (曲奇饼) ขนมปัง
กล่อง	พัสดุ ของขวัญ (礼物) นม (牛奶) คลิปหนีบกระดาษ (回形针) เกมเศรษฐี (大富翁游戏)
เครื่อง	เครื่องใช้ไฟฟ้า มือถือ (โทรศัพท์มือถือ 手机) พัดลม (电风扇) เครื่องซักผ้า (洗衣机) เครื่องบิน (飞机)
ตัว	ปลั๊กไฟ เสื้อ (衣服) กีตาร์ (吉他) กล้องถ่ายรูป (相机) หมู (老鼠) ม้า (马) แมว (猫) สุนัข (狗) นก (鸟) ไก่ (鸡) เป็ด (鸭) ห่าน (鹅)
คู่ (双)	คนรัก (情侣) ตะเกียบ (筷子) ฝาแฝด (双胞胎)
ใบ	ตู้เสื้อผ้า (衣柜) ตู้หนังสือ (书柜) กระเป๋า (包) แก้วน้ำ (水杯) ใบขับขี่ (驾照) ตั๋ว (票) บัตรเครดิต (信用卡)
ขวด (瓶)	โค้ก (可乐) น้ำชา (茶水) นม
แก้ว (杯)	ชาเย็น (冰茶) โอวัลติน (阿华田) โกโก้ปั่น (冰沙可可) กาแฟ น้ำเขียว น้ำแดง

2 ขยายคำศัพท์และประโยค　组词和造句练习

ซัก (สัก) + 量	สักอัน สักปึก สักแท่ง สักม้วน สักด้ามสองด้าม สักแท่งสองแท่ง สักอันสองอัน สักดวงสองดวง
กำลัง	กำลังจะไป (正要去) กำลังจะถึง (正要到) กำลังอยากจะได้ กำลังเขียน กำลังทำ กำลังมา กำลังรอ
ตาม	ตามไป ตามมา ไม่ตาม ตามไม่ทัน (跟不上)
ด้วย	ไปด้วย (一起去) ไปด้วยนะ (可以一起去吗?) กินด้วย เอาด้วย
อย่างละ	อย่างละอัน อย่างละแท่ง อย่างละกิโล (各一公斤) อย่างละโหล (各一打)
เอาไว้ + 动	เอาไว้ใช้ เอาไว้กิน เอาไว้เขียนการบ้าน เอาไว้ใช้งานต่อ (留着以后用)
เสร็จ	ทำเสร็จ เขียนรายงานเสร็จ ลบเสร็จ (删完了) เสร็จแล้ว แนะนำเสร็จแล้ว ซื้อเสร็จแล้ว
ปรับ	ปรับแสง ปรับแสงไฟ ปรับขนาด (调整大小) ปรับปรุง (调整,改善)
เหรอ	ดีเหรอ จริงเหรอ ได้เหรอ เอาเหรอ จะดูเหรอ จะให้เหรอ ไม่ให้เหรอ

泰语口语教程（第一册）

จัง	ดีจัง แย่จัง สบายจัง อ้วนจัง สว่างจัง ใช้ดีจัง
แบบ	แบบนี้（这样） แบบนั้น（那样） แบบสว่าง แบบสว่างน้อย แบบสีแดง（红色的那款） แบบสีดำ（黑色的那款）
ใช้	ใช้ดี ใช้ไม่ดี ใช้ได้ ใช้นาน（用不了多久） ใช้ไม่ได้ ใช้ไม่ได้นาน（得） มีปัญหาเวลาใช้（使用时有问题）
ได้	อยากได้ ไม่อยากได้ ใช้ได้ ใช้ไม่ได้ เปลี่ยนได้ เปลี่ยนไม่ได้
ภายใน	ภายในหนึ่งวัน ภายในวันนี้ ภายในห้องเรียน ภายในประเทศ

3 ศัพท์ความหมายใกล้เคียง "และ" "กับ"　近义词 "และ" 和 "กับ"

"และ"（คำเชื่อม 连词） 连接不同的事物，不强调相关性	"กับ"（คำบุพบท 介词） 连接相关的事物，强调相互间的联系
■ อาจารย์และนักศึกษา	อาจารย์กับนักศึกษา
■ ปากกาลูกลื่นและปากกาหมึกซึม ใช้งานได้ดีเหมือนกัน	ปากกาลูกลื่นกับปากกาหมึกซึม ใช้งานดีทั้งสองอย่าง
■ กรรไกรและคัตเตอร์ ใช้งานคล้าย ๆ กัน	กรรไกรกับคัตเตอร์ คม（锋利的）เหมือนกัน
■ หนึ่งและสอง เป็นคนละตัวเลข	หนึ่งกับสอง รวมเป็นสาม
■ เขาและเธอ ต่างเป็นลูกโทน	เขากับเธอ เป็นเพื่อนร่วมชั้นเรียนภาษาไทย

อ่าน-ออกเสียง 发音练习

① อ่านออกเสียงคำศัพท์ในบทเรียน 朗读课文生词

1) ไป	ปอ ไอ **ไป**
2) อยาก	ยา ยาก **อยาก**
3) หลาย	ลอ ลา ลาย **หลาย** (~~ไหล~~)
4) โคมไฟ	คอ โอ มอ **โคม** ฟอ ไอ **ไฟ**
5) โต๊ะ	ตอ โอะ โตะ **โต๊ะ**
6) ยี่ห้อ	ยี **ยี่** (~~อี้~~) หอ ห้อ ยี่ห้อ
7) เขียน	ขอ อี เอียน **เขียน**
8) น้ำ	นอ อา นำ **น้ำ** (~~นั้ม~~) หิวน้ำ

② ทบทวนการออกเสียงพยัญชนะ “ป” พร้อมฝึกอ่านและแยกแยะเสียงพยัญชนะ “ป” ที่ผสมด้วยเสียง “อาย” และ “ไอ” 复习辅音“ป”的发音，区分“ป”与“ไอ”“อาย”拼读时的发音

辅音“ป”是清辅音，单独发音时声带不震动，与元音“อ”相拼后才震动声带。发音时口唇较为用力，稍有爆破感。请注意与辅音“บ” 区分。当“ป”与“ไ-”和“-าย”相拼时需要注意元音发音的长短。“ไ-”是特殊元音，拼读规则与长元音相同，但发音长度更接近短元音。“-าย” 是长元音与尾辅音的组

合，发音时要确保元音饱满，发音比“ไ-”更长。

1) ป่า ป้า ปู ปน โป ปี เปีย ปิด เปิด

2) ปาก ปากกา ปากน้ำ โปร่ง ปารีส ปานามา

3) ไป ปาย ไป ป้าย ไหน

ไป ๆ ๆ อย่า ลง ป้าย ผิดนะ

4) คน ไทย ชอบ เที่ยว ไทย

ทาย ๆ ดู คน ไทย ชอบ เที่ยว ที่ไหน

③ ออกเสียงสระ “อา” และแยกแยะเสียง “อา” กับ “อะ” (รูปไม้หันอากาศ) ที่ตามด้วยตัวสะกดต่าง ๆ

练习元音“อา”的发音，区分元音“อา”和“อะ”与尾辅音拼读时的发音

当长元音“-า”与尾辅音组合时，初学者经常无法保持元音发音的饱满，而将其读成短元音“-ั-ย”，比如将“อยาก”读成“หยัก”。这是不正确的，无论是否有尾辅音，都需要将长元音读得饱满，短元音则应读得短促。

1) กาก ปาก สาก บาก อยาก มาก ยาก ลาก

2) อยาก อยากไป อยากได้ อยากดู อยากลอง

3) ตาม ด้าม กระดาษ อย่างละ การบ้าน ใช้งาน หลายขนาด

4) นอกจาก ปากกา ยางลบ รายงาน ขายปากกา ปานกลาง

5) อยาก-หยัก ปาก-ปัก ลาก-ลัก ปาด-ปัด สว่าง-สวัด ปราบ-ปรับ สาก-สัก

❹ ทบทวนการออกเสียงสระ “แอ” และแยกแยะคำที่มีเสียงสระ “แอ” ตามด้วยตัวสะกด “ง” “น” “บ” “ส”

复习元音“แอ”，以及元音“แอ”和“ง”“น”“บ”“ส”等尾辅音拼读时的发音

元音“แ-”是长元音，在发音时要注意将声音拉长，当音节结尾有尾辅音时，比如“ง”“น”“บ”“ส”，不要着急发尾辅音，否则会使得元音“แ-”不够饱满。

1) แย แส แข แม แจ แต แท แร

2) แทง แท่ง แก่ง แย่ง แข่ง แบ่ง

3) แกน แก่น แขน แสน แค้น แม้น

4) แบบ แสบ แมส แก๊ส แคสต์แท็บ แย็บ ๆ แปล๊บ ๆ

❺ ออกเสียงและแยกแยะเสียงสระ “อือ” และ “เอือ”

练习并区分元音“อือ”和“เอือ”的发音

5.1 คำที่ผสมสระเสียง “อือ” 元音“อือ”的发音

泰语元音“-ื”与“เ-อ”的发音与汉语拼音中的“e”接近。“-ื”的发音部位较为靠前，嘴型绷紧放扁；“เ-อ”的发音部位较靠后，靠近喉咙，嘴型放松。“-ื”与“เ-อ”都是单元音，发音时口型不能有变化。

1) อือ คือ รือ ลือ ยือ มือ ฤ ฤๅ ฦ ฦๅ

2) จืด มืด สีมืด จืดชืด

3) ซื้อ~~เซ๊อ~~ ซื้อของ ซื้อมือถือ ซื้อหนังสือ ซื้อหนังสือภาษาไทย

4) ลือชื่อ~~เลอเช่อ~~ ครือกัน อันที่อ ซื่อบื้อ~~เบ่อ~~ ถือนาน

5) จืดชืด ขึ้นหืด หวือเหวอหวา หรือว่า ฟื้นไข้

6) ตาแลมือถือ คือมือถือแก แกถือมือถือ มือถือแลแก

5.2 คำที่ผสมสระเสียง "เอือ" 元音 "เอือ" 的发音

"เ-ือ" 是复合元音，在发音时是由 "-ื" 和 "-า" 两个音节复合而来的，需要注意口型变化。中文中也有复合元音，但与泰语不同的是，中文的复合元音更加强调后一个音节，比如 "Jia" 强调的是 "a" 的音；而泰语的复合元音强调第一个音节，比如 "เ-ือ" 要将 "-ื" 的音发长，而元音 "-า" 发音长。

1) เอือ เอื่อ เอื้อ เอื้อย เอือม

2) เพือ เพื่อ เผื่อ เพื่อน เพื่อนน้องชาย น้องชายเพื่อน เพื่อน ๆ เรา

3) เครื่องครื่นใช้ เครื่องใช้ไฟฟ้า เครื่องเขียน
   เครื่องเรือน เครื่องจักร เครื่องเครื่อนครัว

4) เหนื่อย ก็ ไม่ เหนื่อย เมื่อย ก็ไม่ เมื่อย
   ท่อง ไป เรื่อย ๆ เรา ไม่ เหนื่อย เรา ไม่ เมื่อย

5.3 แยกแยะเสียงสระ "เอือ" และ "เอือะ" 区分元音 "เอือ" 和 "เอือะ"

"เ-ือ" 是复合元音，需要在最后加上一个短促的 "-ะ"。

1) อือ-ออ เอือะ-เอือ เอือะ-อือ เจือะ เจื้อน เฉือะ เฉื่อย

2) เอื้อมมือ ยืดเยื้อ เครื่องมือ ถือเคือง เมืองเสือ

3) สื่อเสื่อ เกลือแกง เครือญาติ เฉื่อยแฉะ แลเลือน เฉื่อยชา

แบบฝึกหัด 练习

1 ฟังและแยกคำที่มีเสียงสระ “อือ” และ “เอือ” และเสียงสระ “ไอ” และ “อาย” ทำเครื่องหมาย ✓ ลงในช่องตารางกลุ่มเสียงที่ได้ยิน

区分元音“อือ”“เอือ”，“ไอ”“อาย”的发音，根据听到的发音在空格中打勾

1.1		1.2	
อือ	เอือ	ไอ	อาย
1)		1)	
2)		2)	
3)		3)	
4)		4)	
5)		5)	
6)		6)	
7)		7)	
8)		8)	
9)		9)	
10)		10)	

2 เลือกคำในตาราง เติมในช่องว่างให้ได้ใจความสมบูรณ์ (ใช้คำซ้ำได้)

选择方框中的词语填入空格中（可以重复选择）

เสร็จ เพิ่งจะ กับ อ่อน ตาม เพิ่ม เปลี่ยน เห็น

กลับ แผนก เยอะ เขียน หา เอาไว้ ปีก อยากได้

วันนี้ฉัน_________สุดาไปซูเปอร์ฯ (ซูเปอร์มาร์เก็ต 超市) ฉัน_________ปากกาไฮไลท์ _________มีดคัตเตอร์ นมและผลไม้ สุดาอยากซื้อกระดาษรายงานสัก_________ เทอมนี้การบ้าน_________ อาจารย์รัชนีบอกว่าพวกเรา_________เรียนชั้นปีที่ 1 เวลาส่งการบ้านให้พวกเรา_________ส่ง พวกเราจึงต้อง_________ซื้อกระดาษรายงานและสมุดโน้ต (笔记本) เพิ่ม_________เขียนการบ้านและรายงาน ฉัน_________สุดาซื้อกระดาษรายงาน_________หนา ๆ (厚厚的) ฉัน ก็เลย ซื้อ_________ สุดายังเอาโคมไฟสีเขียว_________ที่ซื้อเมื่อสัปดาห์ที่แล้วมา_________ที่_________เครื่องใช้ไฟฟ้าด้วย พวกเราซื้อของกัน_________ ประมาณบ่ายสามจึง_________หอพัก

③ ฟังโจทย์ เลือกคำในตารางและทำประโยคให้สมบูรณ์

根据给定情景，用表格中的词语补全句子

พอดี ไม่พอ ไม่น่าจะพอ พอแน่นอน ไม่พอแน่นอน
มาก มากไป มากเกินไป เกินไป
น้อย น้อยมาก น้อยไป น้อยเกินไป

例 ■ เขามีเงิน 200 หยวน ใช้ไป 200 หยวน

答 เขาใช้เงินพอดี (全文：เขาใช้เงินพอดีกับเงินที่เขามี)

■ น้อง ๆ 5 คน มีขนม 3 ชิ้น (块、份)

答 มีขนมน้อยไป (全文：มีขนมน้อยไปสำหรับเด็ก 5 คน)

มีขนมไม่พอ (全文：มีขนมไม่พอสำหรับเด็ก 5 คน)

1) มีเงินในมือถือ 800 หยวน เครื่องใช้ไฟฟ้า 800 หยวน

答 เขามีเงินในมือถือ ......

2) บอยมีเงิน 2 หมื่นบาท (两万株) โทรศัพท์มือถือ 26,000 บาท

答 บอยมีเงิน ......

3) มานพซื้อปลั๊กไฟใช้คนเดียวที่หอพัก 4 ตัว

答　มานพซื้อปลั๊กไฟ ......

4) ดาราเปิดไฟระดับถนอมสายตา

答　ดาราเปิดไฟใช้ ......

5) แบตเตอรี่ในมือถือเหลือ 3%

答　แบตเตอรี่ในมือถือเหลือ ......

6) นักศึกษาในชั้นเรียน 17 คน มีกระดาษรายงาน 14 แผ่น

答　นักศึกษาในชั้นเรียน ...... มีกระดาษรายงาน ......

7) เปิดเรียนสัปดาห์แรก มีการบ้าน 6 วิชา

答　การบ้านสัปดาห์แรกของการเปิดเรียน ......

8) อาจารย์ให้ทำการบ้านหน้า 10 ถึงหน้า 13 นิพนธ์ทำการบ้านหน้า 10 ถึงหน้า 17

答　นิพนธ์ทำการบ้าน ......

9) นักศึกษาในชั้นเรียนภาษาไทยปีนี้ 22 คน มีนักศึกษาชาย 3 หญิง 19

答　นักศึกษาชายในชั้นเรียน ......
　　นักศึกษาหญิงในชั้นเรียน ......

10) ในบัตร "อีข่าทง" (一卡通) มีเงิน 50 หยวน   จะนั่งรถเมล์ (公交) จาก "เป่ย
ว่าย" ไป "เป่ยซือต้า"

答　เงินในบัตร "อีข่าทง" ......

❹ เติมคำลักษณนามและแต่งประโยค   选择恰当的量词并造句

เติมคำลักษณนามของคำนามแต่ละข้อ   พร้อมถาม-ตอบเพื่อนในชั้นเรียนว่าจะ
นำสิ่งของเหล่านี้ไปทำอะไร โดยใช้คำว่า "เอาไป...." และ "เอาไว้...." หรือ "เอาไว้
สำหรับ...." (ให้เวลาเตรียมคำตอบก่อน 10 นาที)

根据名词将对应的量词填在第二列，并与同学合作问答，写在第三列
中：要用这件物品做什么？对话中需用上 "เอาไป...." "เอาไว้...." 或 "เอาไว้
สำหรับ...."（10分钟准备时间）

<table>
<tr>
<td rowspan="2">例
สิ่งของ, ของ</td>
<td rowspan="2">เหล่านี้</td>
<td>问
เธอจะ<u>เอา</u>สิ่งของเหล่านี้<u>ไป</u>ทำอะไร
เธอจะ<u>เอา</u>ของเหล่านี้<u>ไว้</u>ทำอะไร</td>
</tr>
<tr>
<td>答
ผม จะ<u>เอาไป</u>ให้เพื่อนสนิท
ฉัน จะ<u>เอาไว้</u>ใช้</td>
</tr>
<tr>
<td rowspan="2">例
สมุดโน้ต</td>
<td rowspan="2">เล่ม</td>
<td>问
คุณจะ<u>เอา</u>สมุดโน้ตเล่มนี้<u>ไป</u>ทำอะไร
เธอจะ<u>เอา</u>สมุดโน้ตเล่มนี้<u>ไว้</u>ทำอะไร</td>
</tr>
<tr>
<td>答
ผมจะ<u>เอา</u>สมุดโน้ตเล่มนี้<u>ไป</u>จดโน้ตวิชาการพูด
ภาษาไทย
ฉัน<u>จะเอา</u>สมุดโน้ต<u>ไว้</u>จดบันทึกข้อความ (内容)
ที่อาจารย์เน้น (强调)
或   ผม<u>จะเอา</u>สมุดโน้ตนี้<u>ไว้สำหรับ</u>จดโน้ตวิชาการ
พูดภาษาไทย</td>
</tr>
</table>

第5课 购买文具和电器

91

1) กระดาษเขียนรายงาน		问 答
2) มีดคัตเตอร์		问 答
3) การบ้าน		问 答
4) กรรไกร		问 答
5) ปากกาไฮไลท์ (ปากกาเน้นคำ)		问 答 เน้นคำสำคัญ เน้นประโยคสำคัญ (画重点)
6) ปลั๊กไฟ		问 答
7) นาฬิกา	เรือน (只)	问 答
8) แบตเตอรี่เสีย (坏)	ก้อน (块)	问 答
9) กาวช้าง	หลอด (支)	问 答 เชื่อมต่อ....เข้าด้วยกัน (把……粘在一起)
10) ถุงพลาสติก (塑料袋)	แผ่น (个)	问 答

5 หาคำศัพท์หมวดเครื่องเขียนและเครื่องใช้ไฟฟ้าเพิ่มเติม จับคู่
สนทนาพร้อมแต่งประโยคให้สมบูรณ์

写出其他关于文具和电器的词汇，将下列句子补全后两人一组进行
对话

5.1 **คำศัพท์เกี่ยวกับเครื่องเขียน** 关于文具的词汇

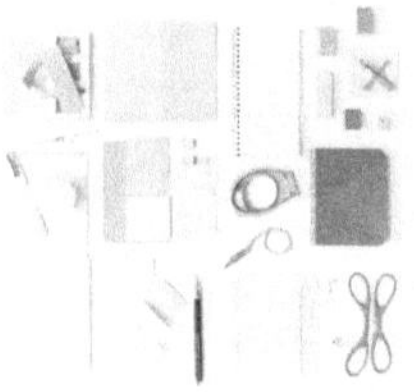

➲ ร้านเครื่องเขียน

A เธออยากได้อะไรบ้าง	B ① ฉันอยากได้ ....
	② นอกจาก.... ฉันยังอยากได้....
	③ ฉันอยากได้ .... อย่างละ.... (อัน สองอัน สามชิ้น เป็นต้น)

5.2 คำศัพท์เกี่ยวกับเครื่องใช้ไฟฟ้า 关于电器的词汇

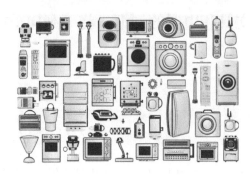

➲ ร้านเครื่องใช้ไฟฟ้า

A เธออยากได้เครื่องใช้ไฟฟ้าอะไรบ้าง	B ① ฉันอยากได้.... ② นอกจาก .... ฉันยังอยากได้ ....

❻ ทำบทสนทนาให้สมบูรณ์　补全下列对话

1) ……………………………………………………

ฉันอยากได้ปากกาหมึกซึม กระดาษเขียนรายงานและยางลบ 1 ก้อน

2) ไปซื้อเครื่องเขียนด้วยกันมั้ย ฉันอยากได้กรรไกรซักเล่ม

……………………………………………………

3) ……………………………………………………

คุณภาพพอใช้ได้นะ

4) ……………………………………………………

รู้สึกมีปัญหานิดหน่อย กำลังจะเอาไปเปลี่ยนเย็นนี้พอดี

5) โคมไฟของจีนมียี่ห้ออะไรบ้าง

……………………………………………………

6) โคมไฟอ่านหนังสือนี้ปรับแสงไฟได้มั้ย

……………………………………………………

บันทึกของฉัน

บทที่6 อุปกรณ์ในชั้นเรียน
第 6 课 教室中的设备

สาระสำคัญประจำบท

1. การบอกตำแหน่งของวัตถุ สิ่งของ และสถานที่
2. คำศัพท์เกี่ยวกับอุปกรณ์เครื่องใช้ในห้องเรียน
3. ออกเสียงและแยกแยะเสียงสระ "เ-" และ "แ-"
4. ฝึกหัดอ่านคำไทยที่ตามด้วยตัวสะกดท้ายคำหมวดเสียง "ก" "ด" "น" "ม" "บ" "ป"
5. ฝึกหัดการออกเสียงคำไทยที่ยืมจากภาษาต่างประเทศ (ภาษาอังกฤษ)
6. ระดับภาษาสนทนาประจำบท : ภาษาสุภาพทั่วไป

本课要点

1. 指明物品和地点的位置
2. 教室中常见用品的名称
3. 练习并区分元音"เ-"和"แ-"的发音
4. 练习以"ก""ด""น""ม""บ""ป"组尾辅音结尾的单词发音
5. 练习泰语中外来语（英语）的发音
6. 本课会话语言风格：一般礼貌用语

คำศัพท์ออกเสียงบังคับประจำบท
本课发音重点词汇

ซ้ายมือ เลิกเรียน ใกล้ ๆ ปุ่มเปิด เปิด-ปิด สตาร์ท คอมพิวเตอร์

บทเรียน 课文

1 ปุ่มสตาร์ทคอมพิวเตอร์อยู่ที่ไหน 电脑开机键在哪里?

อาจารย์ ใครช่วยบอกครูหน่อยได้มั้ยคะว่าปุ่มสตาร์ทคอมพิวเตอร์ในขั้นเรียนอยู่ที่ไหน

หัวหน้าชั้น อยู่ด้านล่างทางซ้ายมือค่ะ อาจารย์จะต้องกดปุ่ม "ซั่งเค่อ" (เริ่มเรียน) ก่อน เครื่องคอมพิวเตอร์และจอสัมผัส (จอทัชสกรีน) จึงจะทำงานค่ะ

อาจารย์ แล้วปุ่ม "ซั่งเค่อ" อยู่ตรงไหนคะ

นักศึกษา 1 อาจารย์ครับ ....มาครับ ผมขออนุญาตช่วยอาจารย์นะครับ ปุ่ม "ซั่งเค่อ" อยู่ที่นี่ครับ เวลาเลิกเรียน อาจารย์ไม่ใช้คอมพิวเตอร์แล้วก็กดปุ่ม "เซี่ยเค่อ" (เลิกเรียน) ที่อยู่ใกล้ ๆ ปุ่ม "ซั่งเค่อ" ตรงนี้ครับ

อาจารย์ ปุ่มไมโครโฟนล่ะคะ เปิดได้ที่ไหน

หัวหน้าชั้น อาจารย์แตะปุ่มเปิด-ปิดไมโครโฟน มุมขวาล่างที่จอทัชสกรีนก็ได้แล้วค่ะ ....มาค่ะ หนูช่วยเปิดให้ค่ะ

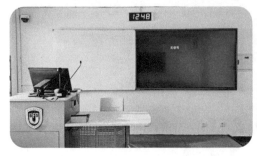

ศัพท์ วลีและข้อสังเกต 单词、短语及知识点

1.	อุปกรณ์	设备
2.	ชั้นเรียน	班级
3.	บอก	告诉
4.	ครู	老师 注 ครู 一般用来称呼中小学的老师，如果是大学老师则称呼 อาจารย์，也可以在老师自称时使用
5.	ปุ่มสตาร์ท	开机键 注 สตาร์ท 英文 start 的转写
6.	คอมพิวเตอร์	电脑 注 英文 computer 的转写
7.	อยู่ที่ไหน	在哪里
8.	หัวหน้าชั้น	班长
9.	ด้านล่าง	下面
10.	ทาง (ด้าน)	边
11.	ซ้ายมือ	左手边
12.	กด	按
13.	ปุ่ม	按钮
14.	ซั่งเค่อ (เริ่มเรียน)	开始上课
15.	จอสัมผัส (จอทัชสกรีน)	触摸屏 注 ทัชสกรีน 英文 Touch Screen 的转写
16.	จึงจะ	才会
17.	ตรงไหน	在哪 注 指范围小
18.	ขออนุญาต	请求允许

19.	ที่นี่	在这
20.	เวลา (เลิกเรียน)	（下课）时
21.	เซี่ยเค่อ (เลิกเรียน)	下课
22.	ใกล้ ๆ	靠近、挨着
23.	ตรงนี้	这里
24.	ไมโครโฟน	麦克风
		注 英文 microphone 的转写
25.	เปิด	打开
26.	แตะ	触碰、摸
27.	ปุ่มเปิด-ปิด	开关键
28.	มุมขวาล่าง	右下角

 2 **หาแปรงลบกระดานไม่เจอ**　　找不到黑板擦

อาจารย์	ใครเห็นรีโมทแอร์มั้ย อยู่ที่ไหน
นักศึกษา 1	รีโมทแอร์ในชั้นเรียนเราเสียแล้วครับ
อาจารย์	แจ้งช่าง (เจ้าหน้าที่) มาเปลี่ยนหรือยัง
หัวหน้าชั้น	แจ้งไปเมื่อสัปดาห์ก่อนแล้วค่ะ แต่เขายังไม่มาเปลี่ยนให้พวกเรา
อาจารย์	แอร์ไม่ค่อยเย็นเลยนะ
หัวหน้าชั้น	ใช้งานมาหลายปี เก่าแล้วค่ะ

อาจารย์	ห้องเรียนเรามีปากกาไวท์บอร์ดสีดำมั้ยคะ
หัวหน้าชั้น	สีดำหมึกแห้งแล้วค่ะ อาจารย์ใช้กระดานทัชสกรีน ดีกว่ามั้ยคะ
อาจารย์	วันนี้ครูอยากเปลี่ยนมาใช้ไวท์บอร์ดบ้าง แต่ เอ....ทำไม ครูหาแปรงลบกระดาน หายังไงก็หาไม่เจอ
นักศึกษา 2	อยู่ด้านข้างคอมพิวเตอร์มั้งครับ
อาจารย์	อ้อ....หาเจอแล้ว อยู่ตรงนี้นี่เอง

ศัพท์ วลีและข้อสังเกต 单词、短语及知识点

1.	หา	找
2.	แปรงลบกระดาน	黑板擦
3.	ไม่เจอ	找不见
4.	รีโมทแอร์	空调遥控器 注 รีโมท 是英文 remote 的转写，แอร์ 是英文 air 的转写
5.	แอร์ (เครื่องปรับอากาศ)	空调
6.	เสีย	损坏
7.	แจ้ง	告知、通知
8.	ช่าง	工、技工
9.	เจ้าหน้าที่	职工
10.	เปลี่ยน	更换

11.	หรือยัง	了吗
12.	สัปดาห์ก่อน	上礼拜
13.	ไม่ค่อย	不太
14.	เย็น	凉
15.	ใช้งาน	使用
16.	หลายปี	好几年
17.	เก่า	旧、陈旧
18.	ปากกาไวท์บอร์ด	白板笔 注 ไวท์บอร์ด 是英文 whiteboard 的转写
19.	สีดำ	黑色
20.	หมึกแห้ง (น้ำหมึกแห้ง)	没墨了、墨水干了
21.	กระดานทัชสกรีน	交互式触摸屏 注 也叫 กระดานทัชสกรีนอัจฉริยะ 或 กระดานอัจฉริยะทัชสกรีน (Interactive Touch Screen Board)
22.	ไวท์บอร์ด (กระดานไวท์บอร์ด)	白板
23.	เอ....	诶
24.	ทำไม	为什么
25.	ยังไงก็หาไม่เจอ	怎么都找不到
26.	ด้านข้าง	旁边
27.	อ้อ	哦
28.	นี่เอง	就……呢 注 课文中表达的意思是：就在这呢嘛 / 不就在这嘛

ย้ำคำซ้ำความ 课文语音重点

1

อาจารย์ ใครช่วยบอกครูหน่อยได้มั้ยคะว่า ปุ่มสตาร์ท คอมพิวเตอร์ ในชั้นเรียนอยู่ที่ไหน

หัวหน้าชั้น อยู่ ด้านล่าง~~ลั่ง~~ ทางซ้ายมือค่ะ อาจารย์จะต้องกดปุ่ม “ซั่งเค่อ” (เริ่มเรียน) ก่อน เครื่อง(ครื่อ-อั้ง)คอมพิวเตอร์ และจอสัมผัส (จอทัชสกรีน) จึงจะทำงานค่ะ

อาจารย์ แล้ว(แล-แอ๊ว)~~เลี้ยว~~ ปุ่ม “ซั่งเค่อ” อยู่ตรงไหนคะ

นักศึกษา 1 อาจารย์ครับ ....มาครับ ผม ขออนุญาต ช่วยอาจารย์นะครับ ปุ่ม “ซั่งเค่อ” อยู่ที่นี่ครับ เวลาเลิก~~เล่อ~~เรียน อาจารย์ไม่ใช้คอมพิวเตอร์ แล้วก็กดปุ่ม “เซี่ยเค่อ” (เลิกเรียน) ที่อยู่ใกล้ๆ ปุ่ม “ซั่งเค่อ” ตรงนี้ครับ

อาจารย์ ปุ่มไมโครโฟน ล่ะคะ เปิด~~เป่อ~~ ได้ที่ไหน

หัวหน้าชั้น อาจารย์แตะปุ่มเปิด-ปิด ไมโครโฟน มุมขวาล่างที่จอทัชสกรีนก็ได้แล้วค่ะ....มาค่ะ หนูช่วย เปิด ให้ค่ะ

2

อาจารย์ ใครเห็นรีโมทแอร์มั้ย อยู่ที่ไหน

นักศึกษา 1 รีโมทแอร์ในชั้นเรียนเรา เสียแล้วครับ

อาจารย์ แจ้งช่าง (เจ้าหน้าที่) มาเปลี่ยน หรือยัง

หัวหน้าชั้น แจ้งไป เมื่อ สัปดาห์ก่อนแล้วค่ะ แต่เขายังไม่มาเปลี่ยนให้พวกเรา

อาจารย์ แอร์ไม่ค่อยเย็นเลยนะ

หัวหน้าชั้น ใช้งานมาหลายปี เก่าแล้วค่ะ

อาจารย์ ห้อง~~โห่ง~~เรียนเรา มีปากกาไวท์บอร์ด สีดำ มั้ยคะ

หัวหน้าชั้น สีดำหมึกแห้ง~~เห้ง~~แล้วค่ะ อาจารย์ใช้กระดานทัชสกรีนดีกว่ามั้ยคะ

อาจารย์ วันนี้ครูอยากเปลี่ยนมาใช้ไวท์บอร์ดบ้าง แต่ เอ....ทำไมครูหาแปรงลบกระดาน หายังไงก็หาไม่เจอ

นักศึกษา 2 อยู่ด้านข้างคอมพิวเตอร์ มั้งครับ

อาจารย์ อ้อ...หาเจอแล้ว อยู่ ตรงนี้ นี่เอง

เสริมความรู้ 补充知识

1 ขยายคำศัพท์และศัพท์เสริม 组词练习及补充单词

เวลา	เวลาเริ่มเรียน เวลาเลิกเรียน เวลาเช้า เวลาสาย เวลาบ่าย เวลาค่ำ มีเวลา มีเวลาน้อย มีเวลาเหลือ（有剩余时间） ไม่มีเวลามาก（没有太多时间）
ข้าง	ข้าง ๆ ข้างเธอ ข้างล่าง（下面） ข้างบน（上面） ข้างซ้าย ข้างขวา
ใกล้	ใกล้ ๆ ใกล้บ้าน ใกล้โรงเรียน ใกล้หอพัก ใกล้มหาวิทยาลัยเรา ไม่ใกล้ไม่ไกล ไม่ใกล้เลย
ช่าง	ช่างซ่อม（修理工） ช่างไฟ（电工）ช่างน้ำ, ช่างประปา（管道工） ช่างมัน（随便） ช่างเขา（随他）
ไม่ค่อย	ไม่ค่อยชัด ไม่ค่อยดี ไม่ค่อยแฟร์（不公平）ไม่ค่อยสบาย（不舒服） ไม่ค่อยแน่นอน
ตรง	ตรงไหน ตรงนี้ ตรงนั้น ตรงโน่น（那边）ตรงข้าม（对面） ตรงกลาง（中间）ยืนตรง（站直） นั่งตัวตรง（坐直） ไม่ตรง（不直） ตรงใจ（合心意） ตรงกัน（相符）
หลาย	หลายปี หลายเดือน หลายวัน หลายนาที หลายวิ (วินาที) หลายคน หลายตัว

2 การบอกตำแหน่งและทิศทาง 表述位置和方向

2.1 ถามตำแหน่งอุปกรณ์ในชั้นเรียน 询问教室中设备的位置

ชื่ออุปกรณ์ในชั้นเรียน	อยู่ตรงไหน
ปุ่มสตาร์ท (ปุ่มเปิด)	■ อยู่ด้านล่างทางซ้ายมือ (อยู่ซ้ายมือล่าง/อยู่ซ้ายล่าง) ■ อยู่ด้านบนทางขวามือ (อยู่ขวามือบน/อยู่ขวาบน) ■ อยู่ทางด้านซ้ายมือของคุณ ■ อยู่ทางด้านขวามือของคุณ
ไมโครโฟน	■ อยู่ข้าง ๆ โต๊ะคอมพิวเตอร์ ■ อยู่บนโต๊ะคอมพิวเตอร์ ■ อยู่ (ด้าน) หน้าชั้นเรียน / (ด้าน) หลังชั้นเรียน
แปรงลบกระดาน	■ อยู่ข้าง ๆ โปรเจคเตอร์ (投影仪) ■ อยู่ข้างแป้นพิมพ์คอมพิวเตอร์ (键盘) ■ อยู่ใกล้ ๆ หน้าต่าง (窗户)

2.2 ถามตำแหน่งสถานที่ทั่วไป 询问某个地点的位置

ชื่อสถานที่	อยู่ที่ไหน / ไปยังไง
หอพักนักศึกษา ชาวต่างประเทศ	■ อยู่ด้านหน้าโรงอาหาร ■ อยู่ด้านหลังโรงอาหาร ■ อยู่ข้าง ๆ โรงอาหาร ■ อยู่ใกล้ (กับ) โรงอาหาร ■ อยู่ทางด้านซ้ายมือ (ของ) โรงอาหาร ■ อยู่ทางด้านขวามือโรงอาหาร

หอพักนักศึกษาชาย	■ เดินตรงไป（直走）เลี้ยวซ้ายก็เห็น
	■ เดินตรงไป 200 เมตร（米）ก็เห็น
	■ เดินตรงไป เลี้ยวซ้าย จากนั้น（接着）เลี้ยวขวา
	■ อยู่<u>ด้านหลัง</u>หอสมุด
	■ อยู่<u>ตรงข้าม</u>สนามบาสเกตบอล（篮球场）

2.3 บอกตำแหน่ง ทิศทางหลายรูปแบบ   表述位置和方向的多种方式

ด้าน（面）	ข้าง, ทิศ（边）	ทาง（方）	ฝั่ง（侧）
ด้านซ้าย	ข้างซ้าย（左手边）	ทางซ้าย	ฝั่งซ้าย
ด้านขวา	ข้างขวา（右手边）	ทางขวา	ฝั่งขวา
ด้านบน	ข้างบน（上面）	ทางด้านบน	ฝั่งด้านบน
ด้านล่าง	ข้างล่าง（下面）	ทางด้านล่าง	ฝั่งด้านล่าง
ด้านใน	ข้างใน（里面）	ทางด้านใน	ฝั่งด้านใน
ด้านนอก	ข้างนอก（外面）	ทางด้านนอก	ฝั่งด้านนอก
ด้านเหนือ（北）	ทิศเหนือ	ทางเหนือ	ฝั่งเหนือ
ด้านใต้（南）	ทิศใต้	ทางใต้	ฝั่งใต้
ด้านตะวันออก（东）	ทิศตะวันออก	ทางตะวันออก	ฝั่งตะวันออก
ด้านตะวันตก（西）	ทิศตะวันตก	ทางตะวันตก	ฝั่งตะวันตก
ด้านตะวันออกเฉียงเหนือ（东北）	ทิศตะวันออกเฉียงเหนือ	ทางตะวันออกเฉียงเหนือ	ฝั่งตะวันออกเฉียงเหนือ
ด้านตะวันตกเฉียงใต้（西南）	ทิศตะวันตกเฉียงใต้	ทางตะวันตกเฉียงใต้	ฝั่งตะวันตกเฉียงใต้

อ่าน-ออกเสียง 发音练习

① ออกเสียงและแยกแยะเสียงสระ “เอ” และ “แอ”
练习并区分元音“เอ”和“แอ”的发音

元音“เ-”和“แ-”的发音比较接近，区别在于元音“เ-”的口型较小，类似英语音标中的[e]，而元音“แ-”发音时要求口型长大，类似英语音标中的[æ]。两者都是长元音，发音时要注意将元音发长。

1) เอ-แอ　แอ-เอ　เจ-เก-เร　แล-แจ-แก

2) ไม่ลังเล　ไม่เกเร　ทำแน่ ๆ

3) เอ๊ะ　แกคือใคร　มาเก้งก้าง เกะกะ ที่เก๊ะฉัน

4) แปดสิบเจ็ด　แจกแปดสิบ　แถมสิบเจ็ด

5) เย้ ๆ ๆ ทีมเราไม่แย่　เตะมา แตะไป　ตูม ๆ เฮ ๆ

6) แขกแปลก　มาแสก ๆ　แจกแปลก ๆ

② อ่านออกเสียงคำที่ตามด้วยตัวสะกด “ก” “ด” “น” “ม” “บ”
练习以“ก”“ด”“น”“ม”“บ”为尾辅音的音节发音

“ก”“ด”“น”做尾辅音时，音节结尾不能闭嘴。“ม”“บ”发音时需要在音节结尾保持嘴唇闭合。“ก”“ด”“บ”在做尾辅音时，在声带振动结束后做出口型，不需要真正发出辅音；而“ม”“น”做尾辅音时，要在声带振动结束前做出口型，发出声音。

2.1 กลุ่มคำที่ลงท้ายด้วยเสียงตัวสะกด “ก ด น” 以“ก ด น”为尾辅音的音节

1) กาก โกรก โขก โบก โศก สุข ขลุก ปลุก ปลูก โลก โชค

2) โดด ดัด ดุจ เด็จ เผ็ด จัด ขัด โทษ โจทย์ โสด สด

3) ขน สน ปน จน โจร โขน รุน พัน อัน จันทร์ สันต์

2.2 กลุ่มคำที่ลงท้ายด้วยตัวสะกด "ม บ ป" 以"ม บ ป"为尾辅音的音节

1) เกม แซม มอมแมม มุม ผม รม ยาม ตูมตาม

2) กบ อ๊บ ๆ จบ ศพ พบ รบ รูป ม็อบ บาป สาป

3) หลบร่ม ริมขอบ สอบตอบ เสียบมุม ชุมนุม รูปธูป

2.3 กลุ่มคำที่ลงท้ายด้วยตัวสะกด "ก ด น ม บ"

以"ก ด น ม บ"为尾辅音的音节

1) เกก เกด เกม เกน เก็บ	เก็บ เกน เกม เกด เกก
2) แปลก แปด แบน แพลน แปม	แบน แบบ แปลก แพลน แปม
3) จก จด จม จน จบ	จน จม จด จก จบ
4) โหนก โหมด หมวด โมง หมด	หมด โมง หมวด โหมด โหนก

3 อ่านออกเสียงคำยืมจากภาษาต่างประเทศ 练习泰语中的外来词

ข้อสังเกตการออกเสียงคำยืมจากภาษาต่างประเทศ (ภาษาอังกฤษ)

泰语中外语借词的发音技巧

泰语和英语一样都有辅音和元音，用泰语字母拼写时应按照泰语发音和拼写方式进行朗读。比如尾辅音为"ส"时，应读作"ด"，而非按照英语习惯读作"ส"或者"s"。另外，英语中没有声调，多音节的词转写为泰语后，最后一个音节常按照泰语发音习惯，将其发成第三声，比如以"เอ้อ""เอิ้น"等音节结尾的词。

1) กราฟ กุ๊ก เกม การ์ตูน เกียร์ แก๊ง แก๊ส

2) เช็ค เชิ้ต เชียร์ โชว์ ชอล์ก（注 发“ช็อก”的音）ช็อกโกแลต

3) ไดโนเสาร์ เทคโนโลยี แบคทีเรีย โมเลกุล ไมโครโฟน วัคซีน
วิตามิน ฟาร์ม โควิด（注 发“โคหวิด”的音）

4) ออกเสียง “เอ้อ” พยางค์ท้าย（发“เอ้อ”的音）:
โปรเจคเตอร์ มอนิเตอร์ คอมพิวเตอร์ ซัมเมอร์ โซเฟอร์ คัตเตอร์ รับเบอร์
แทรกเตอร์ ติวเตอร์ แฮร์รี่ พอตเตอร์

5) ออกเสียง “เอิ้น” พยางค์ท้าย（发“เอิ้น”的音）:
แคนเซิล แอปเปิล แซมเปิล ดับเบิล

6) ออกเสียง “อี้” พยางค์ท้าย（发“อี้”的音）:
มัมมี่ เซลฟี ดิสนีย์ (นี่) คุกกี้ เซ็กซี่ สนูปี้

7) ออกเสียง “อั้น” พยางค์ท้าย（发“อั้น”的音）:
เซ็นทรัล (ทรั่น) แม็กนั่ม ยิปซัม (ซั่ม)

แบบฝึกหัด 练习

1 ฟังและแยกแยะคำที่ลงท้ายด้วยเสียงสะกด “ก” “ด” “บ” “ม” “น” ทำเครื่องหมาย ✓ ในช่องตารางกลุ่มเสียงที่ได้ยิน

区分尾辅音“ก”“ด”“บ”“ม”“น”，在表格中打 √ 选择听到的尾辅音

1.1			1.2	
ก	ด	บ	ม	น
1)			1)	
2)			2)	

3)			3)	
4)			4)	
5)			5)	
6)			6)	
7)			7)	
8)			8)	
9)			9)	
10)			10)	

② ฟังหัวข้อตาราง A จากนั้นให้บอกตำแหน่ง ทิศทางแบบกระชับและรวดเร็วตามตัวอย่าง B (ให้เวลาเตรียมตัว 5 นาที)

听表格 A 中表述的内容，按照表格 B 中的示例快速找出方位信息（准备时间为5分钟）

A	B
例 ■ ทางด้านบน ขวามือ ■ ทางด้านตะวันออกเฉียงใต้ ■ ในลิ้นชักชั้นล่างสุด	■ ขวามือบน / ขวาบน ■ ออกเฉียงใต้ ■ ล่างสุด/ ล่างสุดในลิ้นชัก
1) ทางซ้ายมือด้านบน	
2) ฝั่งด้านล่างทางขวามือ	
3) ฝั่งด้านบนทางขวามือ	
4) ข้างซ้ายมือด้านบน	
5) ทางด้านขวามือด้านล่าง	
6) ทางทิศตะวันตกเฉียงใต้	

7) ทางทิศตะวันออกเฉียงเหนือ	
8) บนชั้นหนังสือ（书架）ขวามือ ด้านบนสุด	
9) ในตู้หนังสือ（书柜）ทางด้านขวามือบน	
10) ชั้นล่างสุดทางซ้ายมือของตู้เสื้อผ้า（衣柜）	

❸ ฟังประโยค A แล้วพูดเป็นรูปปฏิเสธ โดยใช้คำว่า "ยังไม่...."
"ยัง....ไม่...."

听表格A中的句子，用 "ยังไม่...." "ยัง....ไม่...."将其改为否定句

A	B
例 ▶ ■ เขามาแล้ว ■ เธอกินเสร็จแล้ว	■ เขายังไม่มา ■ เธอยังกินไม่เสร็จ
1) เขาทำแล้ว	
2) เขาทำการบ้านวิชาการแปลแล้ว	
3) เธอมาถึงแล้ว	
4) เธอพิมพ์คอมพิวเตอร์แล้ว	
5) ฉันเลิกเรียนแล้ว	
6) ฉันส่งการบ้านแล้ว	
7) ปรับแสงปลั๊กไฟแล้ว	
8) มีปัญหา	
9) ชาร์จมือถือ	
10) ชาร์จมือถือเสร็จแล้ว	

11) ซื้อเครื่องเขียนแล้ว

12) ซื้อเครื่องเขียนเสร็จแล้ว

④ ฟังและตอบคำถาม　听后回答问题

ฟังประโยค A แล้วตอบคำถามแบบไม่ค่อยมั่นใจ โดยใช้คำว่า "มั้งครับ มั้งคะ"
หรือ "คง....แล้วมั้ง" "คงยัง....มั้ง" "น่าจะ....แล้วมั้ง" ซึ่งแสดงถึงความไม่ค่อยมั่นใจ
ในคำตอบเช่นเดียวกัน

听 A 组句子，并用表示不确定的句式 "มั้งครับ/มั้งคะ" 和 "คง.... แล้ว
มั้ง" "คงยัง.... มั้ง" "น่าจะ....แล้วมั้ง" 作答

A	B
例 ■ แปรงลบกระดานอยู่ที่ไหน ■ เขากินข้าวเที่ยงแล้วยัง	■ อยู่ด้านข้างคอมพิวเตอร์<u>มั้ง</u>คะ ■ <u>คงกินแล้วมั้ง</u>ครับ ■ <u>คงยังไม่ได้กินมั้ง</u>ครับ ■ <u>น่าจะกินแล้วมั้ง</u>ครับ
1) เขาทำรายงานเสร็จแล้วยัง	
2) เธอสอบเสร็จแล้วยัง	
3) เธอมาถึงแล้ว	
4) เจ้าหน้าที่ซ่อมคอมพิวเตอร์มาแล้วยัง	
5) แสงดาวเลิกเรียนแล้วหรือคะ	
6) ปลั๊กไฟใช้ไม่ได้แล้ว	
7) กรรไกรอยู่ที่ไหน ฉันหาไม่เจอ	
8) ป้ายบอกทางอยู่ไหน ทำไมฉันไม่เห็น	

5 ฝึกอ่านโครงสร้างประโยค "….ยังไงก็…." (ยังไง ๆ ก็….) ให้คล่อง
แต่งประโยคเพิ่มเติมพร้อมอ่านให้เพื่อนในชั้นเรียนฟัง

熟悉句型 "….ยังไงก็…." (ยังไง ๆ ก็….)，造句并在课堂上分享

หายังไงก็หาไม่เจอ	⮕	หายังไง ๆ ก็ (หา) ไม่เจอ
ทำยังไงก็ทำไม่เป็น	⮕	ทำยังไง ๆ ก็ (ทำ) ไม่เป็น
ทำยังไงก็ทำไม่ได้	⮕	ทำยังไง ๆ ก็ (ทำ) ไม่ได้
ฟังยังไงก็ไม่เข้าใจ	⮕	ฟังยังไง ๆ ก็ (ฟัง) ไม่เข้าใจ
เขียนยังไงก็เขียนไม่สวย	⮕	เขียนยังไง ๆ ก็ (เขียน) ไม่สวย
อ่านยังไงก็ไม่คล่อง (流利)	⮕	อ่านยังไง ๆ ก็ (อ่าน) ไม่คล่อง
น้องทำยังไงแม่ก็ไม่รัก	⮕	น้องทำยังไง ๆ แม่ก็ไม่รัก
ไม่ว่าจะทำยังไง เขาก็ไม่แคร์ (不在乎)	⮕	ไม่ว่าจะทำยังไง ๆ เขาก็ไม่แคร์
ปากกานี้ใช้ยังไงก็ใช้ไม่หมด	⮕	ปากกานี้ใช้ยังไง ๆ ก็ (ใช้) ไม่หมด
1)		
2)		
3)		
4)		
5)		

⑥ แปลและทำประโยคให้สมบูรณ์　翻译并完成句子

แปลคำศัพท์ในตาราง พร้อมบอกตำแหน่งอุปกรณ์และสิ่งของต่าง ๆ ที่เห็นในห้องเรียน โดยเลือกใช้คำในตารางที่เหมาะสม ให้เพื่อนคนหนึ่งในชั้นเรียนเป็นคนตั้งคำถามว่า "มีใครช่วยบอกผม/ฉันหน่อยได้มั้ยว่า....อยู่ที่ไหน" และตามด้วย "แล้ว....ล่ะ อยู่ที่ไหน"

翻译表格中的词汇，并用这些词对教室中各类设备和物品的位置和方向进行表述，请一位同学依照下面的句型向其他同学提问

ด้านหน้า　ด้านหลัง　ข้างซ้าย　ข้างขวา　ทางด้านซ้ายมือ　ทางด้านขวามือ
ตรงข้าม　ตรงกลาง　ข้างบน　ข้างล่าง　ใกล้ ๆ　ใกล้กับ

A ① มีใครช่วยบอกผม/ฉันหน่อยได้มั้ยว่า....อยู่ที่ไหน
② ใครช่วยบอกฉันหน่อยได้มั้ยว่า....อยู่ที่ไหน

B ....อยู่ทางด้าน.... / อยู่ที่.... / อยู่....

A แล้ว....ล่ะ อยู่ที่ไหน

B ....อยู่ทางด้าน.... / อยู่ที่.... / อยู่....

บันทึกประโยคที่ยกตัวอย่าง　记录例句

7 ทำคลิปวิดีโอเล่าให้ฟังว่าที่หอพักหรือที่บ้านของคุณมีเครื่องใช้ไฟฟ้า
อะไรบ้าง ยี่ห้ออะไร สีอะไร ตำแหน่งที่ตั้งและใช้งานเป็นอย่างไร
拍摄视频介绍你的宿舍或家中有什么电器，是什么品牌，什么颜
色，放在哪里，使用起来怎么样

ชื่อเครื่องใช้ไฟฟ้า	ยี่ห้อ	สี	ตำแหน่งที่ตั้ง

บทที่7 第 7 课 แบ่งเวรทำความสะอาดหอพัก
安排宿舍值日任务

สาระสำคัญประจำบท

1. คำศัพท์เกี่ยวกับอุปกรณ์ทำความสะอาดและกิจกรรมงานบ้านในชีวิตประจำวัน
2. โครงสร้างบทสนทนาเกี่ยวกับการแบ่งภาระงานหรือแบ่งเวรทำงาน
3. โครงสร้างประโยคถามย้ำเพื่อความชัดเจนหรือเพื่อความมั่นใจ
4. คำศัพท์ที่เกี่ยวข้องกับบทเรียน เช่น การเข้าห้องน้ำ ห้องน้ำ สุขภัณฑ์ในห้องน้ำ สัตว์จำพวกแมลง เป็นต้น
5. แยกแยะเสียงสระ "เ-ีย" ตามด้วยตัวสะกดต่าง ๆ
6. ทบทวนการแยกแยะรูปและเสียงสระที่มีความใกล้เคียง ได้แก่ "เ-/แ-" "เ-ง/แ-ง" "เ-ง/ไ-ง" "-ง/-าง" เป็นต้น
7. ระดับภาษาสนทนาประจำบท : ภาษาสุภาพทั่วไป

本课要点

1. 学习关于卫生工具和家务劳动的日常用语
2. 安排值日任务的相关对话
3. 练习为确认信息进行重复提问的句式
4. 课文相关词汇，如卫生间、卫生用具、各类昆虫等等
5. 区分元音 "เ-ีย" 与各种尾辅音拼读的发音
6. 复习并区分书写、发音相似的几组元音，如："เ-/แ-" "เ-ง/แ-ง" "เ-ง/ไ-ง" "-ง/-าง"
7. 本课会话语言风格：一般礼貌用语

คำศัพท์ออกเสียงบังคับประจำบท
本课发音重点词汇

กุ๊ก ก๊อก สกปรก ห้องน้ำ รับผิดชอบ

บทเรียน 课文

1 เพื่อนรูมเมทของพวกเรา 我们的室友

หอพักนักศึกษาหญิง

(เสียงเคาะประตู ก๊อก ๆ .... เปิดประตู)

เปรียว เธอคือคนที่ย้ายมาอยู่กับพวกเราใช่มั้ย

ฝน ใช่ค่ะ ฉันชื่อฝนค่ะ

เปรียว นี่เพื่อนรูมเมทของพวกเราค่ะ นี่แตงโมและนั่นกุ๊ก ส่วนฉันชื่อเปรียว เตียงกับโต๊ะของเธออยู่ตรงนั้นนะ

ฝน ขอบคุณค่ะ (ลากกระเป๋าสัมภาระวางข้างเตียง) เตียงของฉันอยู่ข้างบนใช่มั้ย

กุ๊ก จ้ะ แต่โต๊ะเขียนหนังสือของเธอ คือตัวที่อยู่ทางขวามือด้านในนั่นนะ

เปรียว ชั้น (ฉัน) จะพาเธอไปดูห้องน้ำหอพักเราก่อนดีมั้ย จะได้รู้ว่า

อยู่ที่ไหน

แตงโม ชั้นให้เธอยืมถังน้ำกับผ้าเช็ดโต๊ะก่อนนะ จะได้เอาไปใส่น้ำที่
ห้องน้ำมาทำความสะอาด

ฝน ขอบใจจ้ะ

เปรียว หอพักของพวกเราใช้ห้องน้ำรวม ออกจากประตูห้องของเรา
เลี้ยวซ้ายเดินตรงไปจนสุดทาง ก็จะเห็นห้องน้ำ

ฝน ค่ะ ช่วยนำทางเลยค่ะ

เปรียว หน้าห้องน้ำจะมีตู้น้ำดื่ม เธออาจจะต้องไปซื้อกระติกน้ำ
ไว้สำหรับเติมน้ำดื่มและน้ำร้อน

ฝน (ชะโงกหน้าดูห้องน้ำ) ห้องน้ำสะอาดดีนะ

เปรียว ใช่ค่ะ ช่วงสาย ๆ ห้องน้ำจะสกปรกเลอะเทอะหน่อย แต่ช่วง
บ่ายจะมีแม่บ้านขึ้นมาเช็ด-ถู ทำความสะอาดให้พวกเราทุกวัน
ค่ะ เธอซักผ้า ล้างหน้า-แปรงฟันที่อ่างชะล้างตรงนี้ และตาก
ผ้าที่ราว (ราวตากผ้า) ตรงโน้นนะ

ฝน ไม้ถูพื้น ไม้กวาดกับที่โกยผง (ที่โกยขยะ) ที่วางตรงนั้น
ชั้นใช้ได้มั้ย

เปรียว นั่นเป็นของแม่บ้านหอ (หอพัก) เรา ยืมใช้ก่อนก็น่าจะได้
ใช้เสร็จแล้ว อย่าลืมเอามาวางไว้ที่เดิมด้วยก็แล้วกัน

ศัพท์ วลีและข้อสังเกต 单词、短语及知识点

1.	เพื่อนรูมเมท (เพื่อนร่วมห้องพัก)	室友 注 รูมเมท 是英文 roommate 的转写
2.	หอพัก	宿舍
3.	หอพักนักศึกษาหญิง	女生宿舍
4.	เสียง	声音
5.	เคาะ	敲
6.	ประตู	门
7.	ก๊อก ๆ	敲门的拟声词
8.	ย้าย	搬、搬家
9.	ส่วนฉัน	至于我
10.	ลาก	拖
11.	กระเป๋าสัมภาระ	行李箱
12.	วาง	放
13.	ข้างเตียง	床边
14.	จ้ะ	应答词，或句末语气词
15.	โต๊ะเขียนหนังสือ	书桌
16.	ตัว	张，桌子的量词
17.	ขวามือ	右手
18.	ด้านใน	里面
19.	ชั้น (ฉัน)	我，女性第一人称

20.	พา	带、领
21.	ห้องน้ำ	洗手间
22.	ถังน้ำ	水桶
23.	ผ้าเช็ดโต๊ะ	擦桌抹布
24.	ใส่	装
25.	น้ำ	水
26.	ทำความสะอาด	做卫生
27.	ห้องน้ำรวม	公共卫生间
28.	เลี้ยวซ้าย	左转
29.	เดินตรงไป	直走
30.	จน (จนกระทั่ง)	到
31.	สุดทาง	尽头
32.	นำทาง	带路
33.	ตู้น้ำดื่ม	饮水机
34.	กระติกน้ำ	水壶、保温杯
35.	เติม	添加
36.	น้ำดื่ม	饮用水
37.	น้ำร้อน	热水
38.	ชะโงก, ชะโงกหน้า	探出头
39.	ช่วงสาย ๆ	晚一点
40.	สกปรก	脏

41.	เลอะเทอะ (เลอะ)	脏乱
42.	แม่บ้าน	阿姨（打扫卫生的人）
43.	ขึ้นมา	上来
44.	เช็ด	擦
45.	ถู	擦洗
46.	ซักผ้า	洗衣服
47.	ล้างหน้า	洗脸
48.	หน้า	脸
49.	แปรงฟัน	刷牙
50.	ฟัน	牙
51.	อ่างชะล้าง (อ่างซักล้าง)	洗漱池
52.	ตากผ้า	晾衣服
53.	ราว (ราวตากผ้า)	杆（晾衣杆）
54.	ไม้ถูพื้น	拖把
55.	ไม้กวาด	扫把
56.	ที่โกยผง (ที่โกยขยะ)	簸箕
57.	ยืมใช้ (ขอยืมใช้)	借用
58.	วาง	放
59.	ใช้เสร็จ	用完
60.	อย่าลืม	别忘了
61.	เอามา	拿来
62.	ที่เดิม	原处

ข้อตกลงของการอยู่ร่วมกัน　寝室公约

เปรียว พวกเราขอคุยข้อตกลงของการอยู่ร่วมกันหน่อยนะ
ให้กุ๊กกับแตงโมเป็นคนแนะนำละกัน (แล้วกัน)

กุ๊ก ค่ะ ข้อตกลงของพวกเราง่ายมาก มีสองข้อเท่านั้น คือหนึ่ง
ทุกคนจะต้องช่วยกันรักษาความสะอาดภายในห้องพัก และ
สอง อย่าส่งเสียงดังรบกวนเพื่อน ๆ ในห้องพักช่วงกลางคืน

แตงโม พวกเราได้แบ่งเวรทำความสะอาดห้องพักของพวกเราไว้ด้วยนะ
เวรวันอาทิตย์-จันทร์เป็นของกุ๊ก อังคาร-พุธเป็นของเปรียว
พฤหัส ศุกร์และเสาร์ เดิมเป็นของชั้น แต่ตอนนี้เธอมาอยู่กับ
พวกเรา เธอรับผิดชอบทำความสะอาดวันเสาร์วันเดียวก็แล้วกัน

ฝน ไม่เป็นปัญหาค่ะ ทุกคนมีถังขยะส่วนตัวใช่มั้ย ฉันเห็นข้าง ๆ
โต๊ะเขียนหนังสือมีถังขยะตั้งอยู่กัน

กุ๊ก ใช่ค่ะ ปกติพวกเราจะเอาขยะไปทิ้งที่ถังขยะส่วนกลางนอก
ห้องทุกวัน ห้องจะได้ไม่มีกลิ่นเหม็นอับ มดและแมลงจะได้ไม่
เข้ามาอยู่ในห้องพวกเรา

ฝน พรุ่งนี้ฉันจะไปซื้อถังขยะของฉันมาตั้งไว้ข้างโต๊ะฉันบ้าง
ขอบคุณที่ช่วยแนะนำนะ

ศัพท์ วลีและข้อสังเกต 单词、短语及知识点

1.	คุย (พูดคุย)	谈论、商量
2.	ข้อตกลง	协议、共识
3.	การอยู่ร่วมกัน	同居
4.	.... ละกัน (แล้วกัน, ก็แล้วกัน)	好啦、吧
5.	ง่าย	容易、简单
6.	ข้อ	条
7.	เท่านั้น	而已
8.	รักษา	保持
9.	ความสะอาด	卫生
10.	ห้องพัก	宿舍
11.	ส่งเสียงดัง	发出响声、噪音
12.	เสียงดัง	大声
13.	รบกวน	打扰
14.	ช่วงกลางคืน	晚上
15.	แบ่ง	安排、分配
16.	เวร	值日
17.	วันอาทิตย์ (อาทิตย์)	周日
18.	จันทร์	周一
19.	อังคาร	周二
20.	พุธ	周三
21.	ศุกร์	周五

22.	เสาร์	周六
23.	เดิม (เดิมที)	原来、原本
24.	เป็นของ	属于
25.	รับผิดชอบ	负责
26.	วันเดียว	一天
27.	ไม่เป็นปัญหา	没问题
28.	ถังขยะ	垃圾桶
29.	ส่วนตัว	个人的
30.	ตั้ง (ตั้งอยู่)	立、摆（摆着）
31.	ปกติ	一般、平常
32.	ทิ้ง	扔、丢弃
33.	ส่วนกลาง	公用
34.	ถังขยะส่วนกลาง	公用垃圾桶、共用垃圾桶
35.	กลิ่นเหม็นอับ	臭味、异味
		注 กลิ่นเหม็น 臭味, กลิ่นอับ 异味
36.	มด	蚂蚁
37.	แมลง	虫子

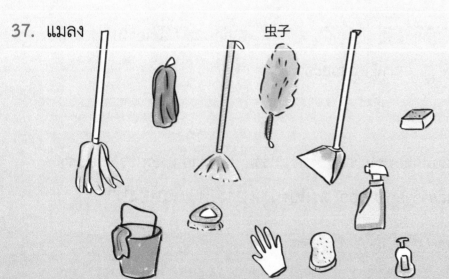

ย้ำคำซ้ำความ 课文语音重点

1

หอพักนักศึกษาหญิง

(เสียงเคาะประตู ก๊อก ๆ.... เปิดประตู)

เปรียว เธอคือคนที่ ย้าย มาอยู่กับพวกเราใช่มั้ย

ฝน ใช่ค่ะ ฉันชื่อฝนค่ะ

เปรียว นี่เพื่อนรูมเมทของพวกเราค่ะ นี่แตงโมและนั่นกุ๊ก ส่วนฉันชื่อเปรียว เตียงกับโต๊ะของเธออยู่ตรงนั้นนะ

ฝน ขอบคุณค่ะ (ลาก สัมภาระ วาง ข้าง เตียง) เตียงของฉันอยู่ข้างบนใช่มั้ย

กุ๊ก จ้ะ แต่โต๊ะเขียนหนังสือของเธอคือตัวที่อยู่ทางขวามือด้านในนั่นนะ

เปรียว ชั้น จะพาเธอไปดู ห้องน้ำ~~โห้งนั๊ม~~หอพักเราก่อนดีมั้ย จะได้รู้ว่าอยู่ที่ไหน

แตงโม ชั้นให้เธอยืม ถังน้ำกับ ผ้าเช็ดโต๊ะก่อนนะ จะได้เอาไป ใส่น้ำที่ห้องน้ำมาทำความสะอาด

ฝน ขอบใจจ้ะ

เปรียว หอพักของพวกเราใช้ ห้องน้ำรวม ออกจาก ประตูห้อง ของเราเลี้ยวซ้ายเดิน(เออ) ตรงไปจนสุดทาง ก็จะเห็นห้องน้ำ

ฝน ค่ะ ช่วย นำทาง เลยค่ะ

เปรียว หน้าห้องน้ำจะมี ตู้น้ำดื่ม เธออาจจะต้องไปซื้อ กระติกน้ำ
ไว้สำหรับเติมน้ำดื่ม(อือ) และน้ำร้อน(ออ)

ฝน (ชะโงกหน้าดูห้องน้ำ) ห้องน้ำสะอาดดีนะ

เปรียว ใช่ค่ะ ช่วงสาย ๆ ห้องน้ำจะ สกปรก(โอะ) เลอะเทอะ หน่อย
แต่ช่วงบ่ายจะมีแม่บ้านขึ้นมาเช็ด(เอ)-ถู ทำความสะอาดให้ พวกเรา
ทุกวันค่ะ เธอซักผ้า ล้าง(อา)หน้า-แปรงฟัน ที่ อ่าง(อา)ชะล้าง
ตรงนี้ และตาก(อา) ผ้าที่ราว(อา) (ราวตากผ้า) ตรงโน้นนะ

ฝน **ไม้ถูพื้น ไม้กวาด** กับ **ที่โกยผง** (ที่โกยขยะ) ที่วางตรงนั้น
ชั้นใช้ได้มั้ย

เปรียว นั่นเป็นของแม่บ้านหอเรา ยืมใช้ก่อนก็น่าจะได้ ใช้เสร็จแล้ว อย่าลืม
เอามาวางไว้ที่เดิม ด้วยก็แล้วกัน

เปรียว พวกเรา ขอ คุย ข้อ(ออ) ตก(โอะ) ลง(อง) ของ การอยู่ร่วมกันหน่อย
นะ ให้กุ๊กเป็นคนแนะนำละกัน (แล้วกัน)

กุ๊ก ค่ะ ข้อตกลงของพวกเราง่ายมาก มีสองข้อเท่านั้น คือหนึ่ง
ทุกคนจะต้องช่วยกันรักษา ความสะอาด ภายในห้องพัก และสอง
อย่าส่งเสียงดังรบกวนเพื่อน ๆ ใน ห้องพัก ช่วงกลางคืน

แตงโม พวกเราได้แบ่งเวรทำความสะอาด ห้องพัก ของพวกเราไว้
ด้วยนะ เวรวันอาทิตย์-จันทร์ เป็นของ กุ๊ก อังคาร-พุธ เป็น
ของ เปรียว พฤหัส ศุกร์ และเสาร์ เดิม(เออ) เป็นของชั้น แต่
ตอนนี้เธอมาอยู่กับพวกเรา เธอ รับผิดชอบ ทำความสะอาด

วันเสาร์วันเดียวก็แล้วกัน

ฝน ไม่เป็นปัญหาค่ะ ทุกคนมีถังขยะส่วนตัวใช่มั้ย ฉันเห็นข้าง ๆ โต๊ะเขียนหนังสือมีถังขยะตั้งอยู่กัน

กุ๊ก ใช่ค่ะ ปกติ พวกเราจะเอาขยะไปทิ้งที่ ถังขยะส่วนกลาง นอกห้อง ทุกวัน ห้องจะได้ไม่มี กลิ่นเหม็นอับ มดและแมลง(มะ-แลง) จะได้ไม่เข้ามาอยู่ในห้องพวกเรา

ฝน พรุ่งนี้ฉันจะไปซื้อถังขยะของฉันมาตั้งไว้ข้างโต๊ะฉันบ้าง ขอบ(ออ)คุณที่ช่วยแนะนำนะ

เสริมความรู้ 补充知识

1 ขยายคำศัพท์ 组词练习

เคาะ（敲，击）	เคาะโต๊ะ เคาะประตู เคาะหน้าต่าง เคาะกระจก（玻璃、镜子）
เพื่อน	เพื่อนรูมเมท เพื่อนข้างห้อง（隔壁邻居） เพื่อนร่วมชั้น เพื่อนร่วมหอพัก เพื่อนร่วมงาน（同事） เพื่อนร่วมคณะ
ทาง	นำทาง สุดทาง ผิดทาง（迷路，走错路） ทางเดิน ทางตัน（死胡同） เส้นทาง（路线） ทางเท้า（人行道）
เสร็จ	ใช้เสร็จ ทำเสร็จ เขียนเสร็จ เสร็จแล้ว
วาง	วางไว้ วางไว้ที่เดิม วางรวมกัน（放在一起） วางแยกกัน（分开放） วางห่าง ๆ（放得远远的） วางใกล้ ๆ（放得近）

เดิม	เดิมที (原来) อันเดิม ชิ้นเดิม ของเดิม ๆ (原来的东西)
	คนเดิม ๆ (原来的人)
ตกลง	ข้อตกลง ตกลงครับ ตกลงกันแล้ว (相互同意，达成一致)
	ไม่ตกลง (不同意，没有达成一致)
แบ่ง	แบ่งเวร แบ่งเค้ก แบ่งเงิน แบ่งกัน แบ่งงาน
เดียว	วันเดียว เดือนเดียว ชั่วโมงเดียว อันเดียว เดี๋ยวเดียว (一会儿)
ส่วนกลาง	ถังขยะส่วนกลาง ไม้กวาดส่วนกลาง ตะเกียบส่วนกลาง (公用筷子)
	ช้อนส่วนกลาง (公用勺) ทิชชู่ส่วนกลาง (公用卫生纸)
กลิ่น	กลิ่นอับ กลิ่นเหม็น กลิ่นไม่ดี กลิ่นตุ ๆ (异味)
	กลิ่นแปลก ๆ

คำศัพท์เกี่ยวกับห้องน้ำ (ห้องสุขา) ภารกิจในห้องน้ำ สุขภัณฑ์ใน ห้องน้ำ และประโยคบอกกล่าวการเข้าห้องน้ำอย่างสุภาพ
卫生间、卫生用具等相关词汇以及相关礼貌用语

2.1 คำศัพท์เกี่ยวกับห้องน้ำ สุขภัณฑ์ในห้องน้ำ 卫生间、卫生用具等相关词汇

ห้องน้ำ ห้องอาบน้ำ ห้องสุขา (洗手间) ห้องส้วม (厕所)

ห้องส้วมสาธารณะ (公共厕所) ห้องน้ำสาธารณะอัจฉริยะ "ไฟว์ สเปซ"

(Five Space 智慧公厕) โถส้วม (马桶) โถปัสสาวะ (马桶)

โถสุขภัณฑ์อัจฉริยะ (智能马桶) โถส้วมนั่งยอง (蹲便器)

ฝาปิดโถส้วม (马桶盖) ชักโครก (抽水马桶) สายฉีดชำระ (喷水头)

เครื่องเป่ามืออัตโนมัติ (自动洗手烘干机) อ่างล้างมือ (洗手池)

อ่างอาบน้ำ (浴缸) ก๊อกน้ำ (水龙头) ฝักบัว (淋浴头、花洒)

2.2 สำนวนและประโยคเกี่ยวกับกิจวัตรในห้องน้ำ 卫生间相关用语

礼貌用语： ปัสสาวะ (解手) อุจจาระ (如厕) ถ่ายอุจจาระ (排泄)

不礼貌说法： เยี่ยว ฉี่ อึ ขี้

其他表示上厕所的礼貌说法：

- ปวดหนัก (大便)
- ปวดเบา (小便)
- ขอไปห้องน้ำหน่อยนะ
- ขอไปสุขาหน่อยนะ

3 โครงสร้างประโยค 句型结构

3.1 ประโยคคำถามเพื่อต้องการการยืนยันความถูกต้อง ชัดเจน 求证真实情况的问句

- เธอคือคนที่ย้ายมาอยู่กับพวกเราใช่มั้ย (ใช่ไหม)
- อาจารย์ครับ อาจารย์คือคนที่จะสอนวิชาการพูดให้พวกเราใช่มั้ย
- สุวิชาคะ คุณคือนักศึกษาที่มาจากซานตงใช่มั้ย
- คุณคือนักศึกษาไทยที่จะมาช่วยติวให้พวกเราใช่มั้ย
- โต๊ะเขียนหนังสือตัวที่อยู่ด้านในสุด คือโต๊ะของผมใช่มั้ย
- พจนานุกรมที่วางบนโต๊ะของเปรียวคือพจนานุกรมของฝนใช่มั้ย
- ที่ตักขยะสีเขียวคือที่ตักขยะของชั้นเรียนเราใช่มั้ย
- ตู้น้ำดื่มข้าง ๆ ห้องน้ำเป็นตู้น้ำดื่มสำหรับทุกคนใช่มั้ย
- ไม้กวาดที่อยู่หน้าห้องน้ำเป็นของแม่บ้านใช่มั้ย ยืมใช้ได้ใช่มั้ย

3.2 “จ้ะ” 应答词、语气词

“จ้ะ”是应答词，意为“对”“没错”，置于句末可以起到强调语气的作用。该词广泛使用于女性群体当中，另外也可用于长辈（男女皆可）对晚辈说话的语境之中，起到补充音节，表示礼貌、亲昵的作用。该词在问句中的发音

须变为"จ๊ะ"，如 "จะไปกันหรือยังจ๊ะ" "มีแฟนหรือยังจ๊ะ"

- จ้ะ ใช่แล้วจ้ะ

- ทำเสร็จแล้วจ้ะ

- ไม่ใช่จ้ะ

- อะไร อะไรก็ได้จ้ะ

3.3 "คือ +量+ ที่"　是……的那一个

- โต๊ะเขียนหนังสือของเธอ คือตัวที่อยู่ทางขวามือด้านในนั่นนะ

- กระเป๋าสัมภาระของคุณ คือใบที่อยู่ด้านในสุดใบนั้นนะ

- กาต้มน้ำไฟฟ้า (电热水壶) ของห้องเรา คือใบที่ตั้งอยู่บนโต๊ะของโต้งนั่น

- ถุงขนมของแกคือถุงสีขาวนั่น ไม่ใช่ถุงนี้

3.4 "จะได้...."　才能……、才可以……

- ผมจะพาคุณไปดูโรงอาหารนักศึกษาของเราก่อน จะได้รู้ว่าอยู่ที่ไหน

- ผ้าขี้ริ้ว (抹布) ผืนนี้ให้เธอยืมก่อน จะได้เอาไปเช็ดโต๊ะและเก้าอี้

- ปลอก (外壳) สวมชอล์กนี้ พวกเราซื้อให้อาจารย์ เวลาอาจารย์เขียนกระดาน
  มือจะได้ไม่เลอะ

- ฉีดยาฆ่ายุง (喷灭蚊剂) ก่อนนอน กลางคืนจะได้หลับสบาย

- ฉันจะพาเธอไปรู้จักฝน จะได้คบกันเป็นเพื่อนไว้ (成为朋友)

3.5 “ก็น่าจะได้” “ไม่น่าจะมีปัญหา” “ก็น่าจะไม่มีปัญหา” “ไม่น่าจะเป็นปัญหา”

应该可以的、应该不成问题、应该没问题、不太会出问题

- ยืมใช้ก่อนก็น่าจะได้
- เสาร์หรืออาทิตย์ก็น่าจะได้ทั้งสองวัน โทรนัดเขาเลย
- เอกเป็นคนใจดี คุณบอกเขาไปสิว่าลืมคืนหนังสือให้เขา ผมว่าไม่น่าจะมีปัญหานะ
- ใช้เสร็จแล้วรีบเอาไปคืน ก็น่าจะไม่มีปัญหานะ
- ที่โกยขยะส่วนกลาง ยืมใช้ก่อนไม่น่าจะเป็นปัญหานะ

3.6 “....เสร็จแล้ว อย่าลืม....(ด้วย)” ……完，别忘了……

- ใช้หนังสือเล่มนี้เสร็จแล้ว อย่าลืมเอาไปให้เปรียวยืมต่อนะ
- เวลาใช้ห้องน้ำเสร็จแล้ว อย่าลืมกดชักโครก（冲厕所）ด้วย
- ใช้อ่างล้างหน้าเสร็จแล้ว อย่าลืมเช็ดให้สะอาดด้วย
- กินเสร็จแล้ว อย่าลืมเก็บจานไปล้างด้วย
- ซักผ้าเสร็จแล้ว อย่าลืมตาก（晾）ด้วย

3.7 “เป็นของ” 是……的

- เวรวันนี้เป็นของใคร
- กระเป๋าสัมภาระใบนี้เป็นของเธอหรือของเขา
- เวรวันจันทร์ถึงศุกร์ ช่วงกลางวันเป็นของพยาบาลชื่อสมศรี
- อะไรที่ไม่เป็นของเรา ก็ไม่ใช่ของเรา อย่าไปลักขโมย（偷窃）มาเลย ไม่ดี
- ไม้กวาดและที่โกยผงนี้เป็นของส่วนกลาง ใช้เสร็จแล้วเอาไปคืนด้วย

อ่าน-ออกเสียง 发音练习

อ่านออกเสียงคำศัพท์และชื่อเฉพาะในบทเรียน 朗读课文生词

1) เสียง “ร”	เปรียว รู้จัก รูมเมท รบกวน รับผิด รับผิดชอบ รักษา รักษาความสะอาด
2) วรรณยุกต์ตรี (1)	กุ๊ก ก๊อก เคาะ โต๊ะ ซัก ล้าง พื้น ทิ้ง น้ำ มด เช็ด
3) วรรณยุกต์ตรี (2)	ห้องน้ำ ถังน้ำ น้ำดื่ม กระติกน้ำ สัมภาระ กระติกน้ำร้อน ผ้าเช็ดโต๊ะ อ่างซักล้าง
4) เสียงสระ “อือ”	คือ ชื่อ ลืม ยืน คืน กลางคืน ลืมยืม

แยกแยะเสียงสระใกล้เคียง 分辨读音相近的元音

เมท แมช	เสร็จ แสด	เอดส์ แอด
เสก แสก	เวร แวร์	เลง แลง
เต แตง	เปล แปรง	เปรียว เปลว
ปลาม ปลัม	เบ่ง แบ่ง	ยิม ยืม
หอ โห	ห้อง โห้ง	ต้อง โต้ง
ยอม โยม	มอ โมง	ทัง ทาง
รั้ง ล้าง	จัง จาง	วัง วาง

③ ออกเสียงสระ "เอีย" และแยกแยะเสียง "เอีย" ที่ตามด้วยตัวสะกดต่าง ๆ
练习"เอีย"的发音以及其与各种尾辅音的拼读

1) เขียน เรียน เพียร เซียน เอียน

2) เตียง เจียง เอียง เคียง เที่ยง ๆ เปรี้ยงๆ

3) เดียว เชียว เรียว เลียว เลี้ยว เปรียว

4) เตียงเอียง เพียรเรียน เครื่องเคียง เครื่องเขียน
เซียนไพ่ ร้อนเปรี้ยง ร้อนทีเดียวเชียว

แบบฝึกหัด 练习

① ขยายคำศัพท์ตามตัวอย่าง 根据示例练习组词

1) ทำความสะอาด	ทำความสะอาดห้องน้ำ ทำความสะอาดหน้าจอคอมพิวเตอร์ ①	②	③
2) เช็ด	เช็ดพื้น เช็ดมือ ①	②	③
3) ถู	ถูพื้น ถูมือ ①	②	③
4) ซัก	ซักกางเกง ซักกางเกงใน（内裤） ซักหมวก ①	②	③
5) ล้าง	ล้างหน้า ล้างมือ ①	②	③

6) กวาด (扫)　　　กวาดขยะ　กวาดพื้น

　　　　　　　　　①　　　　　　②　　　　　　③

7) โกย　　　　　　โกยเศษอาหาร (食物残渣)

　　　　　　　　　①　　　　　　②　　　　　　③

8) วาง　　　　　　วางไม้กวาด　วางไม้กวาดที่พื้น

　　　　　　　　　①　　　　　　②　　　　　　③

9) ทิ้ง　　　　　　ทิ้งของเก่า　ทิ้งทิชชู่

　　　　　　　　　①　　　　　　②　　　　　　③

10) เติม　　　　　เติมทิชชู่　เติมผงซักฟอก (洗衣粉)

　　　　　　　　　①　　　　　　②　　　　　　③

สืบค้นคำแปลภาษาจีนของชื่อสัตว์และแมลงต่าง ๆ ดังต่อไปนี้
查找填写以下动物和昆虫的中文名称

1) มด　　　　　　　　　6) หนู

2) แมลง　　　　　　　　7) ยุง

3) แมลงสาบ　　　　　　8) แมงมุม

4) แมลงวัน　　　　　　　9) ตะขาบ

5) จิ้งจก　　　　　　　　10) ปลวก

ยากันยุง

ยาฆ่าแมลง...

③ เลือกคำในตารางเติมในช่องว่างให้สมบูรณ์ (เลือกคำซ้ำได้)

选择方框中的词语填入空格中（可以重复选择）

คืน เอา พูดคุย ทิ้ง ซัก ลาก ชะโงก เติม เต็ม ไม่ใช่ อยู่
พา ใช้ แบ่ง ยืม ตกลง วาง แล้วค่อย ตรงนี้ ที่เดิม

1) หนังสือของฉัน_____อยู่บนโต๊ะด้านนอกใช่มั้ย

2) คุณจะ_____สัมภาระไปไหน เคาน์เตอร์เช็คอิน (前台) _____ที่นี่

3) คุณยังไม่เคยมาที่นี่ ฉันจะ_____คุณไปหอพักของพวกเราก่อน_____
ไปโรงอาหารกัน

4) ฉันวางสัมภาระ_____ได้มั้ย

5) _____เสร็จแล้ว อย่าลืมนำไปวางไว้_____ด้วยนะครับ

6) ขอ_____กันหน่อยว่า พวกเราจะ_____งานกันยังไง

7) ช่วย_____กระติกน้ำร้อนไป_____น้ำให้หน่อย ขอบใจจ้ะ

8) นั่น_____ไม้กวาดของห้องพักพวกเรา ไม้กวาดห้องพักพวกเราสีเขียว

9) ที่โกยขยะ เธอ_____ไปแล้วทำไมไม่รีบเอามา_____ พวกเราต้อง
_____เหมือนกัน

10) _____พวกเราจะ_____เวรทำความสะอาดชั้นเรียนอย่างไร

11) ถ้าเห็นถังขยะ_____ ก็รีบเอาไป_____ ตั้งทิ้งไว้นาน ๆ เดี๋ยวแมลงมา

12) _____ดูหน่อยสิว่า กุ๊กกำลัง_____ผ้าอยู่ในห้องน้ำใช่มั้ย ทำไมนานจัง

รวบรวมคำศัพท์เกี่ยวกับ "งานบ้าน"และถาม-ตอบคำถามต่อไปนี้
总结关于家务的词汇并回答问题

1) ชั้นเรียนของคุณมีการแบ่งเวรทำความสะอาดมั้ย (ไหม) แบ่งเวรกันอย่างไร

2) หอพักของคุณมีแม่บ้านมาทำความสะอาดให้หรือเปล่า แม่บ้านอายุประมาณ
   เท่าไร ทำความสะอาดดีมั้ย

3) หอพักของคุณมีการแบ่งเวรกันทำความสะอาดมั้ย แบ่งเวรกันอย่างไร

4) ตอนที่คุณอยู่บ้าน คุณรับผิดชอบช่วยงานบ้าน (家务) อะไรบ้าง

5) งานบ้านประเภทไหนที่คุณชอบและไม่ชอบ

บันทึกประโยคที่อาจารย์ช่วยปรับแก้ 记录老师修改后的句子

....

....

....

....

....

....

....

....

....

....

5 แบ่งกลุ่มสนทนา 分组对话

แบ่งกลุ่มนักศึกษากลุ่มละ 3-4 คน สร้างบทสนทนาเลียนแบบสถานการณ์ในบทเรียนว่ามีเพื่อนร่วมห้องพักคนใหม่เพิ่งย้ายเข้ามาอาศัยในห้องพักด้วยกัน หัวข้อที่แนะนำได้แก่ แนะนำตัว แนะนำสมาชิกร่วมห้องพัก แนะนำเรื่องทั่วไปของหอพัก แนะนำการใช้ชีวิตในห้องพักร่วมกัน เป็นต้น

学生3~4人一组，模仿课文中的情景（有一名新室友刚刚搬进宿舍）进行对话。对话主题包括：自我介绍、介绍室友、介绍宿舍基本情况、介绍在宿舍中共同生活的情况等等。

บันทึกประโยคที่อาจารย์ช่วยปรับแก้ 记录老师修改后的句子

บทที่8 การเรียนภาษาไทยของพวกเรา
第 8 课 我们的泰语学习情况

สาระสำคัญประจำบท

1. คำศัพท์ชื่อคณะวิชาและชื่อรายวิชาต่าง ๆ
2. ประโยคสนทนาแนะนำการเรียนการสอนภาษาไทยของหลักสูตรหรือในชั้นเรียน
3. โครงสร้างประโยคกล่าวชื่นชมด้วยคำว่า “ทำไมถึง” “โอ้โห” “มิน่าถึง” “ใช้ได้ดีทีเดียวเลย”
4. โครงสร้างประโยคการชี้แจงแบบขยายความโดยใช้คำว่า “เดิม (แต่เดิม)” “จริง ๆ แล้ว” “มีแค่”
5. ฝึกพูดคำอุทานชื่นชอบและดีใจให้เป็นธรรมชาติ
6. คำอวยพรที่ขึ้นต้นด้วยคำว่า “ขอให้”
7. ระดับภาษาสนทนาประจำบท : ภาษาสุภาพทั่วไป

本课要点

1. 学习专业和课程名称的相关词汇
2. 学习介绍本专业或班内泰语教学的情况
3. 学习表示赞扬、夸奖的句式，如：“ทำไมถึง” “โอ้โห” “มิน่าถึง” “ใช้ได้ดีทีเดียวเลย”
4. 学习表示补充说明的句式，如：“เดิม (แต่เดิม)” “จริง ๆ แล้ว” “มีแค่”
5. 熟练掌握表示赞赏或开心的感叹词

6. 练习以 "ขอให้" 开头的祝福语

7. 本课会话语言风格：一般礼貌用语

คำศัพท์ออกเสียงบังคับประจำบท
本课发音重点词汇

ขึ้นชั้น เลือกเรียน เริ่มรัก งู ๆ ปลา ๆ สุนทรพจน์ ประวัติศาสตร์ไทย

บทเรียน 课文

1 ทำไมคุณเลือกเรียนภาษาไทย   你为什么选择学习泰语呢？

A   คุณเรียนคณะอะไรคะ ทำไมถึงพูดภาษาไทยได้

B   คณะภาษาเอเชียศึกษา ภาควิชาภาษาไทยครับ

A   มิน่า.... คุณเรียนอยู่ปีไหนแล้วคะ

B   ผมเป็นนักศึกษาภาควิชาภาษาไทยชั้นปีที่ 2 เพิ่งจะขึ้นชั้นปีที่ 2
      เมื่อต้นเทอมนี้ครับ

A   ภาษาไทยยากมั้ย (ไหม) คะ ทำไมคุณถึงเลือกเรียนภาษาไทย

B   เดิมผมเลือกเอกภาษาโปรตุเกสครับ หลายคนชอบถามผมว่าทำไม
      เลือกภาษาไทย จริง ๆ แล้ว ผมไม่ได้เลือกภาษาไทยครับแต่ภาษา

ไทยเลือกผมต่างหาก (ฮาฮา)

A แล้วตอนนี้ล่ะคะ คุณยังอยากเรียนภาษาโปรตุเกสอีกมั้ย

B ผมเริ่มรักภาษาไทยตั้งแต่สัปดาห์แรกของการเรียนแล้วละครับ ผม
รักอาจารย์ทุกท่านและเพื่อนร่วมชั้นทุกคน อาจารย์ของพวกเรา
สอนสนุกและตั้งใจสอนมาก เพื่อนในชั้นเรียนก็ขยันและตั้งใจเรียน

A คุณเพิ่งจะเรียนภาษาไทยไม่นานก็พูดได้หลายประโยค ใช้ได้ดีทีเดียวเลย

B ไม่หรอกครับ อาจารย์ไตรภพเคยติงว่า ภาษาไทยของพวกเรา
งู ๆ ปลา ๆ และพูดว่าพวกคุณยังต้องขยันเรียนให้มากกว่านี้

ศัพท์ วลีและข้อสังเกต 单词、短语及知识点

1.	เรียน (ศึกษา ⟨书⟩)	学习
2.	ทำไมถึง	怎么会
3.	คณะ (คณะวิชา)	院系
4.	ภาษาเอเชีย	亚洲语言
5.	คณะเอเชียศึกษา	亚洲学院
6.	ภาควิชา (สาขาวิชา)	专业
7.	มิน่า	怪不得、难怪
8.	ปี (ชั้นปี)	年级
8.	ชั้นปีที่	第……年级
9.	เพิ่งจะ	刚刚

10.	ขึ้นชั้น (ขึ้นชั้นปี)	升级（……年级）
11.	ต้นเทอม	学期的开始
12.	เทอม (ภาคการศึกษา)	学期
13.	ยาก	难
14.	ถึง (ทำไมถึง)	会（为什么会）
15.	เลือก	选择、挑选
16.	เอก (วิชาเอก)	主修专业
17.	ภาษาโปรตุเกส	葡萄牙语
18.	หลายคน	好多人
19.	ถาม	问
20.	จริง ๆ แล้ว	实际上
21.	ต่างหาก	而是
22.	ฮาฮา	哈哈
23.	อีกมั้ย	还……吗
24.	เริ่ม	开始
25.	รัก	爱
26.	ตั้งแต่	从……开始
27.	สัปดาห์แรก	第一周
28.	สนุก	有趣
29.	ตั้งใจ	认真
30.	เพื่อนในชั้นเรียน	同班同学
31.	ขยัน	刻苦
32.	ใช้ได้ดีทีเดียว	相当可以

33.	ไม่หรอก	才没有、才不是呢
35.	ติง (ท้วงติง)	反驳、批评
36.	งู ๆ ปลา ๆ	一般般
37.	พูดว่า	说
38.	....ให้มากกว่า	更加……

แต่ละเทอมเรียนวิชาอะไรบ้าง 各个学期都学哪些科目?

A แต่ละเทอมเรียนวิชาอะไรบ้าง วิชาละกี่ชั่วโมง

B เทอมแรกพวกเราเรียนเฉพาะวิชาภาษาไทยพื้นฐาน
สัปดาห์ละประมาณ 10 ชั่วโมง

A โอ้โห สิบชั่วโมงต่อสัปดาห์เลยหรอ มิน่าถึงพูดภาษาไทยได้เร็ว

B พวกเราเพิ่งจะเรียนวิชาการพูดภาษาไทยในเทอมนี้ วิชานี้เป็นวิชา
ที่ผมชอบที่สุด อาจารย์สอนสนุกและใส่ใจพวกเราทุกคน

A เทอมนี้ นอกจากวิชาการพูด ยังเรียนวิชาอะไรอีกบ้างคะ

B มีแค่วิชาภาษาไทยพื้นฐานกับวิชาการพูดครับ ปีที่สองพวกเราถึง
จะเรียนวิชา การอ่านหนังสือพิมพ์ การเขียน ปีต่อ ๆ ไปเรียน
วิชาการแปล การล่าม การกล่าวสุนทรพจน์ ประวัติศาสตร์ไทย และ
วิชาอื่น ๆ อีกหลายวิชา

A ขอให้คุณสนุกกับการเรียน มีอะไรไม่เข้าใจมาถามฉันได้นะ

B ขอบคุณล่วงหน้าครับ

ศัพท์ วลีและข้อสังเกต 单词、短语及知识点

1.	แต่ละ	各个
2.	วิชา	课程
3.	ชั่วโมง	小时
4.	เทอมแรก	第一个学期
5.	ภาษาไทยพื้นฐาน	基础泰语
6.	พื้นฐาน	基础
7.	โอ้โห	哇哦 注 表示惊讶
8.	ต่อ.... (ต่อ + 时间量词)	每个
9.	มิน่าถึง....	怪不得会……
10.	การพูด	口语
11.	ใส่ใจ	关心
12.	นอกจาก....ยัง....	除了……还……
13.	มีแค่	只有
14.	ถึงจะ	才会
15.	การอ่าน	朗读、阅读
16.	หนังสือพิมพ์	报纸
17.	การเขียน	写作
18.	ปีต่อ ๆ ไป	往后几年、接下来的几年 注 ต่อไป 之后的，ปีต่อไป 明年
19.	การแปล	翻译
20.	การล่าม	口译

21.	การกล่าวสุนทรพจน์	演讲
22.	ประวัติศาสตร์ไทย	泰国历史
23.	อื่น ๆ	其他
24.	ขอให้	希望、祝愿
25.	เข้าใจ	明白
26.	ล่วงหน้า	事先、提前

ย้ำคำซ้ำความ 课文语音重点

1

A คุณเรียนคณะอะไรคะ ทำไม ถึง~~เถิง~~พูดภาษาไทยได้

B คณะภาษาเอเชียศึกษา ภาควิชาภาษาไทยครับ

A มิน่า.... คุณเรียนอยู่ปีไหนแล้วคะ

B ผมเป็นนักศึกษาภาควิชาภาษาไทยชั้นปีที่ 2 เพิ่งจะขึ้นปีที่ 2 เมื่อ ต้น(โอะ) เทอมนี้ครับ

A ภาษาไทยยากมั้ยคะ ทำไมคุณ ถึง เลือก เรียนภาษาไทย

B เดิม ผม เลือก เอกภาษาโปรตุเกสครับ หลายคน ชอบ ถามผมว่า ทำไมเลือก ภาษาไทย จริง ๆ แล้ว ผมไม่ได้ เลือก ภาษาไทยครับ แต่ภาษาไทย เลือก ผมต่างหาก (ฮาฮา)

A แล้วตอนนี้ละคะ คุณยังอยากเรียนภาษาโปรตุเกสอีกมั้ย

B ผมเริ่มรักภาษาไทย**ตั้งแต่**สัปดาห์แรกของการเรียนแล้วละครับ ผมรักอาจารย์ทุกท่านและเพื่อนร่วมชั้นทุกคน อาจารย์ของพวกเราสอนสนุกและตั้งใจสอนมาก เพื่อนในชั้นเรียนก็ขยันและตั้งใจเรียน

A คุณเพิ่งจะเรียนภาษาไทยไม่นานก็พูดได้หลายประโยค ใช้ได้ดีทีเดียวเลย

B ไม่หรอกครับ อาจารย์ไตรภพเคยติงว่า ภาษาไทยของพวกเรางู ๆ ปลา ๆ และพูด(อู)ว่า พวกคุณยังต้องขยันเรียนให้มากกว่านี้

2

A แต่ละเทอมเรียนวิชาอะไรบ้าง วิชาละกี่ชั่วโมง

B เทอมแรกพวกเราเรียนเฉพาะวิชาภาษาไทยพื้นฐาน สัปดาห์ละประมาณ 10 ชั่วโมง

A **โอโห** สิบชั่วโมงต่อสัปดาห์ เลยหรอ **มิน่าถึง**พูดภาษาไทยได้เร็ว

B พวกเรา เพิ่ง จะเรียนวิชาการ พูด ภาษาไทยในเทอมนี้ วิชานี้เป็นวิชาที่ผมชอบที่สุด อาจารย์สอนสนุก และ ใส่ใจ พวกเราทุกคน

A เทอมนี้ นอกจากวิชา การพูด ยังเรียนวิชาอะไรอีก บ้าง(อา)คะ

B มีแค่ วิชาภาษาไทยพื้นฐาน กับวิชา การพูด ครับ ปีที่ สอง พวกเรา ถึง จะเรียนวิชา การอ่าน หนังสือพิมพ์ การเขียน ปีต่อ ๆ ไป เรียนวิชา การแปล การล่าม การกล่าวสุนทรพจน์(สุน-ทอ-ระ-พด) ประวัติศาสตร์(ประ-วัด-ติ-สาด)ไทย และวิชาอื่น ๆ อีก หลาย วิชา

A ขอให้คุณสนุกกับการเรียน มีอะไรไม่เข้าใจมาถามฉันได้นะ

B ขอบคุณ ล่วงหน้า ครับ

เสริมความรู้ 补充知识

1 ศัพท์เสริม 补充词汇

1.1 ชื่อคณะวิชา 院系名称

คณะภาษาต่างประเทศ คณะภาษาตะวันออก

คณะภาษาเอเชียศึกษา คณะภาษาแอฟริกันศึกษา

คณะศึกษาศาสตร์ คณะเกษตรศาสตร์ (กะ-เสด-สาด)

คณะวิทยาศาสตร์และเทคโนโลยี

คณะมนุษยศาสตร์และสังคมศาสตร์ (มะ-นุด-สะ-ยะ-สาด, สัง-คม-(มะ)-สาด)

คณะวิศวกรรมศาสตร์ (วิ-สะ-วะ-กัม-มะ-สาด)

คณะนิเทศศาสตร์ (นิ-เทด-สาด)

คณะเทคโนโลยีสารสนเทศ (เทค-โน-โล-ยี-สา-ระ-สน-เทด)

คณะสถาปัตยกรรมศาสตร์ (สะ-ถา-ปัด-ตะ-ยะ-กำ-มะ-สาด)

คณะสัตวแพทยศาสตร์ (สัด-ตะ-วะ-แพด-ทะ-ยะ-สาด)

คณะบริหารธุรกิจ คณะเศรษฐศาสตร์ (เสด-ถะ-สาด)

คณะจิตวิทยา (จิด-ตะ-วิด-ทะ-ยา) คณะปรัชญา (ปรัด-ยา, ปรัด-ชะ-ยา)

คณะการแพทย์แผนจีน คณะพลศึกษา

1.2 ชื่อรายวิชา 课程名称

การพูดภาษาไทย การเขียนภาษาไทย การอ่านภาษาไทย การแปล การล่าม การกล่าวสุนทรพจน์ การอ่านหนังสือพิมพ์ ประวัติศาสตร์ การเมือง-การปกครอง บริหารธุรกิจ ฟิสิกส์ เคมี วิทยาศาสตร์ ชีววิทยา พลศึกษา (กีฬา)

2 ประโยคอวยพร “ขอให้....” 以“ขอให้....”开头的祝福语

ขอให้สนุก กับ	การเรียน (นะ/ นะคะ/ นะครับ)
......	การทำงาน
	การท่องเที่ยว สุดสัปดาห์นี้ (周末旅行)

- ขอให้โชคดี 祝你好运 (โชคดีนะ/โชคดีนะครับ/โชคดีนะคะ)
- ขอให้ประสบความสำเร็จ 祝你成功
- ขอให้วันนี้เป็นวันที่ดี 祝你有美好的一天
- ขอให้ร่ำรวย ๆ นะ 恭喜发财
- ขอให้สอบผ่านนะ 祝你通过考试
- ขอให้เจอคนที่ใช่ 祝你遇到对的人
- ขอให้วิกฤต (วิ-กริด) โคโรนา ผ่านพ้นไปเร็ว ๆ 希望新冠疫情快快过去

ขอให้โชคดีนะครับ　　โชคดีนะคุณ

ขอให้สุขภาพแข็งแรงนะคะ　　พบกันใหม่โอกาสหน้านะ

3 โครงสร้างประโยคแสดงความสงสัยและกล่าวชื่นชม
表示怀疑、赞扬夸奖的句型

3.1 "ทำไมถึง...." "ทำไม.... ถึง...." 怎么会……、……怎么会……

"ทำไม" 用在问句中一般表示希望知道原因，而 "ทำไมถึง" "ทำไมจึง" 用在问句中则强调，是什么原因才导致现在的结果。"ทำไมถึง" 还经常用在感叹句中，表示赞扬、夸奖的情感。

- ทำไมเขาถึงเลือกซื้อโทรศัพท์มือถือยี่ห้อออปโป้ (Oppo)
- ทำไมคุณถึงไม่บอกเขาตรง ๆ ว่าวันนี้ติดธุระ ไปไม่ได้
- ทำไมอยู่ดี ๆ เธอสองคนถึงไม่พูดกัน (ไม่คุยกัน)
- ทำไมคุณถึงเลือกเรียนภาษาไทย
- ทำไมคุณถึงพูดภาษาไทยได้คล่องจัง !
- ทำไมถึงเก่งแบบนี้ !
- ทำไมถึงร้องเพลงสากลเก่งขนาดนั้น !
- ทำไมเด็กคนนี้ถึงรู้ประวัติศาสตร์ไทยมากอย่างนี้ !

3.2 "ใช้ได้ทีเดียว" "ใช้ได้ดีทีเดียว" "ใช้ได้ดีทีเดียวเลย" 还不错、非常好、非常不错

"ใช้ได้ทีเดียว" 是用来表示赞赏的短语，表示还不错，还可以，而 "ใช้ได้ดีทีเดียว" 和 "ใช้ได้ดีทีเดียวเลย" 程度更深，表示很好很厉害，强调了说话人的赞赏之情。在口语表达时应把这几个短语表达完整，才比较自然，比如 สวยใช้ได้ทีเดียว เก่งใช้ได้ทีเดียว คล่องใช้ได้ทีเดียว。

- เรียนภาษาญี่ปุ่นแค่สามเดือน พูดภาษาญี่ปุ่นใช้ได้ดีทีเดียวเลย
- น้องดาทำงานเก่งใช้ได้ดีทีเดียวเลย
- พับกระดาษเป็นรูปนกได้สวยดีทีเดียวเลย
- นักแสดงคนนี้อายุน้อย แต่แสดงหนังเก่งใช้ได้ทีเดียวเลย

พับ
นก

149

3.3 “....ที่สุด” 最……

- อาจารย์ท่านนี้ เป็นอาจารย์ที่ผมเคารพที่สุด
- อาหารจานนี้ เป็นอาหารที่หนูชอบที่สุด
- เขาคนนั้นเป็นเพื่อนนักเรียนที่สูงที่สุดในชั้นเรียนภาษาไทยของเรา
- สัตว์จำพวกแมลงต่าง ๆ ฉันไม่ชอบแมลงสาบมากที่สุด

3.4 “มิน่า” “มิน่าถึง....” 难怪、怪不得能……

“มิน่า”用在感叹句中，表示“怪不得能做到某事”。“มิน่า”“มิน่าถึง”可以用来表达赞赏，也可以用来表达批评或讽刺的态度。

- จุ๋มขยัน มิน่าถึงเรียนดี
- มิน่าถึงเก่งคณิตศาสตร์ คุณพ่อเป็นอาจารย์สอนวิชาฟิสิกส์（物理）นี่เอง
- คุณพ่อคุณแม่หน้าตาดี มิน่าถึงหล่อ
- เจนกินจุ มิน่าเธอถึงอ้วน
- เจี๊ยบกินน้อย มิน่าเธอถึงผอม
- จ๋อมไม่ค่อยพูด มิน่าถึงเพื่อนน้อย
- จ๊อบช่างพูด（健谈）มิน่าถึงเพื่อนเยอะ

4 โครงสร้างประโยคชี้แจงแบบขยายความ　扩展句意

4.1 “เดิม” (เดิมที, แต่เดิม) 原先、本来

- เดิมคุณพ่อคุณแม่อยากให้ดิฉันเรียนภาษาโปรตุเกส แต่ดิฉันอยากเรียนภาษาไทยมากกว่า
- เดิมฉันป่วยอยู่เสมอ หลังจากเล่นโยคะ（瑜伽）ตอนนี้ฉันสุขภาพดีขึ้นแล้ว
- เดิมพี่ชัยทำงานที่ ICBC ตอนนี้ทำที่ Bank of China

- แต่เดิมผมไม่ค่อยชอบเพื่อนคนนี้ คบไปคบมา（相处一段时间） ตอนนี้เริ่มชอบแล้ว

4.2 "จริง ๆ แล้ว" 其实

- จริง ๆ แล้ว เขาขาดเรียนบ่อย เพราะต้องดูแลคุณแม่ที่อยู่โรงพยาบาล
- จริง ๆ แล้ว หนูชอบไปเยี่ยมคุณตากับคุณยายที่ชนบท แต่ตอนนี้หนูไม่ค่อยมีเวลา ว่างไปเยี่ยมท่านทั้งสองเลย
- เขาอยู่บ้านคนเดียว จริง ๆ แล้ว เขาดูแลตัวเองได้
- จริง ๆ แล้ว ที่น้องเธอพูดภาษาไทยได้คล่อง เพราะคุณแม่ของน้องเป็นคนไทย
- หลายคนชอบถามฉันว่าทำไมไม่พูดกับเขา จริง ๆ แล้วฉันก็ไม่ได้โกรธเขา แค่ไม่ พอใจนิดหน่อย

4.3 "มีแค่" 只有……

　　"只有……" 的泰语表达是 "มีแค่"〈口〉或 "มีเพียง"〈书〉, 不应直译为 "แค่มี" 或者 "เพียงมี"

- การบ้านวันนี้มีแค่นี้ ทำเดี๋ยวเดียว（一小会儿）ก็เสร็จ
- ชั้นเรียนวิชาภาษาอูรดู（乌尔都语）มีแค่เจ็ดคน น้อยจัง (✗แค่มีเจ็ดคน....)
- มีแค่เราสองคนที่ยังสอบไม่ผ่าน (✗แค่มีเราสองคน....)
- มังคุดมีเพียงสองลูก เราแบ่ง（分）คนละลูก (✗เพียงมีสองลูก....)
- หนูอยากไปเที่ยวหลายทวีป（大洲）มีแค่ทวีปอเมริกาใต้ที่หนูไม่อยากไป

  (✗แค่มีทวีปอเมริกาใต้....)

อ่าน-ออกเสียง 发音练习

1 ฝึกออกเสียงประโยคแสดงความชื่นชม ชื่นชอบและประโยคอุทานต่าง ๆ 练习以下表示赞赏、喜爱和其他情感的感叹句

- มิน่า ! ทำไมถึงเรียนเก่ง
- มิน่า ! ทำไมถึงสวย
- มิน่า ! ทำไมถึงพูดคล่อง
- มิน่า ! ทำไมถึงใคร ๆ ก็รัก

- โอ้โห ! เก่งจัง !
- โอ้โห ! แพงจัง !
- โอ้โห ! ทำไมสวยขนาดนี้ !
- โอ้โห ! ทำไมเก่งขนาดนี้ !

- เรียนได้ดีทีเดียวเลยครับ/ค่ะ !
- สวยและเก่งทีเดียวเลย !
- พูดคล่องใช้ได้ทีเดียวเลย !
- เรียนปีแรกก็พูดคล่องใช้ได้ดีทีเดียวเลย !
- ภาษาจีนของคุณใช้ได้ดีทีเดียวเลยนะ !
- คุณขยันใช้ได้ดีทีเดียวเลยนะ !

2 ทบทวนการอ่านออกเสียงชื่อคณะวิชาและชื่อรายวิชาต่าง ๆ (ข้อ 1.1-1.2) 回顾朗读 1.1-1.2 中出现的院系名和课程名

แบบฝึกหัด 练习

1 ขยายคำศัพท์ตามตัวอย่าง 根据示例练习组词

1) แรก	อันแรก ครั้งแรก ปากกาแท่งแรก		
	①	②	③
	④	⑤	
2) ทุก	ทุกวัน ทุกครั้ง ทุกนาที		
	①	②	③
	④	⑤	
3) ตั้งใจ	ตั้งใจทำ ตั้งใจเรียน		
	①	②	③
	④	⑤	
4)....ว่า	พูดว่า อย่างว่า ประมาณว่า (估计)		
	①	②	③
	④	⑤	
5) พูดได้....	พูดได้คล่อง พูดได้เยี่ยม		
	①	②	③
	④	⑤	

2 ตั้งคำถามจากประโยคคำตอบต่อไปนี้ 根据回答提问

1) A ______________________________

B ดิฉันเรียนอยู่ภาควิชาภาษาเกาหลี คณะภาษาตะวันออก (东方语言系) ค่ะ

2) A ______________________________

B เดิมผมไม่ใช่นักศึกษาคณะวิชาภาษาจีน ผมย้ายมาจากคณะบริหารธุรกิจครับ

3) A ______________________________

B อาจารย์และเพื่อนร่วมชั้นของเราดีทุกคนค่ะ

4) A ______________________________

B ผมเริ่มรักวิชาพลศึกษา ตั้งแต่เรียนชั้นประถม（小学）แล้วครับ

5) A ______________________________

B มีแค่วิชาภาษาไทยพื้นฐาน 2 และการพูดภาษาไทย 1 ค่ะ

6) A ______________________________

B ดูละครทีวีไทย（泰国电视剧）แล้วอยากเรียนภาษาไทยค่ะ

7) A ______________________________

B ผมเพิ่งจะเรียนแค่สองเทอมครับ

8) A ______________________________

B ขอบคุณล่วงหน้าครับ

3 ใช้คำพูดขอบคุณ ชื่นชมหรือให้กำลังใจเพื่อนของคุณในสถานการณ์ต่าง ๆ ดังนี้

根据句中情景，对你的朋友表示感谢、赞扬或鼓励

1) A ภาษาไทยของคุณใช้ได้เลยทีเดียวนะ

B ______________________________

2) A อาจารย์ไตรภพบอกว่า คะแนนวิชาการแปลของผม/ดิฉันไม่ค่อยดี

B ______________________________

3) A ผม/ดิฉันคิดว่า การพูดภาษาไทยของผม/ดิฉันค่อนข้างแย่ทีเดียว

B ______________________________

4) A ผม/ดิฉันเรียนภาษาไทย 10 ชั่วโมงต่อสัปดาห์

B ______________________________

5) A ผม/ดิฉันชอบเรียนภาษาไทย เพราะภาษาไทยเพราะและเรียนไม่ยาก

B ______________________________

6) A ผม/ดิฉันเริ่มรักภาษาไทยตั้งแต่สัปดาห์แรกของการเรียนแล้วละครับ/ค่ะ

B ______________________________

4 จับคู่สนทนา สลับกันถามและตอบคำถามต่อไปนี้

两人一组互相进行以下问答

1) คุณเรียนที่มหาวิทยาลัยอะไร

2) คุณเรียนอยู่คณะอะไร

3) ทำไมคุณเลือกเรียนคณะนี้

4) เพื่อนในชั้นเรียนของคุณมีทั้งหมดกี่คน

5) ใครเป็นเพื่อนสนิทในชั้นเรียนของคุณ

6) อาจารย์ประจำภาควิชาของคุณมีกี่คน

7) อาจารย์ชาวต่างประเทศในภาควิชาของคุณมีกี่คน

8) คุณชอบเรียนวิชาอะไรมากที่สุด

9) คุณคิดว่าภาษาไทยของคุณตอนนี้เป็นอย่างไร

10) เทอมนี้คุณเรียนกี่วิชา มีวิชาอะไรบ้าง

11) คุณคิดว่าวิชาอะไรยากที่สุด และวิชาอะไรง่ายที่สุด

12) สัปดาห์หนึ่ง ๆ คุณต้องเรียนภาษาไทยกี่ชั่วโมง

5 สอบถามเพื่อนภาควิชาอื่นหรือคณะวิชาอื่นว่าพวกเขาเรียนวิชาอะไร บ้างในแต่ละชั้นปี แปลรายชื่อวิชาที่ไม่รู้จักเป็นภาษาไทย เขียน ความเรียง พร้อมนำเสนอหน้าชั้นเรียน โดยเขียนแนะนำภายใต้ โครงสร้างประโยคและคำศัพท์ที่กำหนด

询问其他专业、其他院系的同学在每个年级学习哪些课程，把没学过的课程名称翻译成泰语，并用下面的词汇和句式写成短文，向同学们介绍

ผม/ดิฉัน มีเพื่อนคณะภาษา (ภาควิชา) เป็นเพื่อนผู้ชาย/เพื่อนผู้หญิง

เขา/เธอกำลังเรียนอยู่ชั้นปีที่....

เขา/เธอเล่าให้ฟังว่า เขา/เธอเรียนวิชา .... ในภาคการศึกษา (เทอม) ที่ 1

เทอมที่ 2 เรียนวิชา .... เทอมที่ 3 เรียนวิชา .... ส่วนเทอมสุดท้ายมีวิชา ....

วิชาที่ เขา/เธอชอบ เช่น ....

บทที่9 ผลไม้และรสชาติอาหาร
第 9 课 水果和食物的味道

สาระสำคัญประจำบท

1. คำศัพท์เกี่ยวกับผลไม้ รสชาติอาหาร วัตถุดิบประกอบอาหาร ประเภทร้านค้า และสถานที่ต่าง ๆ ที่พบเห็นในชีวิตประจำวัน
2. โครงสร้างประโยคแนะนำรสชาติอาหาร ผลไม้ ความชอบและไม่ชอบเกี่ยวกับผลไม้และรสชาติอาหาร
3. ประโยคสนทนาเกี่ยวกับการต่อรองราคา
4. โครงสร้างรูปประโยคชี้แจงหรือขยายความ ได้แก่
   "โดยเฉพาะ" "มีทั้งที่....และ...." "ส่วนใหญ่" "....เป็นหลัก"
5. โครงสร้างประโยคย้อนแย้ง ได้แก่
   "ใครว่าล่ะ" "ใครว่าล่ะคะ/ครับ" "ไม่น่าจะ" "ก็ใช่จะ" "ใครว่า/ใครบอก"
6. การใช้คำประพันธสรรพนาม "ที่"
7. ระดับภาษาสนทนาประจำบท : ภาษาปากและภาษาสุภาพทั่วไป

本课要点

1. 关于水果、食物味道、原材料、各种商店名字的词汇
2. 练习介绍食物味道、成分、水果种类的句型，表达对各种水果和食物的偏好
3. 练习关于讲价的句子
4. 学习表示补充说明的句式，如:
   "โดยเฉพาะ" "มีทั้งที่....และ...." "ส่วนใหญ่" "....เป็นหลัก"

5. 练习表示反驳的句型，比如 “ใครว่าล่ะ” “ใครว่าล่ะคะ/ครับ” “ไม่น่าจะ” “ก็ใช่จะ” “ใครว่า/ใครบอก”

6. 学习关系代词 “ที่” 的用法

7. 本课会话语言风格：口语及一般礼貌用语

คำศัพท์ออกเสียงบังคับประจำบท 本课发音重点词汇

สด ๆ เปรี้ยว ๆ หวาน ๆ รสชาติจัดจ้าน ผัดผัก เงิน

บทเรียน 课文

1 ผลไม้ในซูเปอร์มาร์เก็ตแพงไหม 超市里的水果贵吗?

อี๋อวิ๋น เราชอบกินเชอร์รีกับสตรอว์เบอร์รีสด ๆ รสชาติเปรี้ยว ๆ หวาน ๆ ช่วงนี้เป็นฤดูผลไม้จำพวกนี้ ราคาไม่น่าจะแพงมาก

หมิงเย่ว ชั้นชอบแตงโมกับแคนตาลูป โดยเฉพาะแตงโม มีน้ำเยอะ ชุ่มฉ่ำมาก สับปะรดกับมะม่วง รสชาติหวานอมเปรี้ยว กินแล้วชุ่มคอดีเหมือนกัน

อี๋อวิ๋น เราเคยเห็นในซูเปอร์มาร์เก็ตมหาวิทยาลัยเราขายสับปะรด เป็นลูกและที่หั่นใส่จานกระดาษ แพ็คกิ้งเรียบร้อย

หมิงเย่ว	ใช่ ! ใช่ ! ในซูเปอร์มาร์เก็ตมีผลไม้ขายหลายอย่าง มีทั้งที่ขายเป็นลูก ขายเป็นโล (กิโล) และที่หั่นเป็นชิ้น ๆ ชั่งเป็นขีด
อี๋อวิ๋น	ลูกท้อ ช่วงนี้ราคาน่าจะไม่ถูกแล้ว
หมิงเย่ว	ฤดูท้อวายไปตั้งแต่ปลายเดือนที่แล้ว กินผลไม้อย่างอื่นเถ๊อะ~ ประหยัดเงินกว่าเยอะ
อี๋อวิ๋น	ผลไม้ในซูเปอร์ฯ มหาวิทยาลัย ต่อราคา (ต่อรองราคา) ได้มั้ยอะ
หมิงเย่ว	ราคาถูกอยู่แล้ว อย่าไปต่อเขาเล้ย~

ศัพท์ วลีและข้อสังเกต 单词、短语及知识点

1. เรา　我
   注 可作为第一人称，意思与“ฉัน”接近，用于和关系亲近的同龄人之间。
2. เชอร์รี　樱桃
3. สตรอว์เบอร์รี　草莓
4. สด ๆ　新鲜的
5. รสชาติ　味道
6. เปรี้ยว　酸
7. หวาน　甜
8. ช่วง　时间段
9. ฤดู　时节

10.	ผลไม้	水果
11.	จำพวก	种类
12.	ราคา	价格
13.	ไม่น่าจะ	不应该
14.	แพง	贵
15.	แตงโม	西瓜
16.	แคนตาลูป	蜜瓜
17.	น้ำ	水、水分
18.	ชุ่มฉ่ำ	多汁的
19.	สับปะรด	菠萝
20.	มะม่วง	芒果
21.	หวานอมเปรี้ยว	甜中带酸
22.	ชุ่มคอ	润嗓子
23.	เคย	曾经
24.	เห็น	看见
25.	ซูเปอร์มาร์เก็ต	超市
26.	ขาย	卖
27.	ลูก	个 注 大部分水果的量词
28.	ที่	关系代词 注 用于引导定语从句
29.	หั่น	切
30.	ใส่	装
31.	จานกระดาษ	纸盘

32.	แพ็คกิ้ง (บรรจุภัณฑ์)	包装
33.	เรียบร้อย	完成、妥善
34.	หลายอย่าง	好几样
35.	ทั้งที่	既有……，又有……
36.	โล, กิโล (กิโลกรัม)	千克
37.	ชิ้น	块
38.	ชั่ง	称
39.	ขีด (กรัม)	重量单位，相当于100克
40.	ลูกท้อ	桃子
41.	ถูก (ราคาถูก)	便宜
42.	ฤดูท้อ	吃桃子的季节
43.	วาย	过去、过季
44.	ปลายเดือนที่แล้ว	上个月末
45.	อย่างอื่น	其他的
46.	เถ๊อะ~(เถอะ)	吧
47.	ประหยัด	节省
48.	เงิน	钱
49.	กว่า	更加
50.	ต่อราคา (ต่อรองราคา)	讲价
51.	อะ	句末语气助词，无实意，作用与"ละ"类似，强调疑问语气
52.	....อยู่แล้ว	已经
53.	อย่าไป	别去
54.	เล้ย~ (เลย)	句末语气词，强调"千万别那样做"

2 ฉันกินได้ทุกอย่าง ไม่เลือก 我不挑食，什么都吃

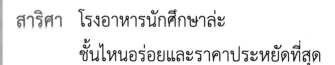

สาริศา อาหารในโรงอาหารบุคลากร อร่อยมั้ย

คุนถิง เห็นอาจารย์ผมว่างั้น ๆ นะ
ราคาก็ใช่ว่าจะถูกกันเอง

สาริศา โรงอาหารนักศึกษาล่ะ
ชั้นไหนอร่อยและราคาประหยัดที่สุด

คุนถิง แล้วแต่ชั้น ถ้าชั้นใต้ดิน มีอาหารให้เลือกหลายอย่าง
ขอบอกเลยว่าอร่อยทุกร้าน แต่ราคาค่อนข้างแพงกว่าชั้นอื่น

สาริศา ได้ยินว่าโรงอาหารชั้น 1 ขายมังสวิรัติเหรอ

คุนถิง หมายความว่าไง

สาริศา เหมือนเคยได้ยินมาว่าโรงอาหารชั้น 1 ส่วนใหญ่เน้นผัดผักและ
เต้าหู้เป็นหลัก

คุนถิง ใครว่า มีเมนูจำพวกปลาและไก่ด้วย ปกติคุณกินมังสวิรัติเหรอ

สาริศา เปล่า~ ใครว่าละค้า~ ฉันกินได้ทุกอย่างไม่เลือก ทั้ง “เจ”
“ไม่เจ” แต่ส่วนใหญ่จะกินรสจัด เช่นพวกอาหารหูหนานและ
อาหารเสฉวน โดยเฉพาะอาหารหูหนาน แสนจะโปรดเลย
อาหารหูหนานหลายเมนูใส่วัตถุดิบประเภทพริกสด
ไม่ก็พริกไทย เผ็ดจัดจ้านดี

คุนถิง ผมว่า อาหารหูหนานกับอาหารเสฉวน ถ้าไม่มันไปหน่อยก็จะดี

สาริศา เห็นด้วยค่ะ อ้วนง่าย ผอมยาก

ศัพท์ วลีและข้อสังเกต 单词、短语及知识点

1.	อาหาร	食物
2.	โรงอาหาร	食堂
3.	บุคลากร	工作人员
4.	เห็น....ว่า	认为
5.	งั้น ๆ (อย่างนั้นแหละ)	一般
6.	ก็ใช่ว่าจะ....	也不是
7.	กันเอง (ราคากันเอง, ราคาย่อมเยา)	亲切、亲民（价格亲民）
8.	โรงอาหารนักศึกษา	学生食堂
9.	ชั้น	层
10.	อร่อย	好吃
11.	ที่สุด	最
12.	แล้วแต่....	视……而定
13.	ใต้ดิน	地下
14.	ขอบอกเลยว่า〈口〉 (พูดได้เลยว่า〈书〉)	可以说
15.	ค่อนข้าง	比较、挺
16.	ได้ยินว่า	听说
17.	มังสวิรัติ	素食
18.	หมายความว่าไง〈口〉 (หมายความว่าอย่างไร〈书〉)	什么意思

19.	เหมือนเคย....มาว่า	就像曾经……那样
20.	ส่วนใหญ่	大部分
21.	ผัดผัก	炒蔬菜
22.	เต้าหู้	豆腐
23.	เน้น....เป็นหลัก	以……为主
24.	ใครว่า	谁说的
25.	เปล่า	才不是呢
26.	ใครว่าละค้า~ (ละคะ)	谁说的啊
27.	เมนู (รายการอาหาร)	菜式、菜单
28.	ปลา	鱼
29.	ไก่	鸡
30.	ปกติ	平常、正常
31.	เปล่า (ไม่ใช่นะ)	没有，不是的
32.	ใครบอก	谁说的
33.	ไม่เลือก	不挑
34.	เจ (อาหารเจ)	素（素菜）
35.	ไม่เจ	荤、荤菜
36.	รสจัด	口味重的
37.	เช่น	像、比如
38.	อาหารหูหนาน	湖南菜
39.	อาหารเสฉวน	四川菜

40.	พวก....	……类
41.	โดยเฉพาะ	尤其
42.	แสน....(แสนจะ....)	非常……
43.	โปรด (ชอบ〈口〉)	喜欢、喜爱
44.	วัตถุดิบ	原材料
45.	ประเภท	种类、类别
46.	พริกสด	鲜辣椒
47.	ไม่ก็ (หรือไม่ก็)	或者
48.	พริกไทย	胡椒
49.	เผ็ด	辣
50.	จัดจ้าน	刺激、鲜亮 注 原本形容人的性格，在这里形容味道强烈
51.	ถ้าไม่....ไปหน่อยก็จะดี	如果不那么……就好了
52.	มัน	油
53.	เห็นด้วย	同意
54.	อ้วน	胖
55.	ผอม	瘦

ย้ำคำซ้ำความ 课文语音重点

1

อี่อวิ๋น เราชอบกิน เชอร์รี(เชอ-รี่) กับสตรอว์เบอร์รี(สะ-ตอ-เบอ-รี่) สดๆ (~~โสะๆ~~) รสชาติเปรี้ยว ๆ หวาน ๆ ~~หวันๆ~~ช่วงนี้เป็นฤดูผลไม้ จำพวกนี้ราคาไม่น่าจะแพงมาก

หมิงเย่ว ชั้นชอบ แตงโม กับ แคนตาลูป(ลู้ป) โดยเฉพาะแตงโม มี น้ำ~~นั้ม~~เยอะ ชุ่มฉ่ำมาก สับปะรด กับ มะม่วง รสชาติหวานอมเปรี้ยว กินแล้วชุ่มคอดีเหมือนกัน

อี่อวิ๋น เราเคยเห็นในซูเปอร์มาร์เก็ตมหาวิทยาลัยเราขายสับปะรดเป็นลูกและที่ หั่น ใส่จานกระดาษ แพ็คกิ้งเรียบร้อย

หมิงเย่ว ใช่ ! ใช่ ! ในซูเปอร์มาร์เก็ต มีผลไม้ขายหลายอย่าง มีทั้งที่ขายเป็น ลูก ขายเป็นโล (กิโล) และที่หั่นเป็นชิ้น ๆ ชั่งเป็นขีด

อี่อวิ๋น ลูกท้อ ช่วงนี้ราคาน่าจะไม่ถูกแล้ว

หมิงเย่ว ฤดูท้อ วาย ไปตั้งแต่ปลายเดือนที่แล้ว กินผลไม้อย่างอื่นเถ้อะ~ ประหยัด เงินกว่าเยอะ

อี่อวิ๋น ผลไม้ในซูเปอร์ฯ มหาวิทยาลัย ต่อราคา (ต่อรองราคา) ได้มั้ยอะ

หมิงเย่ว ราคาถูกอยู่แล้ว อย่าไปต่อเขาเล้ย~

2

สาริศา อาหารในโรงอาหาร บุคลากร(บุค-คะ-ลา-กอน) อร่อยมั้ย

คุนถิง เห็น อาจารย์ผมว่า งั้น ๆ นะ ราคา ก็ใช่ว่า จะถูกเอง

สาริศา โรงอาหารนักศึกษาล่ะ ชั้นไหนอร่อยและราคา ประหยัด ที่สุด

คุนถิง แล้วแต่ชั้น ถ้าชั้นใต้ดิน มีอาหารให้เลือกหลายอย่าง
ขอ บอกเลยว่าอร่อยทุกร้าน แต่ราคา ค่อนข้าง แพงกว่าชั้นอื่น

สาริศา ได้ยินว่าโรงอาหารชั้น 1 ขาย มังสวิรัติ(มัง-สะ-วิ-รัด) เหรอ

คุนถิง หมายความว่าไง

สาริศา เหมือนเคยได้ยินมาว่า โรงอาหารชั้น 1 ส่วนใหญ่ เน้น ผัดผัก
และเต้าหู้เป็นหลัก

คุนถิง ใครว่า มีเมนูจำพวก ปลา และ ไก่ด้วย ปกติคุณกินมังสวิรัติเหรอ

สาริศา เปล่า~ ใครว่าละค้า~ ฉันกินได้ทุกอย่างไม่เลือก
ทั้ง "เจ" "ไม่เจ" แต่ส่วนใหญ่จะกิน รสจัด
เช่นพวกอาหารหูหนานและอาหารเสฉวน โดยเฉพาะอาหารหูหนาน
แสนจะโปรดเลย อาหารหูหนานหลายเมนู ใส่ วัตถุดิบ
ประเภท พริกสด ไม่ก็ พริกไทย เผ็ดจัดจ้านดี

คุนถิง ผมว่า อาหารหูหนานกับอาหารเสฉวน ถ้าไม่มันไปหน่อย
ก็จะดี

สาริศา เห็นด้วยค่ะ อ้วนง่าย ผอมยาก

第9课 水果和食物的味道

เสริมความรู้ 补充知识

1 ศัพท์เสริม 补充词汇

1.1 ชื่อผลไม้ชนิดต่าง ๆ 各种水果的名字

ผลไม้ฝรั่งและจีน : เชอร์รี สตรอว์เบอร์รี บลูเบอร์รี่ แอปเปิล สาลี่ เสาวรส (百香果、西番莲) ฝรั่ง แก้วมังกร (火龙果) กีวี ลิ้นจี่ พุทรา ยัมเบอร์รี่ (หยางเหมย) บ๊วยจีน เกาลัด (栗子)

ผลไม้ไทย : ทุเรียน มังคุด (山竹) เงาะ (红毛丹) มะพร้าว ส้มโอ (柚子) ลองกอง (龙眼) สละ (蛇皮果) ละมุด (人参果) น้อยหน่า (番荔枝、释迦)

ผลไม้ทั่วไป : แตงโม ส้ม กล้วย สับปะรด ลำไย ขนุน (波罗蜜) ชมพู่ มะม่วง มะเฟือง (杨桃) มะละกอ องุ่น

1.2 รสชาติผลไม้และอาหาร 水果和食物的味道

สด ฉ่ำ (滋润) ชุ่มฉ่ำ ชุ่มคอ หวาน หวานฉ่ำ จืด (淡) จืดชืด (寡淡) ฝาด (涩) เปรี้ยว เปรี้ยว ๆ หวาน ๆ เค็ม ๆ มัน ๆ หวานอมเปรี้ยว เผ็ด (辣) แซ่บ (酸辣) เค็ม (咸) หอม (香) เหม็น (臭) ไม่มีรส (没味道) ดิบ (生的) สุก (熟的) กรอบ (脆) มัน (油) คาว (有腥味)

1.3 วัตถุดิบอาหาร 原料

ประเภทเครื่องปรุง（烹饪调料）: น้ำตาล（糖） เกลือ（盐） ซีอิ๊ว（酱油）

น้ำปลา（鱼露） พริกไทย（胡椒） น้ำผึ้ง（蜂蜜） น้ำมัน（油） น้ำมันงา（芝

麻油） น้ำส้มสายชู（醋）

ประเภทเนื้อสัตว์（肉类）: เนื้อวัว เนื้อหมู เนื้อแพะ เนื้อไก่ ปลา ปู กุ้ง หอย

ประเภทผัก（青菜）: ผักกาด（白菜）

แครอท มะระ（苦瓜） มะเขือม่วง（茄子）

กะหล่ำปลี（圆白菜） พริก เห็ด（香菇）

บร็อคโคลี่（西兰花） มันฝรั่ง（土豆）

ถั่วลันเตา（青豆） ผักบุ้ง（空心菜）

กระเทียม（蒜）ผักชี（香菜）ต้นหอม（葱）

ประเภทธัญพืช（谷物）: ข้าวสาร ข้าวเหนียว

ถั่วลิสง ถั่วเหลือง ถั่วเขียว ถั่วแดง

1.4 ชื่อประเภทร้านค้าและสถานที่ต่าง ๆ 商店和其他场所的说法

ร้านผลไม้ ร้านผัก ร้านอาหาร ร้านอาหารเวียดนาม ร้านอาหารฝรั่ง ร้านกาแฟ

ร้านเครื่องใช้ไฟฟ้า ร้านเครื่องเขียน ร้านซักรีด（干洗店） ร้านแลกเงิน

ร้านเฟอร์นิเจอร์ ร้านเบเกอรี（烘焙坊） ร้านรองเท้า ร้านซ่อมรองเท้า

ร้านกระเป๋า ร้านโทรศัพท์มือถือ โรงเรียน โรงแรม โรงพยาบาล โรงหนัง

โรงภาพยนตร์ โรงอาหาร

ร้านแว่น (ร้านขายแว่นตา)　　ร้านถ่ายภาพ　　ร้านทำผม (ร้านเสริมสวย)

ร้านเบเกอรี

2 โครงสร้างประโยค　句子结构

2.1 "โดยเฉพาะ" 尤其

- ผมชอบแตงโมกับแคนตาลูปมาก <u>โดยเฉพาะ</u>แคนตาลูปกรอบ ๆ ฉ่ำ ๆ

- ฉันชอบมะม่วงมาก <u>โดยเฉพาะ</u>มะม่วงน้ำดอกไม้ หวานอมเปรี้ยว อร่อยดี

- ผลไม้หลายอย่างราคาถูก <u>โดยเฉพาะ</u>ผลไม้ตามฤดูกาล

- ร้านอาหารในโรงอาหารอร่อยหลายร้าน <u>โดยเฉพาะ</u>ร้านอาหารที่ชั้นใต้ดิน

2.2 คำประพันธสรรพนาม "ที่" 关系代词 "ที่"

"ที่" 做关系代词时，用来指代前文出现过的名词，连接前后文，一般用于引导定语从句。

- ของ (สิ่งของ) <u>ที่</u>ราคาถูก มักจะไม่ค่อยสวย
- ผลไม้<u>ที่</u>หั่นเป็นชิ้น
- สับปะรด<u>ที่</u>ขายเป็นลูก
- ผลไม้<u>ที่</u>ลูกกลม ๆ โต ๆ สีเขียว ๆ เนื้อในแดง ๆ เป็นผลไม้<u>ที่</u>ฉันชอบที่สุด
- วันเสาร์และวันอาทิตย์เป็นวัน<u>ที่</u>สบายที่สุด

2.3 "มีทั้งที่....และที่...." 既有……也有……

- ในซูเปอร์มาร์เก็ตมีผลไม้ขายหลายอย่าง <u>มีทั้งที่</u>ขายเป็นลูก <u>และที่</u>ขายเป็นโล
- โรงอาหารในมหาวิทยาลัยมีอาหารหลายประเภท <u>มีทั้งที่</u>รสชาติจัดจ้าน<u>และ</u>รสชาติ ธรรมดา ๆ
- ที่เมืองไทยมีผลไม้หลายอย่าง <u>มีทั้งที่</u>เป็นผลไม้ไทย<u>และ</u>ผลไม้เทศ (ผลไม้ต่างประเทศ)
- อาหารเสฉวนมีอยู่ทุกที่ในปักกิ่ง <u>มีทั้งที่</u>เขตเฉาหยาง<u>และที่</u>เขตไห่เตี้ยน

2.4 "ตั้งแต่...." "ไปตั้งแต่...." "ได้ตั้งแต่...." 自从……（开始）

表示事件开始的时间。如果说话人想要强调事情已经发生很久，可以使用 "ไปตั้งแต่" "ได้ตั้งแต่"。

- ฤดูท้อวาย<u>ไปตั้งแต่</u>ปลายเดือนที่แล้ว
- ไมโครโฟนตัวนี้เสียตั้งนานแล้ว ผมรายงานศูนย์ซ่อม<u>ไปตั้งแต่</u>สามสัปดาห์ก่อน เขาก็ยังไม่มาซ่อม
- เขาพูดภาษาสเปน<u>ได้ตั้งแต่</u>ห้าขวบ
- ฉันได้ยิน<u>มาตั้งแต่</u>หลายปีก่อนแล้วว่าเขานิสัยเจ้าชู้ （轻浮）

2.5 "....อยู่แล้ว อย่าไป....เลย" ……已经……了，就别……了

- ราคาถูก<u>อยู่แล้ว</u> <u>อย่าไปต่อเขาเลย</u>

- เขาทำดี<u>อยู่แล้ว</u> <u>อย่าไปว่าเขาเลย</u>

- อาหารอร่อย<u>อยู่แล้ว</u> <u>อย่าไปว่าแม่ครัว</u> (女厨师) <u>เลย</u>

- เขาใช้โปรแกรม Power Point เป็น<u>อยู่แล้ว</u> <u>อย่าไปสอนเขาเลย</u>

2.6 "แล้วแต่...." 取决于……

- <u>แล้วแต่</u>โรงอาหาร โรงอาหารฝั่งตะวันออก อาหารจะแพงกว่า

- <u>แล้วแต่</u>อาจารย์ครับ อาจารย์จะให้แต่งกี่ประโยค พวกเราก็จะทำตามนั้น

- <u>แล้วแต่</u>คุณ คุณไปผมก็ไป คุณไม่ไปผมก็ไม่ไป

2.7 "ขอบอกเลยว่า...." "บอกได้เลยว่า...." 可以保证……

略自 "บอกได้เลยว่า...." "บอกได้เลยว่า...."，意为 "可以保证"，或者可以说 "รับประกันได้เลยว่า...."。虽然 "บอก" 和 "พูด" 词义相近，但这里的 "บอก" 不可以替换为 "พูด"，"บอก" 的意思是告诉，用来表示告诉别人自己看见、听到的事情。

- <u>ขอบอกเลยว่า</u>อร่อยทุกร้าน (รับประกันได้เลยว่าร้านอาหารในโรงอาหารอร่อยทุกร้าน)

- พจนานุกรมอังกฤษ-อังกฤษเล่มนี้ <u>ขอบอกเลยว่า</u>ศัพท์เยอะมาก

- มะนาวถุงนี้<u>บอกได้เลยว่า</u>เปรี้ยวสุด ๆ (รับประกันได้เลยว่ามะนาวถุงนี้เปรี้ยวมาก ๆ)

2.8 "เหมือนเคย....มาว่า...." 就像之前……那样

- <u>เหมือนเคย</u>ได้ยิน<u>มาว่า</u>อาจารย์ภาควิชาภาษาญี่ปุ่นดุมาก (凶)

- รสชาติคุ้น ๆ <u>เหมือน</u>แม่<u>เคย</u>ทำให้กิน

- เพลงนี้ <u>เหมือนเคย</u>ฟัง<u>มา</u>ก่อนที่ไหนน้า~ จำไม่ได้แล้ว

- <u>เหมือนเคย</u>อ่านข่าว<u>มาว่า</u> ฟ้านปิง เลี่ยงภาษี (逃税)

2.9 “ส่วนใหญ่” 大多

- โรงอาหารชั้นล่าง ส่วนใหญ่เน้นอาหารรสจัดจ้าน
- คนเมืองร้อนส่วนใหญ่ชอบผลไม้ฉ่ำ ๆ ชุ่มคอ
- คนส่วนใหญ่ชอบถั่วเขียวมากกว่าถั่วแดง
- หนังสือร้านนี้ส่วนใหญ่ราคาแพง

2.10 “....เป็นหลัก” 以……为主

- ร้านเครื่องใช้ไฟฟ้าร้านนี้ ขายโทรทัศน์เป็นหลัก
- เขาเป็นคนซานตง ชอบกินอาหารมันและเค็มเป็นหลัก
- รายงานนี้ เปรมฤดีทำเป็นหลัก

2.11 “เปล่า” 不是、没有

“เปล่า” 表示否定，表示并非那样，完全不对，后面可以再加上“谁说……”（见 2.12）

A คุณแพ้อาหารทะเลเหรอ

B เปล่า ใครว่า

A ของที่วางตรงนั้นของเธอทั้งหมดเหรอ

B เปล่า ของฉันแค่กล่องเล็ก ๆ กล่องนั้นกล่องเดียว

2.12 “**ใครว่าละคะ**” (ใครว่าละค้ า~) “**ใครว่าละครับ**” (ใครว่าละคร้ าบ~) **谁说的啊**

“ละคะ” “ละครับ” 放在句末，（和 “ล่ะ (เล่า) ” 不一样，“ล่ะ” 可以用在疑问句中，表示提问者需要回答）。“ใครว่าละคะ” 是表示反驳的句子，表明并非对方所想的那样，之后可以继续解释事实情况。在口语表述中，可以把 “ละคะ” 或 “ละครับ” 的音节拉长，用来强调事实情况真的并非如此。

A เห็นว่าคุณไม่ชอบของหวาน

B ใครว่าละคะ (ใครว่าละค้ า~) ของหวานของคาว ฉันชอบทั้งนั้นค่ะ

A เหมือนเคยได้ยินมาว่าเขาเป็นรุ่นพี่ของคุณ

B ใครว่า<u>ละครับ</u> (ใครว่าละคร้าบ~) เขาเป็นอาจารย์ของผมต่างหาก

	ล่ะ (เสียงโท)	ละ (เสียงตรี)
分辨 "ละ" "ล่ะ"	ประโยคคำถาม	ประโยคบอกเล่า
	ใครพูดล่ะ	ใครว่าละคะ
	ไปไหมล่ะ	ไปเลยละกัน
	ทำยังไงดีล่ะ	ทำแบบนี้ละกัน
	คุณจะเลือกคนไหนล่ะ	ผมเลือกคนนี้ละ

2.13 "แสน...." "แสนจะ...." 非常、……得很

与中文中的 "……得很" 意思相近，在泰语中的意思和 "มากเหลือเกิน"
类似。

- ร้านค้าร้านนี้ ขายของ<u>แสนจะ</u>ถูก

- มะพร้าวไทย<u>แสนจะ</u>อร่อย

- เพลงนี้ <u>แสนจะ</u>โปรดเลยแหละ

- สุนัขพันธุ์บอร์เดอร์ คอลลี่ (Border Collie) <u>แสน</u>ฉลาด <u>แสน</u>รู้ (机智、机灵、懂事)
  จริง ๆ

2.14 "ถ้าไม่.... (ไป) หน่อย ก็จะดี" 如果不那么……就好了

- ฉันว่า อาหารเสฉวนถ้า<u>ไม่</u>มันไปหน่อย<u>ก็จะดี</u>

- ผมว่า <u>ถ้า</u>เขา<u>ไม่</u>ใจร้อน (心急) ไปหน่อย<u>ก็จะดี</u>

- หนูว่า <u>ถ้า</u>อาหารในโรงอาหารชั้นใต้ดินราคา<u>ไม่</u>แพงหน่อย<u>ก็จะดี</u>

- ฉันว่า <u>ถ้า</u>อาจารย์ให้การบ้านน้อยหน่อย<u>ก็จะดี</u>

อ่าน-ออกเสียง 发音练习

❶ ประโยคสนทนาเกี่ยวกับความชอบผลไม้และรสชาติอาหารต่าง ๆ (ฝึกเลียนแบบน้ำเสียงการพูดตามเจ้าของภาษา)

练习关于各种水果和食物的对话，模仿母语者的发音

1.1 ถามว่าชอบไหม ตอบว่าชอบและชอบอย่างไร (เน้นอธิบายรสชาติผลไม้และอาหาร)

一方提问是否喜欢某种食物，另一方回答并且解释为何喜欢（重点介绍水果和食物的味道）

A: 问	B: 答
■ ชอบแตงโมมั้ย	■ ชอบครับ แตงโมมีน้ำฉ่ำ ๆ กินแล้วชุ่มคอ ผมชอบมาก
■ ชอบสับปะรดมั้ย	■ ชอบค่ะ สับปะรดเปรี้ยวอมหวาน กินแล้วชุ่มคอ ฉันชอบมาก
■ ชอบอาหารหูหนานมั้ย	■ ชอบค่ะ อาหารหูหนานรสชาติเผ็ด ๆ ฉันชอบมาก
■ ชอบอาหารกวางตุ้งมั้ย	■ ชอบครับ อาหารกวางตุ้งรสชาติเค็ม ๆ มัน ๆ อร่อยดี

1.2 ชอบผลไม้หรืออาหารอะไร หรือไม่ชอบอะไร 喜欢或不喜欢哪一样水果或食物

A: 问	B: 答
■ ผลไม้ฉ่ำ ๆ เช่น แตงโม ส้มโอ แคนตาลูป คุณชอบอะไรมากที่สุด	■ ชอบทั้งนั้น 都喜欢 ■ ชอบทั้งหมด/ ชอบหมด ■ ไม่มีอะไรที่ฉันไม่ชอบ 没什么不喜欢 ■ ที่พูดมา อะไร ๆ ก็ชอบ 所说的全部都喜欢 ■ ที่พูดมา ชอบทุกอย่าง 你说的我都喜欢

175

■ ผลไม้ไทย เช่น เงาะ ทุเรียน มังคุด และมะพร้าว คุณไม่ชอบอะไรมากที่สุด	■ ฉันไม่ชอบเงาะมากที่สุด ■ ชอบทั้งนั้น ไม่มีอะไรที่ไม่ชอบ
■ อาหารเจ อาหารทะเล และอาหารจำพวกเนื้อสัตว์ คุณชอบทานประเภทไหน	■ ได้หมดค่ะ ทั้ง "เจ" ทั้ง "ไม่เจ" ■ ผมเป็นมุสลิม ทานได้แต่พวกเนื้อวัว เนื้อแพะครับ ■ ไม่ชอบอาหารทะเลครับ ผมแพ้อาหารทะเล (对海鲜过敏)

❷ ประโยคสนทนาเกี่ยวกับการต่อรองราคา   关于讲价的对话

2.1 "ถูกหน่อยได้มั้ย" "ลด (ราคา) ให้หน่อยได้มั้ย" "ยังลด (ราคา) ได้อีกมั้ย"

"便宜点行吗""降点价可以吗""还可以再便宜一点吗"

A: 问	B: 答
■ เชอร์รี แพงจัง ■ ถูกหน่อยได้มั้ย	■ ถูกมากแล้ว อย่าต่อ (讲价) ผมเลย ■ ไม่แพงหรอก เชอร์รีสด ๆ อร่อยมากนะ
■ เสื้อตัวนี้ ราคาแพงจัง ■ ลดให้หน่อยได้มั้ย	■ ลดไม่ได้แล้วครับ ให้ราคาพิเศษ (特价) แล้ว ■ ลดไม่ได้แล้วค่ะ ราคากันเอง (实惠) แล้ว
■ หนังสือชุด (套) นี้ราคาสูงจัง ลดหน่อยได้มั้ย	■ ลดให้ 10% ก็แล้วกัน
■ โทรศัพท์มือถือรุ่นนี้ ยังลดราคาได้อีกมั้ย	■ รุ่นออกใหม่ ราคาตามป้าย (标价) ครับ

2.2 “ราคาถูกอยู่แล้วอย่าไปต่อเขาเลย” 价格已经够便宜了，别再讲价了

A: 问	B: 答
■ ผลไม้ร้านเขา ต่อราคาได้มั้ย	■ ราคาถูกอยู่แล้ว อย่าไปต่อเขาเลย
■ เสื้อผ้าร้านนี้ ต่อเขาได้มั้ย	■ ราคาถูกอยู่แล้ว อย่าไปต่อเขาเลย
■ ของร้านคุณ ต่อราคาได้มั้ย	■ ราคาถูกอยู่แล้ว อย่าต่อผมเลย

แบบฝึกหัด 练习

1 ขยายคำศัพท์ตามตัวอย่าง

根据示例练习组词

1) ช่วง	ช่วงบ่าย ช่วงเดือนมกรา ช่วงฤดูท้อ ช่วงฤดูกาล ① ② ③
2) 动 + เป็น + 量	ขายเป็นลูก ทำเป็นกิโล อ่านเป็นหน้า ๆ ① ② ③
3) เรียบร้อย	แพ็คกิ้งเรียบร้อย ไม่เรียบร้อย เรียบร้อยดี ① ② ③
4) .... อยู่แล้ว	ถูกอยู่แล้ว เก่งอยู่แล้ว ① ② ③
5) อย่าไป .... เลย	อย่าไปต่อเขาเลย อย่าไปตีเขาเลย ① ② ③

6) ก็ใช่ว่าจะ....	ก็ใช่ว่าจะง่าย ①	ก็ใช่ว่าจะผอม ②	ก็ใช่ว่าจะเก่ง ③
7) หลาย	หลายอย่าง ①	หลายชั้น ②	หลายปีก ③
8) พวก	พวกนี้ ①	พวกอาหารญี่ปุ่น ②	พวกแมลง ③

② จับคู่ คนหนึ่งอ่านคำศัพท์ที่กำหนด อีกคนหนึ่งพูดถึงรสชาติหรือลักษณะเฉพาะของสิ่งนั้นอย่างรวดเร็ว (เตรียมสืบค้นความหมายคำศัพท์ที่ยังไม่ได้เรียนก่อนทำกิจกรรม)

两人一组，一个人读出规定的名词，另一人迅速答出其对应的味道或特征（应在开始练习前掌握表格中出现的生词）

例 A สับปะรด ➡ B ฉ่ำ

A สตรอว์เบอร์รี ➡ B เปรี้ยว ๆ หวาน ๆ

A	B	A	B
1) แคนตาลูป		11) มะเขือเทศ	
2) มะม่วง		12) เต้าหู้	
3) สาลี่		13) ผักชี	
4) กล้วย		14) เต้าหู้เหม็น	
5) ทุเรียน		15) ปลา	
6) กีวี (กี-วี่)		16) ไอศกรีม	

7) แก้วมังกร		17) น้ำชา	
8) ท้อ		18) กาแฟ	
9) มะนาว		19) ชานมไข่มุก	
10) มะพร้าว		20) ถั่ว	

③ จับคู่ สลับกันถามและตอบคำถามโดยใช้ศัพท์ สำนวนที่กำหนด

两人一组，用下列句型和词汇轮流进行问答

1) A ซูเปอร์มาร์เก็ตในมหาวิทยาลัยของเราขายผลไม้อะไรบ้าง

B มีหลายอย่าง/ มีทั้งที่/ เป็นหลัก

2) A ฉันชอบกินสับปะรด รสชาติเปรี้ยว ๆ หวาน ๆ ชุ่มคอ

เธอล่ะ (คุณล่ะ) ชอบผลไม้อะไร

B ชอบ/ กับ/ โดยเฉพาะ/ รสชาติ

3) A ราคาทุเรียน ช่วงเดือนตุลาคมถูกมั้ย

B วายไปแล้ว/ อย่างอื่น/ ถูกกว่าเยอะ

4) A ข้าง ๆ มหาวิทยาลัยของคุณ มีร้านค้าอะไรบ้าง

B ข้าง ๆ/ เยอะแยะ/ เช่น

5) A โรงอาหารนักศึกษาชั้นไหนอร่อยและราคาประหยัดที่สุด

B แล้วแต่/ ถ้าชั้น/ แต่ถ้าชั้น

6) A อาหารหูหนาน อาหารเสฉวนและอาหารเมืองซานตง

คุณชอบอาหารที่ไหนที่สุด

B ฉันค่อนข้างชอบ (ผมชอบ)/ แต่ถ้าไม่ .... (ไปหน่อย) ก็จะดี

4 จับคู่ คนหนึ่งอ่านประโยคช่อง A (“น่าจะ”) อีกคนฟังแล้วรีบเปลี่ยนเป็นประโยคตามตัวอย่าง B (“ไม่น่าจะ”) หรือเปลี่ยนเป็นประโยคย้อนแย้งเป็น “ก็ใช่ว่าจะ”

两人一组，一个人读 A 列（“น่าจะ”）的句子，另一个人迅速改写为 B 列（“ไม่น่าจะ”）句型，或改写为反驳（“ก็ใช่ว่าจะ”）句型

例

A น่าจะหวาน	➡	B ไม่น่าจะหวาน
A น่าจะขม	➡	B ไม่น่าจะขม
A ถูกจริง ๆ	➡	B ก็ใช่ว่าจะถูก
A แพงจัง	➡	B ก็ใช่ว่าจะแพง

A น่าจะ....	B ไม่น่าจะ....	A ....จัง/....มาก/ ....จริงๆ/...ที่สุด/....ดี/	B ก็ใช่ว่าจะ....
1) น่าจะสด		1) ถูกจัง	
2) น่าจะเปรี้ยว		2) ยากจัง	
3) น่าจะอร่อย		3) ง่ายจัง	
4) น่าจะฉ่ำ		4) ประหยัดมาก	
5) น่าจะชุ่มคอ		5) อร่อยจริง ๆ	
6) น่าจะถูก		6) เค็มจริง ๆ	
7) น่าจะแพง		7) มันมาก	
8) น่าจะช้า		8) เก่งที่สุด	
9) น่าจะเร็ว		9) ฉลาดที่สุด	
10) น่าจะอร่อย		10) ปลอดภัยดี	

5 **จับคู่สนทนาโดย A พูดประโยคตามที่กำหนดหรือแต่งขึ้นเอง และ B ทำประโยคให้สมบูรณ์โดยพูดย้อนแย้งว่า “ใครว่า” “ใครบอก” หรือ ใครว่าละคะ/ใครว่าละครับ” เพื่อแสดงน้ำเสียงสุภาพ ดังตัวอย่าง**

两人一组，A 同学读例句或造句，B 同学用反驳句式 “ใครว่า” “ใครบอก” 或为表示礼貌说 “ใครว่าละคะ” “ใครว่าละครับ”，示例如下

例 A เหมือนได้ยินมาว่าผลไม้หลังมหาวิทยาลัยเราร้านแรกขายถูกมาก

B ใครว่า ร้านนั้นขายแพงจะตายไป

A เหมือนเคยฟังมาว่าภาษาไทยยาก

B ใครว่าละครับ ภาษาจีนยากกว่าอีก

A เหมือนได้ยินมาว่าพี่ตะวันทำงานที่ “ติ๊กต็อก” (Tik Tok)

B ใครบอก พี่เขาทำงานที่ “บีลีบีลี” (bilibili) ต่างหาก

1) A เหมือนเคยฟังมาว่าเกี๊ยวร้านนี้อร่อยมาก

B ใครว่า / ใครบอก______________________________

2) A ได้ยินว่าอาหารในโรงอาหารชั้นสองมหาวิทยาลัยเราอร่อยที่สุด

B ใครว่า / ใครบอก______________________________

3) A เหมือนเคยฟังมาว่าเกาลัดจีนไม่อร่อย

B ใครว่าละครับ / ใครว่าละคะ______________________________

4) A เหมือนเคยได้ยินมาว่าจางอี้ซิง (เลย์) อายุสี่สิบแปด

B ใครว่าละครับ /ใครว่าละคะ______________________________

5) A ได้ยินว่าหัวหน้าชั้นวิชาภาษาเกาหลีอ้วนมาก

B ใครว่า /ใครบอก______________________________

❻ แต่งประโยค “ที่” 用“ที่”造句

6.1 ทำประโยค “ที่” ให้สมบูรณ์ตามตัวอย่างในตาราง

按照示例，用带有“ที่”的从句将以下句子补全

例 <u>แตงโมลูกที่ซื้อเช้านี้</u> ฉ่ำมาก

ของที่เขาให้มา <u>ผมชอบมาก</u>

1) ➲ ______________________________ เปรี้ยวจริง ๆ

2) ➲ ______________________________ ถูกใจมาก

3) ➲ ______________________________ จืดมาก

4) ➲ ______________________________ ทั้งเหม็นทั้งคาว

5) ปากกาไฮไลท์ด้ามที่ซื้อวันนั้น

➲ ______________________________

6) เครื่องซักผ้าที่สั่งจาก “เถาเป่า”

➲ ______________________________

7) ผลไม้ที่มีรสเปรี้ยว ๆ หวาน ๆ

➲ ______________________________

8) ทุเรียนที่นำเข้า (进口) จากไทย

➲ ______________________________

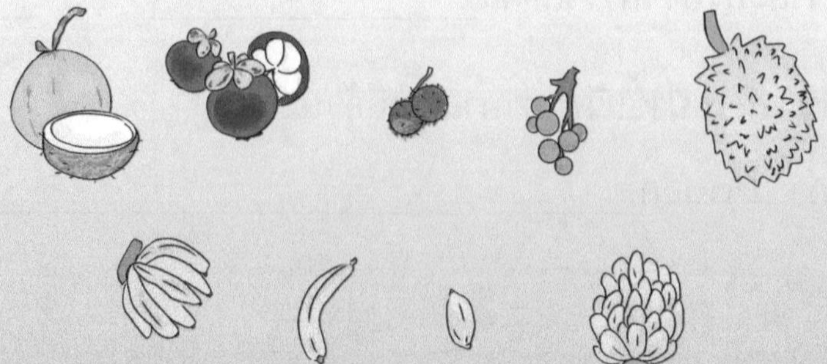

6.2 แต่งประโยค "ที่" ให้เป็นประโยคที่ยาวที่สุด และดูว่าประโยคเพื่อนในชั้นเรียนของ
ใครยาวที่สุด และปรากฏคำว่า "ที่" มากที่สุด (ขีดเส้นใต้คำว่า "ที่" ในประโยค
ของคุณ นับว่าใช้คำว่า "ที่" กี่ครั้ง พร้อมระบุไว้ท้ายประโยค)

用 "ที่" 造一个长句，看看谁的句子最长，谁在一个句子中使用 "ที่" 的次
数最多（在 "ที่" 下面划线，在句末写出使用的次数）

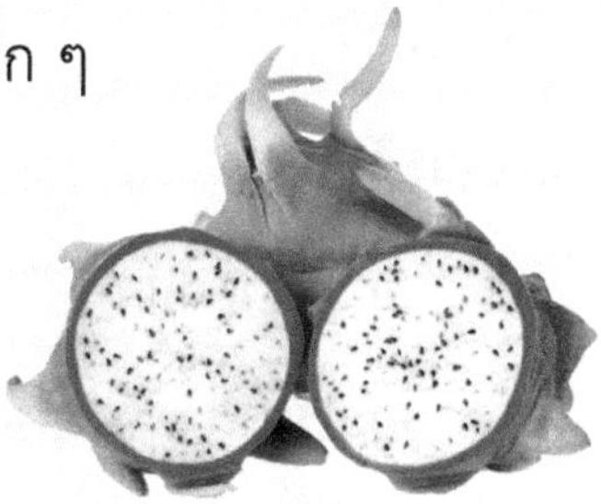

例▶ ผลไม้<u>ที่</u>ลูกโต ๆ สีชมพู-เขียว <u>ที่</u>มีเม็ดดำ ๆ เล็ก ๆ
อยู่ในเนื้อผลไม้ (果肉) สีขาว<u>ที่</u>ชั่งขายเป็นโล
<u>ที่</u>คุณแม่กับพี่สาวคน<u>ที่</u>สวย ๆ ของคุณซื้อมาจาก
ตลาด<u>ที่</u>อยู่ใกล้บ้านของพวกคุณเมื่อเช้านี้ คือ
ผลไม้<u>ที่</u>มีชื่อว่า แก้วมังกร ใช่มั้ย อร่อยและชุ่มฉ่ำมาก (ใช้คำว่า "ที่" 7 ครั้ง)

❼ แนะนำอาหารในโรงอาหารมหาวิทยาลัยของคุณ

介绍大学食堂里的食物

<u>เนื้อหาที่ควรแนะนำ</u>

可以介绍的话题

ชื่ออาหาร

อาหารที่ชอบ

อาหารอะไรราคาถูก

อาหารอะไรราคาค่อนข้างแพง

รสชาติอาหารต่าง ๆ เป็นต้น

<u>คำศัพท์ที่ควรใช้</u>

可以使用的词汇

ได้ยินว่า ได้ยินมาว่า

มีให้เลือก เมนู จำพวก

มีทั้งที่ ส่วนใหญ่

เป็นหลัก โดยเฉพาะ

บทที่ 10 อาหารจีนและอาหารไทย
第 10 课 中餐和泰餐

สาระสำคัญประจำบท

1. คำศัพท์เกี่ยวกับชื่ออาหารจีน อาหารไทย และวัฒนธรรมการรับประทานอาหารไทยและจีน
2. การอธิบายลักษณะของอาหารและกรรมวิธีประกอบอาหาร
3. แยกแยะคำว่า "กิน" "รับประทาน" (หรือ "ทาน")
4. การปฏิเสธคำเชิญอย่างสุภาพ
5. ทบทวนและประยุกต์ใช้คำศัพท์และโครงสร้างประโยคต่าง ๆ ในบทที่ 9
6. ระดับภาษาสนทนาประจำบท : ภาษากึ่งทางการ

本课要点

1. 关于中餐、泰餐以及中泰两国饮食文化的词汇
2. 练习介绍各种食物的特点、制作方法和食用方法
3. 区分 "กิน" "ทาน" "รับประทาน" 的差别
4. 学会礼貌地拒绝邀请
5. 回顾第 9 课中的词汇和句型，在本课内容中尝试应用
6. 本课会话语言风格：半正式用语

คำศัพท์ออกเสียงบังคับประจำบท
本课发音重点词汇

เกี๊ยว บะหมี่ ส้มตำ ต้มยำกุ้ง อาหารหลัก รับประทาน

บทเรียน 课文

1 คนจีนแต่ละท้องที่ชอบอาหารต่างกัน 中国各地的人喜欢不同的食物

A คนจีนแต่ละท้องที่ชอบรสชาติอาหารต่างกัน อาหารของคนจีนทาง
ภาคเหนือรสชาติออกเค็ม ภาคใต้รสชาติออกหวาน ภาคตะวันออก
ค่อนข้างเผ็ด ส่วนภาคตะวันตกเน้นเปรี้ยว

B คนจีนรับประทานอะไรเป็นอาหารหลักคะ

A มีทั้งข้าวสวย ข้าวต้ม เส้นหมี่ ก๋วยเตี๋ยวและอาหารจำพวกแป้ง
เช่น หมั่นโถว ซาลาเปา เกี๊ยว เป็นต้นครับ

B พูดถึงเกี๊ยว ดิฉันสังเกตว่าเกี๊ยวของชาวจีนทางตอนเหนือ
กับทางตอนใต้ไม่ค่อยเหมือนกัน แป้งห่อเกี๊ยวของชาวจีนตอนเหนือ
จะหนากว่าแผ่นเกี๊ยวของชาวจีนทางตอนใต้ใช่ไหมคะ

A เกี๊ยว ภาษาจีนเรียกว่า "เจี่ยวจึ" มีทั้งไส้กุ้ง ไส้หมู ไส้ไก่และไส้ผัก
ต่าง ๆ ที่คุณพูดถึงแป้งห่อเกี๊ยวบาง ๆ ก้อนเล็ก ๆ ชาวจีนเรียกว่า
"หุนทุน" หรือ บางที่ก็เรียกว่า "เชาโส่ว" นะครับ ไม่เหมือนกัน

B คนไทยเรียกเกี๊ยวที่ห่อด้วยแป้งหนา ๆ และชิ้นโต ๆ ว่า "เกี๊ยวซ่า"
ค่ะ ส่วนเกี๊ยวก้อนเล็ก ๆ คนไทยนิยมรับประทานกับบะหมี่ ทั้ง
บะหมี่น้ำ บะหมี่แห้ง บางทีก็เอามาทอดแล้วใส่ในบะหมี่เย็นตาโฟ
บะหมี่ต้มยำ ก๋วยเตี๋ยวราดหน้า เป็นต้น

A พูดถึงอาหาร เริ่มจะหิวแล้วสิ ตอนนี้ใกล้เที่ยงพอดี

ขอเป็นเจ้าภาพสักมื้อได้มั้ย

B น่าเสียดายจังค่ะ เที่ยงนี้เผอิญมีนัดแล้ว
เอาไว้โอกาสหน้าก็แล้วกันนะคะ

ศัพท์ วลีและข้อสังเกต 单词、短语及知识点

1.	แต่ละท้องที่	各个地方
2.	ต่างกัน	不同
3.	ภาคเหนือ	北方
4.	ออก (ค่อนข้าง)	偏
5.	เค็ม	咸
6.	ภาคใต้	南部
7.	ภาคตะวันออก	东部
8.	ภาคตะวันตก	西部
9.	รับประทาน〈书〉	吃
10.	อาหารหลัก	主食
11.	ข้าวสวย	米饭（蒸饭）
12.	ข้าวต้ม	稀饭（โจ๊ก 粥）
13.	เส้นหมี่	米线
14.	ก๋วยเตี๋ยว	粿条、河粉
15.	จำพวกแป้ง	面食
16.	หมั่นโถว	馒头

17.	ซาลาเปา	包子
18.	เกี๊ยว	饺子
19.	เป็นต้น	等等
20.	พูดถึง	说到
21.	สังเกต	观察
22.	สังเกตเห็นว่า	观察发现
23.	ชาวจีนทางตอนเหนือ	中国北方的人
24.	ทางตอนใต้	南方
25.	แป้งห่อเกี๊ยว	饺子皮 注 面粉做的
26.	แผ่นเกี๊ยว	饺子皮 注 量词是 แผ่น
27.	หนา	厚
28.	เรียกว่า	叫作
29.	เจี่ยวจึ (เกี๊ยว)	饺子
30.	ไส้กุ้ง	虾仁馅
31.	ไส้หมู	猪肉馅
32.	ไส้ไก่	鸡肉馅
33.	ไส้ผัก	素馅
34.	ที่ (คุณ) พูดถึง	（你）所说的
35.	ห่อ	包裹
36.	บาง ๆ	薄的
37.	เล็ก ๆ	小的
38.	หุนทุน (เกี๊ยวแผ่นบาง)	馄饨

39. บางที่ 有些地方

注“ที่”，สถานที่ 的缩写

40. เชาโส่ว (เกี๊ยวประเภทหนึ่ง) 抄手

41. ชิ้นโต ๆ 大块

42. เกี๊ยวซ่า 饺子

43. นิยม 喜欢

44. บะหมี่ 面条

45. บะหมี่น้ำ 汤面

46. บะหมี่แห้ง 干面

47. บางที 有时候

48. ทอด 煎、炸

49. บะหมี่เย็นตาโฟ 酿豆腐面

50. บะหมี่ต้มยำ 冬阴功面

51. ก๋วยเตี๋ยวราดหน้า 盖浇河粉

52. ทุกรายการ 每一项

53. หิว 饿

54. ใกล้เที่ยง 近正午、快要 12 点

55. เจ้าภาพ 主人

56. มื้อ 顿

57. น่าเสียดาย 真遗憾

58. เผอิญ 刚好、正巧

59. มีนัด 有约

60. เอาไว้ 等到（以后）

61. โอกาสหน้า 下次

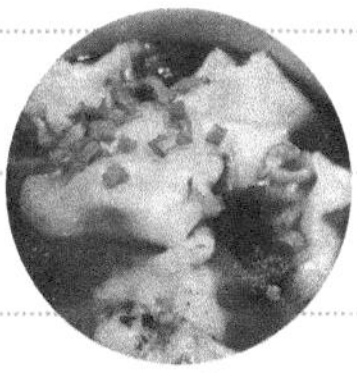

เชาโส่ว

บะหมี่เย็นตาโฟ

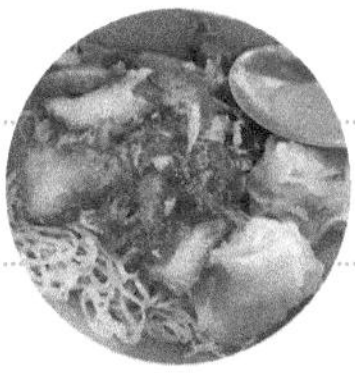

บะหมี่แห้ง

ก๋วยเตี๋ยวราดหน้า

2 อาหารหลักของคนไทยคือข้าว 泰国人的主食是米饭

A อาหารหลักของคนไทยคือ ข้าวกับบะหมี่ใช่มั้ย

B หลัก ๆ แล้วคือ ข้าวค่ะ คนไทยส่วนใหญ่รับประทานข้าวทั้งมื้อเช้า มื้อกลางวัน (มื้อเที่ยง) และมื้อเย็น บางทีก็นิยมรับประทานข้าวเหนียว

A กับข้าวของคนไทยออกแนวไหนครับ

B มีทั้งประเภท ต้ม แกง ยำ พล่า ผัด น้ำพริกหรือเครื่องจิ้ม

A ผมเคยได้ยินชื่ออาหารไทยมาบ้างนะ มีผัดไทย ต้มยำกุ้ง ส้มตำ ใช่มั้ยครับ

B ใช่ค่ะ อาหารไทยที่ชาวต่างชาติรู้จักกันดี นอกจากที่คุณพูดถึงแล้ว ยังมี แกงเขียวหวาน ผัดกะเพรา ต้มข่าไก่ ทอดมันปลา ทอดมันกุ้ง ปลาทอดราดน้ำปลา และอีกหลายอย่างแนะนำไม่หมด

A พูดถึงผัดกะเพรา ผมเคยได้ยินเพื่อนคนหนึ่งเล่าว่าตอนอยู่เมืองไทยเขาชอบสั่ง “กะเพราไก่ไข่ดาว” มาก มันคืออาหารประเภทไหนหรือครับ

B กะเพราไก่ไข่ดาวคือ เมนูที่นำเอาไก่มาผัดกับใบกะเพรา โปะไข่ดาว รับประทานกับข้าวสวยร้อน ๆ ราดพริกน้ำปลา อร่อยลงตัวมาก

A คนไทยใช้ตะเกียบมั้ย

B เวลาทานข้าว นิยมใช้ช้อนกับส้อม ถ้าทานอาหารเส้น เช่น ก๋วยเตี๋ยว บะหมี่ จะใช้ตะเกียบเหมือนคนจีน

A คุณพอจะแนะนำร้านอาหารไทยดี ๆ ที่ปักกิ่งให้หน่อยได้มั้ย

B ไม่มีปัญหาค่ะ สักครู่ดิฉันจะส่งรายชื่อร้านอาหารไทยที่มีชื่อเสียงของ
ปักกิ่งให้คุณทางวีแชทนะคะ

ศัพท์ วลีและข้อสังเกต 单词、短语及知识点

1.	ข้าว	大米、米饭
2.	หลัก ๆ แล้วคือ	主要的是
3.	มื้อเช้า	早饭
4.	มื้อกลางวัน (มื้อเที่ยง)	午饭
5.	มื้อเย็น	晚安
6.	ข้าวเหนียว	糯米
7.	กับข้าว	菜
8.	ต้ม	煮
9.	แกง	汤菜
10.	ยำ	拌菜
11.	พล่า	泰式炒米粉
12.	ผัด	炒菜
13.	น้ำพริก	辣椒酱
14.	เครื่องจิ้ม	蘸酱菜
15.	เคยได้ยิน	曾经听说
16.	ผัดไทย	泰式炒米线

17.	ต้มยำกุ้ง	冬阴功汤
18.	ส้มตำ	青木瓜沙拉
19.	ชาวต่างชาติ (คนต่างประเทศ)	外国人
20.	นอกจาก.... (แล้ว) ยังมี....	除了……还有……

ส้มตำ

21.	แกงเขียวหวาน	绿咖喱
22.	ผัดกะเพรา	炒罗勒
23.	ต้มข่าไก่	泰式椰汁南姜鸡汤

ต้มยำกุ้ง

24.	ทอดมันปลา	炸鱼饼
25.	ทอดมันกุ้ง	炸虾饼
26.	ปลาทอดราดน้ำปลา	鱼露炸鱼

ทอดมันปลา

27.	อีกหลายอย่าง	还有许多种
28.	แนะนำไม่หมด	介绍不完

ทอดมันกุ้ง

29.	เล่า	讲
30.	สั่ง (สั่งอาหาร)	点餐
31.	กะเพราไก่ไข่ดาว	罗勒炒鸡加煎蛋
32.	ประเภทไหน	哪种
33.	ใบกะเพรา	罗勒叶
34.	โปะ	盖
35.	ไข่ดาว	煎蛋
36.	ราด	浇
37.	พริกน้ำปลา	鱼露辣椒酱
38.	ลงตัว	正合适、正好

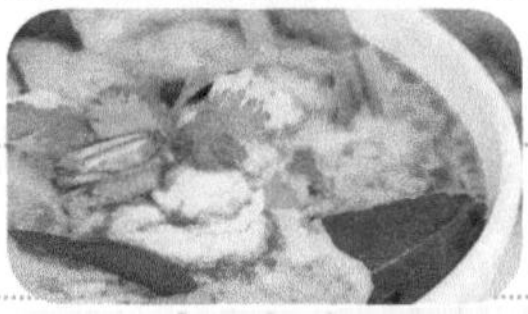

39. ตะเกียบ	筷子
40. ช้อน	勺子
41. ส้อม	叉子
42. อาหารเส้น	面条类的
43. พอจะ (แนะนำ)	可以（介绍）
44. ร้านอาหารไทย	泰餐馆
45. สักครู่	一会儿
46. ส่ง....ทาง....	用……发送
47. รายชื่อ	名单
48. วีแชท	微信

ย้ำคำซ้ำความ 课文语音重点

1

A คนจีนแต่ละท้อง(~~ถิ่~~)ที่ ชอบรสชาติ(รด-ชาด) อาหารต่างกัน อาหารของคนจีนทางภาคเหนือรสชาติออก(~~อก~~)เค็มภาคใต้รสชาติออกหวาน ภาคตะวันออกค่อนข้างเผ็ด ส่วนภาคตะวันตกเน้นเปรี้ยว

B คนจีน รับประทาน อะไรเป็นอาหารหลักคะ

A มีทั้ง ข้าวสวย ข้าวต้ม เส้นหมี่ ก๋วยเตี๋ยว และอาหารจำพวก แป้ง เช่น หมั่นโถว ซาลาเปา เกี๊ยว เป็นต้นครับ

B พูดถึงเกี๊ยว ดิฉันสังเกต(เกะ)ว่าเกี๊ยวของชาวจีน ทางตอนเหนือ กับ ทางตอนใต้ ไม่ค่อยเหมือนกัน แป้งห่อเกี๊ยวของชาว(เชา)จีนตอน เหนือจะหนากว่าแผ่นเกี๊ยวของชาวจีน ทาง(หัง)ตอนใต้ ใช่มั้ยคะ

A เกี๊ยว ภาษาจีนเรียกว่า "เจี่ยวจี" มีทั้งไส้กุ้ง ไส้หมู ไส้ไก่และไส้ผัก(ผัด) ต่าง ๆ ที่คุณ พูด(พุอี)ถึง แป้งห่อเกี๊ยว บาง ๆ ก้อนเล็ก ๆ ชาวจีนเรียกว่า "หุนทุน" หรือ บางที ก็เรียกว่า "เชาโส่ว" นะครับ ไม่เหมือนกัน

B คนไทยเรียกเกี๊ยวที่ ห่อ ด้วยแป้งหนา ๆ และชิ้นโต ๆ ว่า "เกี๊ยวซ่า" ค่ะ ส่วนเกี๊ยวก้อน(ค้น) เล็ก ๆ คนไทยนิยมรับประทานกับบะหมี่ ทั้งบะหมี่น้ำ บะหมี่แห้ง บางทีก็เอามา ทอด แล้วใส่ใน บะหมี่เย็นตาโฟ บะหมี่ ต้มยำ ก๋วยเตี๋ยวราดหน้า เป็นต้น

A พูดถึงอาหาร เริ่มจะหิวแล้วสิ ตอนนี้ใกล้เที่ยงพอดี ขอเป็นเจ้า ภาพสักมื้อได้มั้ย

B น่าเสียดายจังค่ะ เที่ยงนี้ เผอิญ มีนัดแล้ว เอาไว้โอกาสหน้าก็แล้ว กันนะคะ

2

A อาหาร(อาหัน)หลัก ของคนไทยคือ ข้าว กับบะหมี่ใช่มั้ย

B หลัก ๆ แล้วคือ ข้าวค่ะ คนไทยส่วนใหญ่รับประทานข้าวทั้งมื้อเช้า มื้อกลางวัน (มื้อเที่ยง) และมื้อเย็น บางที ก็นิยมรับประทานข้าวเหนียว

A กับข้าว ของคนไทย ออกแนวไหนครับ

B มีทั้งประเภท ต้ม แกง ยำ พล่า ผัด น้ำพริกหรือเครื่องจิ้ม

A ผมเคยได้ยินชื่อ อาหารไทยมาบ้างนะ มี ผัดไทย ต้ม(โต้ม)ยำกุ้ง ส้มตำ ใช่มั้ยครับ

B ใช่ค่ะ อาหารไทยที่ชาวต่างชาติรู้จักกันดี นอกจากที่คุณพูดถึงแล้วยัง มี แกงเขียวหวาน ผัดกะเพรา ต้มข่าไก่ ทอด(โทด)มันปลา ทอดมันกุ้ง ปลาทอดราดน้ำปลา และอีกหลายอย่างแนะนำไม่หมด

A พูดถึง ผัดกะเพรา ผมเคยได้ยินเพื่อนคนหนึ่งเล่าว่าตอนอยู่เมืองไทยเขา ชอบสั่ง "กะเพราไก่ไข่ดาว" มาก มันคืออาหารประเภทไหนหรือครับ

B กะเพราไก่ไข่ดาวคือ เมนูที่นำเอาไก่มาผัดกับใบกะเพรา โปะ ไข่ดาว รับประทานกับข้าวสวยร้อน ๆ ราด พริกน้ำปลา อร่อยลงตัวมาก

A คนไทยใช้ตะเกียบมั้ย

B เวลาทานข้าวนิยมใช้ ช้อนกับส้อม(โส้ม)
ถ้าทานอาหารเส้น เช่น ก๋วยเตี๋ยว บะหมี่จะใช้ตะเกียบเหมือนคนจีน

A คุณ พอจะแนะนำร้านอาหารไทยดี ๆ ที่ปักกิ่งให้หน่อยได้มั้ย

B **ไม่มีปัญหาค่ะ** สักครู่ดิฉันจะส่งรายชื่อร้านอาหารไทยที่มีชื่อเสียงของ ปักกิ่งให้คุณทางวีแชทนะคะ

195

เสริมความรู้ 补充知识

1 ศัพท์เสริม 补充词汇

■ **กรรมวิธีประกอบอาหาร 烹饪手法**

ทำให้ร้อน	ผัดร้อน ๆ อุ่นร้อน ๆ（温热）อบให้ร้อน ต้มให้ร้อน
หั่น 切	หั่น（切）บาง ๆ หั่นฝอย ๆ หั่นเป็นชิ้น ๆ หั่นเป็นชิ้นเล็ก ๆ หั่นเป็นชิ้นโต ๆ
ผัด	ผัดนาน ๆ ผัดให้ร้อน ผัดให้เข้าเนื้อ（炒入味）ผัดเข้าด้วยกัน（炒至融合）ผัดน้ำมันน้อย ๆ（少油炒制）
ต้ม	ต้มให้ร้อน ต้มให้เดือด（煮沸）ต้มให้เปื่อย（煮烂）
ตุ๋น 炖	ตุ๋นนาน ๆ ตุ๋น 20 นาที ตุ๋นให้เปื่อย ตุ๋นให้เข้าเนื้อ
ทอด 炸	ทอดให้เหลือง（炸至金黄）ทอดให้กรอบ（炸至酥脆）ทอดให้เกรียม（炸至焦黑）ทอดให้เหลืองกรอบ อย่าทอดให้ไหม้（别炸糊了）ทอดไฟอ่อน ๆ（小火炸制）ทอดไฟแรง ๆ（大火炸制）
ราด 浇	ราดน้ำปลา ราดข้าว
โรย 洒，点	โรยบนข้าว โรยพริกไทย โรยเกลือ โรยพริกป่น（辣椒粉）

2 โครงสร้างประโยค 句子结构

2.1 “กิน” “รับประทาน” (ทาน) 关于吃的动词

“กิน” 这个词是日常口语用词，在较为正式的语境中可以使用“รับประทาน”。至于“ทาน”此词，虽然并未被泰语词典收录，但由于“รับประทาน”的发音比较长，人们经常会将其简化为"ทาน"。因此"ทาน"可以代替"รับประทาน"在正式语境使用。

- เด็กอ้วนคนนี้<u>กิน</u>จุ（多）
- ฉันจะ<u>กิน</u>ข้าวกับเพื่อนสนิทเย็นนี้
- ฉันจะ<u>ทาน</u>ข้าวกับอาจารย์พรุ่งนี้
- ดิฉันจะไปร่วม<u>รับประทาน</u>อาหารเย็นกับเอกอัครราชทูตไทย (เอก-อัก-คะ-ราด-ชะ-ทูด-ไท 泰国大使) สัปดาห์หน้านี้
- คนไทยนิยม<u>รับประทาน</u>ข้าวเป็นอาหารหลัก
- เพื่อนคนไทยที่รู้จักเมื่อวานนี้บอกว่าเขาชอบ<u>ทาน</u>ซุปกระดูกหมูตุ๋น（猪骨汤）มาก

2.2 "ออก...."（ออกรส ออกรสชาติ）"ออกแนว"（ลักษณะ）
偏……（形容味道）、比较……（形容事物特征）

"ออก"后面接味道，指食物的某种味道较为突出，如"ออกเค็ม"指食物以咸味为主，"ออกหวาน"指食物的甜味较为突出。"ออกแนว"一词通常指事物的形态或特点，如食物的特点、味道的特点、事物的特征或穿着的特点等等，如：

- อาหารจานนี้รสชาติ<u>ออก</u>เค็มนะ เธอว่ามั้ย (เธอเห็นด้วยมั้ย)
- อากาศร้อนมาก อาหารไม่ได้แช่ตู้เย็น รู้สึกว่าจะ<u>ออก</u>เปรี้ยว ๆ แล้ว
- อาหารไทย<u>ออก</u>แนวไหน
- การแต่งกายของลิซ่า (ลลิษา มโนบาล) <u>ออกแนว</u>สตรีท (street) สไตล์เท่ ๆ บางทีเธอก็แต่ง<u>ออกแนว</u>วินเทจ (vin-tage) หรือสไตล์ย้อนยุค

2.3 "พูดถึง"说到、说起
- <u>พูดถึง</u>เกี๊ยวซ่า คำนี้น่าจะมาจากภาษาญี่ปุ่นที่เรียกว่า เกียวซะ

- <u>พูดถึง</u>ข้าวต้ม ทำให้นึกถึงโจ๊กหมูสับใส่ไข่ลวก（溏心蛋肉末粥）

- <u>พูดถึง</u>เขาแล้วโมโห

- <u>พูดถึง</u>วันสอบแล้วตื่นเต้น

2.4 "พูดถึง.... เริ่มจะ....แล้วสิ" 说起……，就开始……了

- พูดถึงอาหารไทย <u>เริ่มจะ</u>หิวแล้วสิ

  (พูดถึงอาหารไทย <u>ชัก</u>หิวแล้วสิ〈口〉)

- พูดถึงวันสอบ <u>เริ่มจะ</u>กลัวแล้วสิ

- พอรู้เรื่องนี้ <u>เริ่มจะ</u>ไม่สบายใจแล้วสิ

- กินอิ่มไป <u>เริ่ม</u>ง่วง（困）แล้วสิ

2.5 "หลัก" 主要的

- สุขุมวิท เป็นถนนสาย<u>หลัก</u>（主街）สายหนึ่งใน กทม. (กรุงเทพมหานคร)

- อาหารจานนี้เป็นอาหารจาน<u>หลัก</u>ที่ฉันอยากแนะนำให้คุณลองชิมดู

- วิชา "ภาษาไทยพื้นฐาน" เป็นวิชา<u>หลัก</u>ของนักศึกษาชั้นปีที่ 1 และ 2

- หนึ่ง สอง สาม สี่ เป็นเลข<u>หลัก</u>เดียว（个位）ยี่สิบ สี่สิบ ห้าสิบสอง
  เป็นเลขสอง<u>หลัก</u>

- นี่เป็นวิธี<u>หลัก</u>ที่จะแก้ปัญหานี้ได้ ไม่มีวิธีอื่นที่ดีกว่านี้แล้ว

2.6 "เรียก....ว่า ...." 称……为……

- คนไทย<u>เรียก</u>เกี๊ยวที่นำมาทอดในน้ำมัน<u>ว่า</u> "เกี๊ยวทอด"

- คนจีน<u>เรียก</u>เกี๊ยวรสชาติเผ็ดจัดจ้าน<u>ว่า</u> "เชาโส่ว"

- ทุกคน<u>เรียก</u>เขา<u>ว่า</u> "พี่ยักษ์" เพราะเขาตัวโตมาก

- ทุกคน<u>เรียก</u>ขาของเธอ<u>ว่า</u> "ขาตะเกียบ" เพราะขาของเธอเล็กมาก

2.7 "ได้ยิน....เล่าว่า (เล่าให้ฟังว่า, บอกว่า)...." 听……说……

- <u>ได้ยิน</u>คนแก่คนนั้น<u>เล่าว่า</u> เขาอาศัยอยู่ที่นี่ตั้งแต่เขาอายุหกขวบ

- ได้ยินมานพเล่าให้ฟังว่าตอนอยู่เมืองไทยเขาไม่ค่อยขยัน แต่พอไปเรียนที่เมืองจีน เขาขยันขึ้น เพราะเพื่อนชาวจีนขยันทุกคน
- ฉันเคยได้ยินคุณตาบอกว่า ทุเรียนเป็นผลไม้ธาตุร้อน（热性）กินแล้วควรดื่มน้ำตามให้มาก ๆ

2.8 "เวลา...." 当……的时候

- เวลาคนไทยรับประทานอาหารจะใช้ช้อนกับส้อม ส่วนคนจีนใช้ตะเกียบเป็นหลัก
- เวลาที่เขาโกรธ หน้าจะแดงมาก
- เวลากินอย่าพูด เวลาพูดก็อย่ากิน
- เวลาจะพูดอะไรควรคิดให้ดีก่อนแล้วค่อยพูด

2.9 "พอจะ + 动"

"พอจะ" 在不同的句子中有不同的含义。有时表示用礼貌的语气请求，表示无论对方知道与否，能够回答与否都不介意；有时也表示"大概、差不多、基本上"之意，如 พอจะได้、พอไปได้、พอจะยึดถือได้，意指差不多可以，不用于表示完全肯定的语境。

- พอจะแนะนำอาหารไทยที่อร่อย ๆ ให้หน่อยได้มั้ย
- พอจะรู้มั้ยคะว่า เขตเฉาหยางไปยังไง
- อาหารจานนี้ พอจะกินได้มั้ย
- ผู้ชายคนนี้พอจะไว้ใจได้มั้ย 这人大概能信任吗?
- พอจะรู้มั้ย นั่งรถตุ๊กตุ๊กจากไชน่าทาวน์ไปวัดโพธิ์ ค่ารถเท่าไหร่

อ่าน-ออกเสียง 发音练习

❶ การตอบปฏิเสธคำเชิญอย่างสุภาพ 礼貌地拒绝邀请

1.1 รูปแบบประโยคปฏิเสธคำเชิญ 拒绝邀请的句式

一般在表示拒绝后，比如“น่าเสียดายจัง เผอิญมีนัดแล้ว”（真遗憾，正好有约了）或“ขอโทษค่ะ/ครับ เผอิญติดธุระพอดี”（不好意思，我正好有事），会以一些礼貌的话语结束对话，作为对邀请者的安慰，比如：

- ไว้วันหลังแล้วกันนะ
- เอาไว้สัปดาห์หน้าแล้วกันนะ

和不太熟悉的人对话时，可以这样结尾：

- โอกาสหน้าแล้วกันนะครับ
- เอาไว้โอกาสหน้านะครับ
- เอาไว้เป็นโอกาสหน้าแล้วกันนะคะ
- ถ้าเป็นโอกาสหน้า ไม่พลาดแน่นอนครับ

1.2 ตัวอย่างสถานการณ์การตอบปฏิเสธคำเชิญ 拒绝邀请的方式

1.2.1 แบบให้ความหวัง 表示下次还有机会

A	B
■ ใกล้เที่ยงพอดี ผมขอเป็นเจ้าภาพสักมื้อได้มั้ย	■ น่าเสียดายจริง ๆ เที่ยงนี้เผอิญมีนัดแล้วค่ะ เป็นวันอื่นได้มั้ยคะ ■ น่าเสียดายจังเลยค่ะ เผอิญเที่ยงนี้มีนัดแล้ว เป็นสัปดาห์หน้าได้มั้ยคะ

■ ศุกร์หน้า มีธุระอะไรมั้ยคะ อยากเชิญไปร่วมงานของคุณะค่ะ	■ เหรอครับ แต่ เอ....เผอิญศุกร์หน้าผมติดธุระครับ น่าเสียดายจริง ๆ ถ้าเป็นโอกาสหน้าไม่พลาดแน่นอนครับ ■ ฉันติดธุระวันนั้นพอดี เอาไว้วันอื่นได้มั้ย

1.2.2 แบบไม่ให้ความหวัง 表示明确拒绝

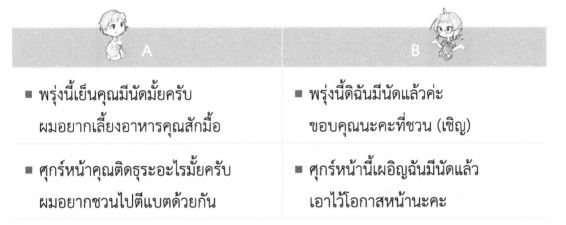

A	B
■ พรุ่งนี้เย็นคุณมีนัดมั้ยครับ ผมอยากเลี้ยงอาหารคุณสักมื้อ	■ พรุ่งนี้ดิฉันมีนัดแล้วค่ะ ขอบคุณนะคะที่ชวน (เชิญ)
■ ศุกร์หน้าคุณติดธุระอะไรมั้ยครับ ผมอยากชวนไปตีแบตด้วยกัน	■ ศุกร์หน้านี้เผอิญฉันมีนัดแล้ว เอาไว้โอกาสหน้านะคะ

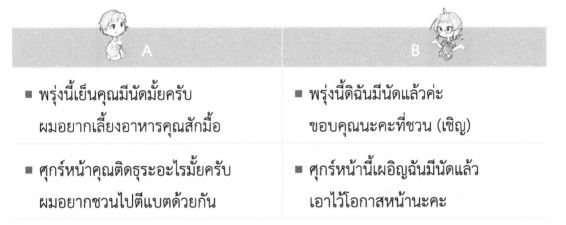

แบบฝึกหัด 练习

❶ ขยายคำศัพท์ตามตัวอย่าง 根据示例练习组词

1) แต่ละ	แต่ละท้องที่ แต่ละมณฑล แต่ละแบบ ① ② ③
2) หลัก	กับข้าวหลัก สีหลัก หลักภาษาไทย ① ② ③

3) ห่อ	ห่อแป้ง ห่อกับข้าว ห่อหนังสือ		
	①	②	③

4) บาง....	บางที บางที่ บางชิ้น		
	①	②	③

5) ใกล้ (จะ) ....พอดี	ใกล้จะเที่ยงพอดี ใกล้อิ่มพอดี		
	①	②	③

6) ชัก.... แล้วสิ	ชักหิวแล้วสิ ชักอาย（害羞）แล้วสิ ชักฉลาดแล้วสิ		
	①	②	③

7) นัด	มีนัด นัดเธอ นัดอื่น		
	①	②	③

8) ออกแนว	ออกแนววินเทจ ออกแนวหวาน ๆ ออกแนวเข้ม ๆ （酷）		
	①	②	③

9) รายชื่อ	รายชื่อร้านอาหารไทย รายชื่อมหาวิทยาลัย รายชื่อโรงเรียนไทย		
	①	②	③

10) ส่ง.... ทาง....	ส่งของทางไปรษณีย์ ส่งการบ้านทางอีเมล ส่งพัสดุทาง "ไคว้ตี้"		
	①	②	③

❷ สืบค้นคำแปลชื่อผักประเภทต่าง ๆ ต่อไปนี้ 查询以下各种蔬菜的名称

例 ผักกาด 白菜　　　　ผักบุ้ง 空心菜

บรอกโคลี	คะน้า	กะหล่ำปลี	กุยช่าย
————	————	————	————
มะเขือเทศ	มะเขือยาว	แครอท	แตงกวา
————	————	————	————
บวบ	ฟักทอง	ฟักเขียว	ผักกาดหอม
————	————	————	————
หัวหอมแดง	หัวหอมใหญ่	กะเพรา	โหระพา
————	————	————	————
ตะไคร้	มะกรูด	มะนาว	พริก
————	————	————	————
ผักกวางตุ้ง	ผักชี	ต้นหอม	พริกหยวก
————	————	————	————

❸ เลียนแบบโครงสร้างรูปประโยคอธิบายความแต่ละข้อ โดยเปลี่ยน
เนื้อหาและแนะนำตามจริง 仿写句子，并根据事实情况调整内容

1) คนจีนแต่ละท้องที่ชอบรสชาติอาหารต่างกัน อาหารของคนจีนทางภาคเหนือรสชาติ
ออกเค็ม ภาคใต้รสชาติออกหวาน ภาคตะวันออกค่อนข้างเผ็ด ส่วนภาคตะวันตก
เน้นเปรี้ยว

✳ คนไทยแต่ละท้องที่ชอบรสชาติอาหารต่างกัน

อาหารของคนไทยทางภาคเหนือรสชาติ_____

ทางใต้_____

ทางภาคตะวันออกเฉียงเหนือ_____

2) พูดถึงเกี๊ยว ผม/ดิฉันสังเกตเห็นว่าเกี๊ยวของชาวจีนทางตอนเหนือกับทางตอนใต้
ไม่ค่อยเหมือนกัน แป้งห่อเกี๊ยวของชาวจีนตอนเหนือจะหนากว่าเกี๊ยวของจีนทาง
ตอนใต้ใช่ไหมครับ/คะ

> ❀ พูดถึงอาหารหลักของคนไทย ผม/ดิฉันสังเกตเห็นว่า คนไทยแต่ละภาค
> นิยมรับประทานอาหารหลักไม่ค่อยเหมือนกันใช่ไหมครับ/คะ
> คนไทยภาคเหนือนิยมรับประทาน_____
> ภาคอีสานนิยมรับประทาน _____
> ส่วนคนไทยภาคใต้นิยมรับประทาน _____
> ใช่ไหมครับ/คะ

3) คนไทยเรียกเกี๊ยวที่ห่อด้วยแป้งหนา ๆ และชิ้นโต ๆ ว่า "เกี๊ยวซ่า" ส่วนเกี๊ยวก้อน
เล็ก ๆ คนไทยนิยมรับประทานกับบะหมี่ ทั้งบะหมี่น้ำ บะหมี่แห้ง บางทีก็เอามา
ทอดแล้วใส่ในบะหมี่เย็นตาโฟ บะหมี่ต้มยำ ก๋วยเตี๋ยวราดหน้า อร่อยทุกรายการ

✳ คนจีนเรียกขนมแป้งทอดทั่วไปว่า "ซาวปิ่ง" "ซาวปิ่ง" ที่แผ่นใหญ่ ๆ

_____

ส่วนชิ้นเล็ก ๆ พบมากในภาค _____

คนจีนนิยมรับประทาน "ซาวปิ่ง" กับ _____

อร่อยทุกรายการ

4) อาหารไทยที่ชาวต่างชาติรู้จักกันดี นอกจากที่คุณพูดถึงแล้วยังมี แกงเขียวหวาน ผัดกะเพรา ต้มข่าไก่ ทอดมันปลา ทอดมันกุ้ง ปลาทอดราดน้ำปลา และอีกหลายอย่างแนะนำไม่หมด

> อาหารจีนที่ชาวต่างชาติรู้จักกันดี นอกจากที่คุณพูดถึงแล้วยังมี
>
> ____
>
> ____
>
> และอีกหลายอย่างแนะนำไม่หมด

4 จับคู่สนทนาถามและตอบคำถามต่อไปนี้ 两人一组进行下列问答

1) คุณเคยรับประทานอาหารไทยมั้ย
2) คุณรู้จักร้านอาหารไทยในปักกิ่ง (เซี่ยงไฮ้ กวางสี ซีอาน ยูนนาน เป็นต้น) ที่ไหนบ้าง
3) คนไทยใช้อุปกรณ์ (เครื่องมือของใช้) อะไรรับประทานอาหาร
4) คนไทยนิยมรับประทานอาหารประเภทแป้งมั้ย
5) กะเพราไก่ไข่ดาวมีลักษณะอย่างไร
6) คุณคิดว่า "ต้มยำกุ้ง" น่าจะมีรสชาติอย่างไร
7) เกี๊ยวของชาวจีนทางตอนเหนือกับตอนใต้เหมือนกันมั้ย คุณชอบแบบไหนมากกว่า
8) ในโรงอาหารมหาวิทยาลัยของคุณมีอาหารประเภทเกี๊ยวมั้ย อยู่ที่ชั้นไหน อร่อยมั้ย
9) คุณคิดว่าหน้าร้อนควรรับประทานผลไม้ประเภทไหน
10) ปกติคุณรับประทานอาหารรสชาติแบบไหนเป็นหลัก

ชุดข้าวไข่เจียว
ต้มยำกุ้ง

5 สืบค้นชื่ออาหารไทยของแต่ละภาพและเลือกอธิบายวิธีการทำอาหารในภาพหรือแนะนำวัตถุดิบที่ใช้ประกอบอาหารในภาพ (เลือก 2-3 ภาพ) ตามตัวอย่างรูปแบบโครงสร้างประโยคที่แนะนำ

搜索以下泰式美食的名称，并根据所给句式介绍其食材和做法（选择 2-3 张图片）

例

อาหารที่เห็นในภาพมีชื่อว่า

กะเพราไก่ไข่ดาว

กะเพราไก่ไข่ดาว คือ อาหาร (เมนู) ไก่ผัดกับใบกะเพราโปะไข่ดาว ทานกับข้าวสวยร้อน ๆ

อาหารไทยที่เห็นในภาพนี้มีชื่อว่า

ตำข้าวโพด

วัตถุดิบ (食材) ในอาหารจาน(ชาม) นี้ประกอบด้วย ข้าวโพด มะเขือเทศ แครอท กุ้งแห้ง พริกขี้หนู เป็นต้น และยังมี กุ้งแห้ง ด้วยเป็นอาหารที่ฉัน /ผมชอบที่สุด

นี่เป็นภาพอาหารหวานที่คนไทยชอบรับประทานมาก เรียกว่า

ข้าวเหนียวมะม่วง

วัตถุดิบประกอบด้วย ข้าวเหนียว น้ำกะทิ น้ำตาลทราย เกลือ แป้งมัน และมะม่วงสุก อาหารหวานจานนี้มีรสชาติหวาน ๆ มัน ๆ หอมและอร่อยมาก

 1)

 2)

 3)

 4)

5)

6)

7)

ขนมจีนและแกงไทย

ขนมหวานไทย

"เมี่ยงคำ" ของว่างสมุนไพรไทย

6 ถ่ายภาพอาหารพิเศษที่คุณชอบหรืออาหารที่มีชื่อเสียงในบ้านเกิด
ของคุณ แนะนำวิธีประกอบอาหารรวมถึงส่วนประกอบที่อยู่ใน
อาหาร (คนละ 2 รายการ)

拍照展示你喜欢的或是家乡有名的两道菜肴，并介绍其食材和做法

ชื่อและภาพอาหารของคุณ 我介绍的菜名和图片

1

2

บันทึกของฉัน

บทที่11 第 11 课 ลาป่วย 请病假

สาระสำคัญประจำบท

1. คำศัพท์เกี่ยวกับความเจ็บป่วย ประเภทยา อวัยวะของร่างกาย กิจวัตรประจำวันต่าง ๆ
2. ฝึกฝนการถาม-ตอบเกี่ยวกับการเจ็บป่วยและการรักษาพยาบาล
3. ตัวอย่างประโยคฝากลาและขออนุญาตลาเรียนต่อผู้สอน
4. ความแตกต่างของการใช้คำว่า “ขอ” และ “ช่วย”
5. ภาษาพูดที่ลงท้ายด้วย “อะ” “เนี่ย” “แป๊บ” “เดี๋ยว” และ ภาษาพูดที่ลดย่อคำบางคำในประโยค เช่น “....ไรหรือ” “....ไรหรือเปล่า” “....แล้วยัง”
6. โครงสร้างประโยคอื่น ๆ ได้แก่ “รู้สึก” “วันทั้งวัน” “เลย” “เผื่อ” “จำเป็น”(จำเป็นต้อง) “ไหน” “หรือเปล่า”
7. ประโยคแสดงความห่วงใย สงสาร
8. ระดับภาษาสนทนาประจำบท : ภาษาปากและภาษาสุภาพทั่วไป

本课要点

1. 学习关于生病、药品、身体部位以及日常生活的词汇
2. 练习关于生病和治疗的问答
3. 练习让别人帮忙请假以及自己向老师请假的句型
4. 分辨 “ขอ” 和 “ช่วย” 的用法

5. 学习以 “อะ” “เนี่ย” “แป๊บ” “เดี๋ยว” 结尾的口语句型，学习口语中的简略表达，比如：“....ไรหรือ” “....ไรหรือเปล่า” “....แล้วยัง”

6. 学习以下口语表达：“รู้สึก” “วันทั้งวัน” “เลย” “เผื่อ” “จำเป็น”(จำเป็นต้อง) “ไหน” “หรือเปล่า”

7. 学习表达担心和关心的句型

8. 本课会话语言风格：口语及一般礼貌用语

คำศัพท์ออกเสียงบังคับประจำบท 本课发音重点词汇

เย็นวาน ตากฝน ลาป่วย ตกถึงท้อง เผื่อ เจาะเลือด ผล(ตรวจ)เลือด

บทเรียน 课文

1 อาการดีขึ้นบ้างหรือยัง 症状好些了吗?

เปรมใจ พรรณี วันนี้ไม่เห็นเธอเข้าเรียนทั้งคาบเช้าคาบบ่าย เป็นไรหรือเปล่า

พรรณี เมื่อเย็นวานตากฝน เช้านี้ตื่นขึ้นมารู้สึกเวียนหัว ตัวร้อน มีไข้นิดหน่อย

เปรมใจ ฝากใครไปลาป่วยยัง

พรรณี   ฝากสุดาไปเรียนอาจารย์แล้วว่าขออนุญาตลาป่วย 1 วัน

เปรมใจ   แล้วตอนนี้เป็นไงบ้าง รู้สึกดีขึ้นบ้างมั้ย กินกลางวันยังเนี่ย หน้าตา
ดูไม่ดีเลย

พรรณี   อืม เพลียมาก วันนี้ทั้งวันยังไม่มีอะไรตกถึงท้องเลย หลับยาว
ตั้งแต่หัวค่ำ ตื่นมาตอนสามโมงเช้า แล้วนอนต่อยาวถึงบ่าย
สาม

เปรมใจ   รู้สึกดีขึ้นบ้างยัง หิวมั้ย อยากได้ไรมั้ยอะ เดี๋ยวออกไปซื้อให้

พรรณี   ไม่ละ เจ็บคอ กลืนไม่ลง (เสียงแห้ง) ช่วยไปหาหมอเป็นเพื่อน
ฉันหน่อยสิ อยากได้ยาลดไข้กับยาแก้เจ็บคอมากินหน่อย

เปรมใจ   อืม ได้ ลุกไหวมั้ย ไปเปลี่ยนเสื้อผ้าก่อนไป๊ เดี๋ยวฉันพยุงไป
โรงบาล (โรงพยาบาล) เอง

ศัพท์ วลีและข้อสังเกต 单词、短语及知识点

1.	คาบเช้า (คาบเรียนเช้า)	上午的课
2.	คาบบ่าย (คาบเรียนบ่าย)	下午的课
3.	เป็นไร ⟨口⟩ (เป็นอะไร ⟨书⟩)	怎么了
4.	หรือเปล่า	……了吗
5.	เมื่อเย็นวาน	昨天晚上
6.	ตากฝน	淋雨
7.	ฝน	雨

8.	ตื่นขึ้นมา	醒过来
9.	ตื่น	睡醒
10.	เวียนหัว	头晕
11.	ตัวร้อน	身体发热
12.	มีไข้	发烧
13.	ฝาก	请、拜托
14.	ลาป่วย	请病假
15.	....ยัง, ...รึยัง 〈口〉(....หรือยัง 〈书〉)	了吗
16.	เรียน (อาจารย์)	向教师报告 注 礼貌用语
17.	ขออนุญาต	请求允许
18.	เป็นไง 〈口〉(เป็นอย่างไร 〈书〉)	怎么样了
19.	....ขึ้น (ดีขึ้น)	……多了（好多了）
20.	บ้างยัง 〈口〉(บ้างหรือยัง 〈书〉)	……点了吗
21.	กินกลางวัน (กินข้าวกลางวัน)	吃午饭
22.	....ยังเนี่ยะ 〈口〉(....หรือยัง 〈书〉)	……了吗
23.	เนี่ยะ 〈口〉(นี่นะ)	句末语气词
24.	หน้าตา	脸色
25.	ดูไม่....เลย (ดูไม่ + 形 + เลย)	看起来一点都不……
26.	....เลย	副词，置于句末，强调"立即"
27.	อืม	语气词，嗯
28.	เพลีย (อ่อนเพลีย)	虚弱、没有力气

29.	วันนี้ทั้งวัน	今天一整天
30.	ตกถึงท้อง〈口〉	（吃）进肚
31.	หลับยาว	一直睡、睡得时间长
32.	หัวค่ำ	傍晚
33.	สามโมงเช้า	早上9点
34.	นอนต่อ	继续睡
35.	ยาวถึง....	一直到，强调时间久
36.	อยากได้ไรมั้ย〈口〉 (อยากได้อะไรไหม〈书〉)	想要什么吗
37.	ออกไป	出去
38.	เจ็บคอ	嗓子痛、喉咙痛
39.	กลืนไม่ลง	咽不下去
40.	เสียงแห้ง (เสียงแหบ)	声音沙哑
41.	เป็นเพื่อน	陪伴
42.	หมอ	医生
43.	หน่อยสิ	……一下吧（文中意为"陪我去看一下医生吧"）
44.	ยาลดไข้	退烧药
45.	ยาแก้เจ็บคอ	治喉咙痛的药
46.	ลุก	起身
47.	....ไหว	受得了、能够做
48.	เสื้อผ้า	衣服
49.	ไป๊ (ไปซิ)	赶紧、快走，表催促

50. เดี๋ยว .... ให้/เอง 一会我自己 / 一会我帮你……

51. พยุง 扶，支撑

52. โรงบาล〈口〉(โรงพยาบาล〈书〉) 医院

2 เคยแพ้ยาอะไรบ้างไหม 对什么药物过敏过么？

ที่โรงพยาบาล

เปรมใจ เคยมาโรงบาล (โรงพยาบาล) นี้ยัง ต้องลงทะเบียน “ผู้ป่วยใหม่” มั้ย ฉันไปติดต่อให้

พรรณี ฉันเป็น “คนไข้เก่า” เธอช่วยต่อคิวแผนกอายุรกรรมให้หน่อยได้มั้ย ขอรอตรงนี้นะ เดินไม่ไหวอะ

เปรมใจ อืม รอแป๊บนะ ฉันไปเดินเรื่องให้

พรรณี เดี๋ยว ! เดี๋ยว ! เอาบัตรผู้ป่วยโรงบาลกับบัตรประชาชนฉันไปด้วย เผื่อจำเป็นต้องใช้

....

เปรมใจ เรียบร้อยแล้ว พยาบาลบอกให้ไปชั่งน้ำหนัก วัดความดันก่อนเสร็จแล้วไปรอที่ชั้นสามได้เลย

....

หมอ ไหน บอกหมอหน่อย ไม่สบายตรงไหน มีอาการอะไรบ้าง

พรรณี   ปวดหัว วิงเวียนศีรษะ ตัวร้อนตลอดทั้งคืนค่ะ อยากได้ยาลด
ไข้ไปทานหน่อยค่ะ คุณหมอ

หมอ   ขอหมอตรวจดูหน่อยนะ....ตัวรุม ๆ นะ มีน้ำมูกมั้ย

พรรณี   ไม่มีค่ะ แต่ช่วงบ่ายเริ่มรู้สึกระคายคอ กลืนอะไรไม่ค่อยลง

หมอ   คุณไปเจาะเลือดและวัดไข้ก่อน เสร็จแล้วเอาผลมาให้หมอ
ด้วย

พรรณี   ค่ะ หมอ

....

พรรณี   นี่ผลตรวจเลือดค่ะ

หมอ   ผลเลือดปกติดี ดูอาการแล้วน่าจะเป็นแค่หวัดธรรมดา หมอจะ
จ่ายยาลดไข้และยาลดเสมหะให้ คุณเคยแพ้ยาอะไรบ้างหรือเปล่า
ต้องการยาลดน้ำมูกไปเผื่อมั้ย

พรรณี   ไม่มีประวัติแพ้ยาค่ะ ขอยาแก้ไอกับยาลดน้ำมูกไปเผื่อไว้
หน่อยก็ดีค่ะ อ้อ ขอใบรับรองแพทย์ด้วยนะคะ

พยาบาล   นี่ ใบสั่งยา และนี่ ใบรับรองแพทย์ ไปต่อคิวรับยาได้ที่ห้อง
จ่ายยาชั้น 1 นะคะ

พนักงานห้องจ่ายยา   ยาบรรจุขวดเป็นยาลดไข้ รับประทานวันละ
3 ครั้ง หลังอาหารเช้า กลางวัน เย็น ส่วนยาแคปซูล
แก้อักเสบรับประทานวันละ 1 ครั้งก่อนนอน ทานยาแล้ว
ดื่มน้ำตามเยอะ ๆ นะครับ

ศัพท์ วลีและข้อสังเกต 单词、短语及知识点

1.	ลงทะเบียน	挂号、注册
2.	ผู้ป่วยใหม่	新病人
3.	ติดต่อ	联络、办理
4.	คนไข้เก่า (ผู้ป่วยเก่า)	老病人
5.	ต่อคิว	排队
6.	แผนกอายุรกรรม	内科
7.	เดิน	走
8.	แป๊บ (สักเดี๋ยว, สักครู่)	一会儿
9.	เดินเรื่อง (ทำเรื่อง)	办手续
10.	เดี๋ยว เดี๋ยว (รอเดี๋ยว รอเดี๋ยว)	等等
11.	บัตร	卡、证件
12.	บัตรผู้ป่วยโรงพยาบาล	就诊卡
13.	บัตรประชาชน	居民身份证
14.	เผื่อ	以备、以防
15.	จำเป็น (จำเป็นต้อง)	必须、必要
16.	เรียบร้อยแล้ว	办妥了
17.	พยาบาล (นางพยาบาล)	护士
18.	ชั่งน้ำหนัก	称重
19.	วัดความดัน	量血压
20.	เสร็จแล้ว...ได้เลย	结束后就可以……

21.	ไหน	语气词，放在句首表示提问
22.	ไม่สบาย	不舒服
23.	ตรงไหน (ที่ไหน)	哪里
24.	อาการ	症状
25.	วิงเวียน	晕、眩晕
26.	ศีรษะ〈书〉(หัว〈口〉)	头
27.	ปวดหัว	头痛
28.	ตลอดทั้ง	整、全
29.	ตรวจดู	检查看看
30.	ตัวรุม ๆ	身体温热
31.	น้ำมูก	鼻涕
32.	ระคายคอ	嗓子发痒
33.	เจาะเลือด	抽血
34.	วัดไข้	量体温
35.	เสร็จแล้ว...ด้วย	结束后也……
36.	ผล	结果
37.	ผลตรวจเลือด	验血结果
38.	ดู....แล้ว น่าจะ....	看过……，应该……
39.	แค่	只是
40.	หวัดธรรมดา	普通感冒
41.	จ่ายยา (สั่งยา)	开药

42.	ยาลดเสมหะ	祛痰药
43.	แพ้ยา	药物过敏
44.	ยาลดน้ำมูก	减少鼻涕的药
45.	ประวัติแพ้ยา	药物过敏史
46.	ยาแก้ไอ	止咳药
47.	ใบสั่งยา	药物处方
48.	อ้อ	哦
49.	ใบรับรองแพทย์	医生证明
50.	รับยา	取药
51.	พนักงาน	工作人员
52.	ห้องจ่ายยา	配药室、药房
53.	ยา	药
54.	บรรจุ	包装
55.	หลังอาหาร	饭后
56.	ยาแคปซูล	胶囊 注 แคปซูล 英文 capsule 的转写
57.	แก้อักเสบ	消炎
58.	ดื่มน้ำ	喝水
58.	....ตาม	接着……

ย้ำคำซ้ำความ 课文语音重点

เปรมใจ พรรณี วันนี้ไม่เห็นเธอเข้าเรียนทั้ง คาบเช้า คาบบ่าย เป็นไรหรือเปล่า

พรรณี เมื่อเย็นวาน ตาก ฝน เช้านี้ตื่นขึ้นมารู้สึกเวียนหัว ตัวร้อน มีไข้นิดหน่อย

เปรมใจ ฝากใครไปลาป่วยยัง

พรรณี ฝากสุดาไป เรียนอาจารย์ แล้วว่า ขออนุญาต ลาป่วย 1 วัน

เปรมใจ แล้วตอนนี้ เป็นไงบ้าง รู้สึกดีขึ้นบ้างมั้ย กินกลางวันยังเนี่ย หน้าตาดูไม่ดีเลย

พรรณี อืม เพลียมาก วันนี้ทั้งวัน ยังไม่มีอะไรตกถึงท้องเลย หลับยาวตั้งแต่หัวค่ำ ตื่นมาตอนสามโมงเช้า แล้วนอนต่อ ยาวถึงบ่ายสาม

เปรมใจ รู้สึกดีขึ้นบ้างยัง หิวมั้ย อยากได้ไรมั้ยอะ เดี๋ยวออกไปซื้อให้

พรรณี ไม่ละ เจ็บคอ กลืนไม่ลง (เสียงแห้ง) ช่วยไปหาหมอเป็นเพื่อนฉันหน่อยสิ อยากได้ ยาลดไข้ กับ ยาแก้เจ็บคอ มากินหน่อย

เปรมใจ อืม ได้ ลุกไหวมั้ย ไปเปลี่ยนเสื้อผ้าก่อน ไป๊ เดี๋ยวฉัน พยุง ไปโรงบาล (โรงพยาบาล) เอง

ที่โรงพยาบาล

เปรมใจ เคยมาโรงบาล (โรงพยาบาล) นี้ยัง ต้อง ลงทะเบียน "ผู้ป่วยใหม่" มั้ย ฉันไป ติดต่อ ให้

พรรณี ฉันเป็น "คนไข้เก่า" เธอช่วยต่อคิว แผนกอายุรกรรม(อา-ยุ-ระ-กัม) ให้หน่อยได้มั้ย ขอรอตรงนี้นะ เดินไม่ไหวอะ

เปรมใจ อืม รอแป๊บนะ ฉันไป เดินเรื่อง ให้

พรรณี เดี๋ยว ! เดี๋ยว ! เอา บัตรผู้ป่วยโรงบาล กับ บัตรประชาชน ฉัน ไปด้วย เผื่อจำเป็นต้องใช้

....

เปรมใจ เรียบร้อยแล้ว พยาบาลบอกให้ไป ชั่งน้ำหนัก วัดความดัน ก่อน เสร็จแล้วไปรอที่ชั้นสามได้เลย

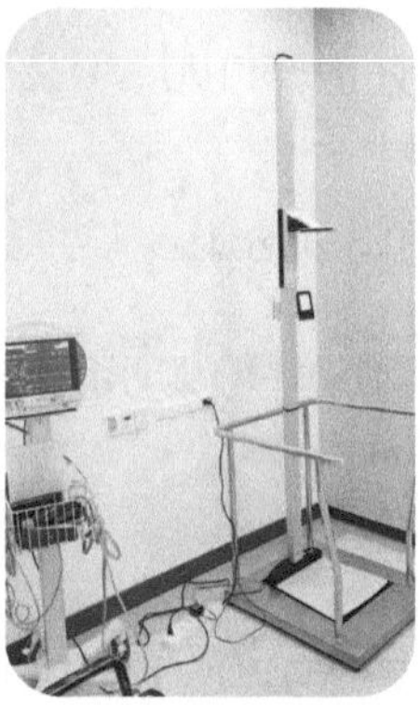

....

หมอ ไหน บอกหมอหน่อย ไม่สบายตรงไหน มีอาการอะไรบ้าง

พรรณี ปวดหัว วิงเวียนศีรษะ ตัวร้อนตลอดทั้งคืนค่ะ อยากได้ยาลดไข้ไป ทานหน่อยค่ะ คุณหมอ

หมอ ขอหมอตรวจดูหน่อยนะ....ตัวรุม ๆ นะ มีน้ำมูกมั้ย

พรรณี ไม่มีค่ะ แต่ช่วงบ่ายเริ่มรู้สึกระคายคอ กลืนอะไรไม่ค่อยลง

หมอ   คุณไป เจาะเลือด และ วัดไข้ ก่อน เสร็จแล้วเอาผลมาให้หมอ
ด้วย

พรรณี   ค่ะ หมอ

....

พรรณี   นี่ผลตรวจเลือดค่ะ

หมอ   ผลเลือดปกติ (ปะ-กะ-ติ, ปก-กะ-ติ) ดี ดูอาการแล้วน่าจะเป็น
แค่หวัดธรรมดา หมอจะจ่ายยาลดไข้และ ยาลดเสมหะ ให้
คุณเคย แพ้ยา อะไรบ้างหรือเปล่า ต้องการยาลดน้ำมูกไป เผื่อมั้ย

พรรณี   ไม่มี ประวัติแพ้ยา ค่ะ ขอ ยาแก้ไอ กับ ยาลดน้ำมูก ไป เผื่อ
ไว้หน่อย ก็ดีค่ะ อ้อ ขอใบรับรองแพทย์ด้วยนะคะ

พยาบาล นี่ ใบสั่งยา และนี่ ใบรับรองแพทย์ ไปต่อคิวรับยา ได้ที่
ห้องจ่ายยา ชั้น 1 นะคะ

พนักงานห้องจ่ายยา   ยาบรรจุขวดเป็นยาลดไข้ รับประทานวันละ 3 ครั้ง
หลังอาหารเช้า กลางวัน เย็น ส่วนยาแคปซูลแก้อักเสบ
รับประทานวันละ 1 ครั้งก่อนนอน ทานยาแล้ว ดื่มน้ำตาม
เยอะ ๆ นะครับ

เสริมความรู้ 补充知识

1 ศัพท์เสริม 补充词汇

1.1 เวลาและช่วงเวลา 时间和时间段

1) <u>คำบอกเวลาและช่วงเวลาทั่วไป</u> 表示时间和时间段的词汇

- วันนี้ พรุ่งนี้ เมื่อวาน เมื่อวานซืน มะรืนนี้（后天）
- วันนี้เช้า เช้าพรุ่งนี้ พรุ่งนี้เช้า พรุ่งนี้บ่าย
- วันแรก（第一天） วันสุดท้าย（最后一天）
- ตอนแรก（刚开始） ตอนหลัง（后来）
- ช่วงแรก（初期） ช่วงกลาง（中期） ช่วงหลัง（后期）

2) <u>คำบอกช่วงเวลาหลายวันที่ผ่านมา</u> 表示过去几天的说法

วันก่อน（前几天） （注 过去的某天，但未说明是哪一天）

2-3 วันก่อน（大约两三天前，不到一周）

3-4 วันก่อน（大约三四天以前）

หลายวันก่อน（好几天前，大约超过一周不到一个月）

注 一般不说 5-6 วันก่อน, 7-8 วันก่อน

3) <u>คำบอกเวลาอย่างย่อ</u> 关于时间的简单表述

เช้านี้ (เช้าของวันนี้) วานนี้ (เมื่อวานนี้)

เย็นวานนี้ (เย็นเมื่อวานนี้) วานซืน (เมื่อวานซืน)

คืนวาน (เมื่อคืนวานนี้) วันวาน (วันก่อน)

วันหลัง（之后）

1.2 กิจวัตรประจำวัน 日常行为

- นอน ตื่นนอน เข้านอน นอนหลับ นอนไม่หลับ หลับยาว หลับ ๆ ตื่น ๆ
- ตื่นเช้า ตื่นสาย（起得晚） ตื่นก่อน（先起床） ตื่นทีหลัง（后起床）
- แปรงฟัน（刷牙） ล้างหน้า（洗脸）
- อาบน้ำ（洗澡） สระผม（洗头）
- ถ่ายอุจาระ (อึ) ถ่ายปัสสาวะ (ฉี่)
- ซักผ้า（洗衣服） ตากผ้า（晒衣服） รีดผ้า（熨衣服） ล้างจาน（洗盘子）
  หุงข้าว（做米饭） ทำกับข้าว ทำอาหาร（做菜）

1.3 การบอกอาการต่าง ๆ (รู้สึก + อาการ) 描述各种症状（感觉 + 病症）

- รู้สึกปวดหัว ตัวร้อน รู้สึกปวดศีรษะ รู้สึกวิงเวียนศีรษะ
- รู้สึกมีไข้นิดหน่อย รู้สึกเป็นไข้ รู้สึกกำลังมีไข้（感觉正在发烧）
- รู้สึกเจ็บคอ กลืนอะไรไม่ลง รู้สึกระคายคอ
- รู้สึกปวดท้อง รู้สึกแน่นท้อง（胀肚） รู้สึกปวดท้องมีรอบเดือน（痛经）
- รู้สึกเพลียมาก รู้สึกอ่อนเพลีย（乏力） รู้สึกไม่มีแรง（没有力气）
  รู้สึกหมดเรี่ยวหมดแรง（筋疲力尽） รู้สึกปวดเมื่อยทั้งตัว（浑身酸痛）

1.4 ยาชนิดต่าง ๆ 各种药物

ยาแก้ไอ ยาลดเสมหะ (เสม-หะ) ยาแก้เจ็บคอ（治咽痛的药）

ยาลดไข้ ยาลดน้ำมูก ยาแก้ปวดหัว ยาแก้ปวดท้อง ยาแก้อักเสบ（消炎药）

ยาแก้แพ้（抗敏药） ยาแก้คัน（止痒药） ยาอม（含片）

ยาดม（闻药、嗅药） ยาลม（醒神药） ยาหม่อง（清凉油、青草膏）

1.5 ประเภทการลา　请假的类型

- ลาป่วย
- ลากิจ（请事假）
- ลาพักผ่อน（休假）
- ลาพักร้อน（休假）
- ลาประชุม（开会请假）
- ลาสอบ（考试请假、缓考）
- ลาศึกษาต่อ（请假参加培训）
- ลาดูงานต่างประเทศ（请假出国考察）
- ลาคลอด（休产假）
- ลาบวช（请假短期出家）

2 โครงสร้างประโยค　句子结构

2.1 "ช่วย" และ "ขอ"　用"ช่วย"和"ขอ"表达请求帮助

在需要帮助或请求帮助时，应该用"ช่วย"来表示，不用"ขอ"。"ขอ"表示的是个人的需要，但不表示需要帮助。因此"ขอ"后面一般加需要的东西或自己想要做的事情，而"ช่วย"后面直接接需要别人帮助完成的事情。

不正确的句子	正确的句子
✘ขอกดปุ่มจอมอนิเตอร์หน่อย	✔ช่วยกดปุ่มจอมอนิเตอร์หน่อย
✘ขอเป็นเพื่อนฉันไปหาหมอหน่อย	✔ช่วยไปหาหมอเป็นเพื่อนฉันหน่อยได้มั้ย
✘ขอเอาบัตรนักศึกษาไปด้วย	✔ช่วยเอาบัตรนักศึกษาไปด้วย（เผื่อว่าต้องใช้）
✘ขอส่งการบ้านอาจารย์ด้วย	✔ช่วยส่งการบ้านให้อาจารย์ด้วย

"ขอ" 的正确用法（ขอ + 宾）

- ขอน้ำ 3 แก้ว
- ขอใบรับรองแพทย์ด้วยครับหมอ
- ขอการบ้านของพรรณีหน่อย　เธอฝากให้ฉันเอาไปให้เธอ
- พี่คะ　ขอปากกาไฮไลท์สีเหลือง 2 ด้าม　สก๊อตเทปขนาดใหญ่ 5 ม้วนด้วยค่ะ

2.2 ภาษาพูดแบบลดหรือย่อบางคำในประโยค 口语的简略表达

句式: 动 + **ไรรึ ไรหรือเปล่า**

- เป็นไ<u>ร</u>หรือเปล่า หน้าตาดูไม่ดีเลย
- มีไ<u>รรึ</u> หน้าตาดูไม่ดีเลย

动 + **อะไรหรือเปล่า**

- เป็น<u>อะไร</u>หรือเปล่า หน้าตาดูไม่ดีเลย
- 或 เป็น<u>อะไร</u>หรือเปล่า สีหน้าดูไม่ดีเลย
- มี<u>อะไร</u>หรือเปล่า สีหน้าดูไม่ดีเลย

("ดูสีหน้าไม่ดีเลย" 同 "หน้าตาดูไม่ดีเลย")

句式: **อยาก** + 动 + **ไรมั้ย**

- อยากได้<u>ไร</u>มั้ย
- อยากกิน<u>ไร</u>มั้ย
- อยากพูด<u>ไร</u>หน่อยมั้ย

อยาก + 动 + **อะไรไหม**

- อยากได้<u>อะไร</u>ไหม
- อยากกิน<u>อะไร</u>ไหม
- อยากพูด<u>อะไร</u>สักหน่อยไหม

句式: **....ยัง**

....แล้วยัง

- ฝากใครไปลาป่วย<u>ยัง</u>
- ฝากใครลาป่วย<u>แล้วยัง</u>
- กินกลางวัน<u>ยัง</u>
- กินข้าวเที่ยง<u>ยัง</u>
- อาการดีขึ้นแล้ว<u>ยัง</u>

....หรือยัง

....แล้วหรือยัง

- ฝากใครไป (ช่วย) ลาป่วย<u>หรือยัง</u>
- ฝากใคร (ช่วย) ลาป่วย<u>แล้วหรือยัง</u>
- กินอาหารมื้อกลางวัน<u>หรือยัง</u>
- กินอาหารมื้อเที่ยง<u>หรือยัง</u>
- อาการดีขึ้นแล้ว<u>หรือยัง</u>

句式: **แป๊บ**

- รอ<u>แป๊บ</u>นะ
- เธอหยุดพูด<u>แป๊บ</u>นะ ฉันกำลังตั้งใจฟังเขาพูด
- หยุดเดินไปเดินมา<u>แป๊บ</u>ได้มั้ย ฉันเวียนหัว

เดี๋ยว สักเดี๋ยว สักครู่

- รอ<u>เดี๋ยว</u>นะ, รอ<u>สักเดี๋ยว</u>นะ, รอ<u>สักครู่</u>นะ
- เธอหยุดพูด<u>สักเดี๋ยว</u>นะ ฉันกำลังตั้งใจฟังเขาพูด
- หยุดเดินไปเดินมา<u>สักเดี๋ยว</u>ได้ไหม ฉันเวียนหัว

2.3 "ฝาก" 拜托、麻烦

本课的 "ฝาก" 意为麻烦别人帮忙办事，与泰语中的 "ไหว้วาน"（拜托）和 "รบกวน"（麻烦）意思相近，举例如下：

- <u>ฝาก</u>ใครไปลาป่วยหรือยัง
- <u>ฝาก</u>คนขับรถช่วยส่งลูกสาวไปโรงเรียน

  （或 <u>ไหว้วาน</u>คนขับรถช่วยขับรถไปส่งลูกสาว）
- <u>ฝาก</u>เอาเงินไปคืนสุวัฒน์ด้วย และ<u>ฝาก</u>ขอบคุณด้วย

  （或 รบกวนเอาเงินไปคืนสุวัฒน์ด้วย และช่วยขอบคุณเขาด้วย）
- <u>ฝาก</u>บอกอาจารย์ด้วยนะว่า ยังระลึกถึงท่านเสมอ

  （麻烦帮我捎话给老师，告诉他我一直很想他）

2.4 "รู้สึก....ขึ้นบ้างหรือยัง" "รู้สึก....ขึ้นบ้างมั้ย" 感觉……点了吗

用来询问之前的动作是否让状况有所改善。

- นอนพักหลายชั่วโมง <u>รู้สึกดีขึ้นบ้างหรือยัง</u>
- โซฟาชุดใหม่ เวลานั่งดูทีวี <u>รู้สึกสบายขึ้นบ้างมั้ย</u>
- ดื่มน้ำเย็น ๆ ไปแก้วนึง <u>รู้สึกสดชื่นขึ้นบ้างมั้ย</u>
- อาบน้ำแล้วรู้สึกสบายตัว（舒服）<u>ขึ้นหรือยัง</u>

2.5 "เนี่ย" 句末语气词 เนี่ย

"เนี่ย"是"นี่นะ" 的口语表达方式，置于句末。若说话者语气柔和，"เนี่ย" 意为 "了吗"，表示担心；若说话者特别加重 "เนี่ย" 的发音，则表示感到厌烦。

- กินกลางวันยัง<u>เนี่ย</u> (กินกลางวันหรือยังนี่ เธอ)
- อะไรกัน<u>เนี่ย</u> อะไรครับ<u>เนี่ย</u> (อะไรกันนี่นะ คุณ)
- ช่วงนี้คุณเป็นไร<u>เนี่ย</u> อารมณ์เสียตลอดเลย (ช่วงนี้คุณเป็นอะไรนี่นะ)

泰语口语教程（第一册）

2.6 "….เลย", "ดูไม่ + 形 + เลย" 完全……，看起来一点都不……

"เลย" 是副词，置于句末，起强调作用，如：

- ยังไม่มีอะไรตกถึงท้อง<u>เลย</u>

- ตั้งแต่เช้ายังไม่ได้กินอะไร<u>เลย</u>

- เรียนภาษาฝรั่งเศสสามปี ยังพูดไม่ได้<u>เลย</u>

而 "ดูไม่ + 形 + เลย"（看起来完全不……），如果使用"ดูไม่ดีเลย"（看起来一点都不好），则意为不好看、不合适、不正常，表示说话者不满意。

- หน้าตาดู<u>ไม่ดีเลย</u>

- ลายมือดู<u>ไม่สวยเลย</u>

- เวลายืนพูดหน้าชั้นเรียน <u>ดูไม่ดีเลย</u>

- อาหารจานนี้ดู<u>ไม่ดีเลย</u>

- คอมพิวเตอร์รุ่นนี้ดู<u>ไม่ดีเลย</u>

2.7 "(ประโยค)….แล้ว + 动 + (ยาว, ต่อ) ถึง + …." 然后接着……（一直）到……

表示中间间隔之后继续做某件事，一直到某一时刻。

- ตื่นขึ้นมาตอนสามโมงเช้า แล้วนอน<u>ต่อ</u> <u>ยาวถึง</u>บ่ายสาม

- ทำรายงานถึงสองทุ่มแล้วกินมื้อเย็น กลับมาแล้วทำ<u>ต่อ</u> <u>ยาวถึง</u>ห้าทุ่ม

- ช่างซ่อมคอม ฯ คนนี้ซ่อมนานมาก ซ่อมตั้งแต่เช้าก็ยังซ่อมไม่เสร็จ
  พักเที่ยงเสร็จ<u>แล้ว</u> กลับมาซ่อม<u>ต่อถึง</u>หกโมงเย็น ก็ยังไม่เสร็จ

- โรงพยาบาลจุฬาลงกรณ์ เวลารอหมอต้องรอนานมาก รอตั้งแต่เจ็ดโมงเช้า
  ออกไปกินอาหารโรงอาหารฝั่งตะวันตก กลับมารอ<u>ต่อถึง</u>สิบโมงกว่า หมอถึงจะมา

2.8 "อะ" 句末语气词 อะ

置于句末，属于口语表达，起强调作用，在某些句中表示担心、忧虑的含义。

- เดินไม่ไหว<u>อะ</u>
- กลืนอะไรไม่ค่อยลง<u>อะ</u>
- พูดอะไร<u>อะ</u> ไม่ได้ยินเลย
- อยากได้ไรมั้ย<u>อะ</u>
- กินไรหรือยัง<u>อะ</u>

2.9 "เป็นเพื่อน" 陪……

- ช่วยไปหาอาจารย์<u>เป็นเพื่อน</u>ฉันหน่อย ไปคนเดียวเขิน (害羞，不好意思)
- เย็นนี้ไปซื้อ<u>เสื้อเป็นเพื่อน</u>เธอไม่ได้แล้วนะ วันนี้ต้องทำรายงาน
- บ้านนี้ชอบลูกสาว ลูกสาวโตแล้ว<u>เป็นเพื่อน</u>แม่ได้
- เธอซื้อตั๋วให้ฉันสิ เย็นนี้ฉันว่างไปดูหนัง<u>เป็นเพื่อน</u>ได้

2.10 "ไป๊" (ไปซิ) 走

源于 "ไป"，读作第四声，词义随语境变化，一般指催促某人赶紧完成任务，立即去做某事，或是赶某人走等，如：

- <u>ไป๊</u> ไปอาบน้ำเร็ว อาบเสร็จจะได้ออกไปเที่ยวกัน
- ไป <u>ไป๊</u> ไป ๆ ๆ ฉันไม่อยากรอนาน
- ไป <u>ไป๊</u> ไปไกล ๆ ไปให้ไกลฉันหน่อย

2.11 "ไหน"

"ไหน" 表示发问

"ไหน" 放在句首表示提问，需要得到答案，有时暗含着提问者一定要问到底的态度。

- <u>ไหน</u> ขอตรวจหัวใจหน่อยว่าหัวใจเต้นปกติดีไหม
- <u>ไหน</u> ผลตรวจเลือด ขอหมอดูหน่อย
- <u>ไหน</u>คุณช่วยบอกฉันหน่อย ฉันทำผิด (做错) ตรงไหน

• <u>ไหน</u>บอกมา คนไหนที่รังแก (欺负) น้อง

2.12 ตรงไหน 哪里

与 "ที่ไหน" 含义相同

• ไม่สบาย<u>ตรงไหน</u> (指身体某部位不舒服)

• เจ็บที่ขา<u>ตรงไหน</u> จะช่วยนวด (按摩) ให้

• เขาไม่หล่อเลย ชอบเขา<u>ตรงไหน</u>

• ปุ่ม สตาร์ทอยู่<u>ตรงไหน</u>

• บ้านคุณอยู่<u>ตรงไหน</u> ช่วงบ่ายผมจะขับรถเอาผลไม้ไปส่ง

2.13 "ดู + 宾 แล้ว + น่าจะ...." 看起来……应该……

表示说话人分析相关因素后得出的结论，缩略自 "ดูจาก +宾 แล้ว น่าจะ…"

• ดูอาการ<u>แล้ว</u> <u>น่าจะ</u>แค่หวัดธรรมดา

• ดูอาการ<u>แล้ว</u> <u>น่า</u>เป็นห่วง 从症状上来看令人担忧

• ดูหน้าตาและสีผิว<u>แล้ว</u> <u>น่าจะ</u>เป็นชาวยุโรป

• ดูลายมือ<u>แล้ว</u> <u>น่าจะ</u>เพิ่งหัดเขียน

• ดูสีเสมหะ<u>แล้ว</u> <u>น่าจะเป็นหวัดมาหลายวันแล้ว</u>

2.14 "....หรือเปล่า" 是不是……

用在问句中，在下列例句中表示提醒，或表示担忧。

• แพ้ยาอะไรบ้าง<u>หรือเปล่า</u>

• เอายาแก้แพ้มา<u>หรือเปล่า</u> ถ้าลืมจะได้กลับไปเอาที่หอพักก่อน

• หิว<u>หรือเปล่า</u> ต้องการอะไรมั้ย จะออกไปซื้อให้

• เป็นอะไร<u>หรือเปล่า</u> หน้าตาเหมือนไม่ค่อยสบาย

• ทะเลาะกับเขา<u>หรือเปล่า</u> หน้าตาเหมือนไม่ค่อยสบายใจ

อ่าน-ออกเสียง 发音练习

① ประโยคขออนุญาตลาต่อผู้สอน 向老师请假

- อาจารย์คะ หนูป่วยเป็นไข้ตั้งแต่เมื่อวาน
  ขออนุญาตลาเรียนวันนี้ 1 วันนะคะ
- อาจารย์คะ เช้านี้ตื่นขึ้นมาหนูรู้สึกปวดหัวและอาเจียน
  ขออนุญาตลาป่วยในคาบเรียนของอาจารย์วันนี้นะคะ
- อาจารย์ครับ ผมจำเป็นต้องไปร่วมกิจกรรมของคณะบ่ายนี้
  ขออนุญาตเลิกเรียนก่อนเวลาครึ่งชั่วโมง ได้ไหมครับ
- อาจารย์ครับ ภานุพงศ์ป่วยตั้งแต่เมื่อวาน
  เขาฝากให้ผมเรียนอาจารย์ว่าขอลาป่วยวันนี้ครับ
- อาจารย์คะ วันนี้จินดาไปโรงพยาบาล
  เธอฝากให้หนูเรียน (บอก) ให้อาจารย์ทราบค่ะ

② ประโยคแสดงความเป็นห่วง เห็นอกเห็นใจ 表示担心、关心的说法

- ตัวร้อน ๆ เป็นอะไรหรือเปล่า (รึเปล่า)
- มือเย็น ๆ เป็นอะไรหรือเปล่า
- วันนี้หน้าตาดูเหนื่อย ๆ เป็นอะไรหรือเปล่า
- สีหน้าไม่ค่อยดี เป็นอะไรหรือเปล่า
- ช่วงนี้ดูซึม ๆ（闷闷不乐）เป็นอะไรหรือเปล่า
- หิวมั้ย จะให้ฉันช่วยซื้อผลไม้ให้มั้ย
- เหนื่อยมั้ย จะไปหาหมอมั้ย จะให้ฉันพาไปหาหมอมั้ย
- ลุกไหวมั้ย ให้ฉันช่วยพยุงมั้ย

- ไม่สบายหลายวัน อาการดีขึ้นบ้างแล้วยัง
- นอนพักหลายชั่วโมง อาการดีขึ้นบ้างแล้วยัง
- นอนพักหลายชั่วโมง รู้สึกดีขึ้นบ้างมั้ย
- ทานยาแล้ว รู้สึกดีขึ้นบ้างมั้ย
- ทานอะไรบ้างแล้วยัง
- ทานยาไปบ้างแล้วยัง

แบบฝึกหัด 练习

แปลคำศัพท์อวัยวะของร่างกาย 翻译以下身体部位的名称

1) ศีรษะ (หัว)   สมอง   กระโหลกศีรษะ

   _____

2) แขน   ข้อมือ   มือ   นิ้วมือ   เล็บ

   _____

3) ขา   ข้อเท้า   เท้า   นิ้วเท้า

   _____

4) ข้อศอก   เข่า   น่อง   ผิวหนัง

   _____

5) ตา   หู   จมูก   ปาก   คอ   ลิ้น   ฟัน

   _____

6) หัวใจ   กล้ามเนื้อ   ม้าม   ดี   หลอดอาหาร

   _____

7) ปอด   ตับ   ไต   ลำไส้เล็ก   ลำไส้ใหญ่

---

❷ ขยายคำศัพท์ 组词练习

1) ตั้งแต่

例 ตั้งแต่เช้า   ตั้งแต่สองวันก่อน

①   ②   ③
④   ⑤

2) ตก

ตกถึงท้อง   สอบตก   ตกปลา

①   ②   ③
④   ⑤

3) รู้สึก

รู้สึกไม่สบาย   รู้สึกร้อน   รู้สึกดีขึ้น

①   ②   ③
④   ⑤

4) เผื่อ

เผื่อน้อง   เผื่อต้องใช้   เผื่อมื้อเย็น

①   ②   ③
④   ⑤

5) บัตร

บัตรผู้ป่วยโรงพยาบาล   บัตรอีข่าทง (一卡通)

①   ②   ③
④   ⑤

6) จำเป็น

จำเป็นต้องใช้   จำเป็นต้องจำ   ไม่จำเป็น

①   ②   ③
④   ⑤

7) อาการ

อาการแย่ อาการหวัด ไม่มีอาการ อาการกำเริบ (恶化、更严重)

①   ②   ③
④   ⑤

8) 动 + อะไรก็ไม่ค่อย + 形 　 กลืนอะไรก็ไม่ค่อยลง 　กินอะไรก็ไม่ค่อยได้ 　พูดอะไรก็ไม่ค่อยมีใครชอบ

① 　　② 　　③

④ 　　⑤

9) ตาม 　 ทำตาม 　ดื่มน้ำตาม 　ตามไม่ทัน

① 　　② 　　③

④ 　　⑤

ฝึกภาษาพูด 口语练习

3.1 ฟังและพูดทวนประโยคโดยเลือกเติมคำว่า “อะ” หรือ “เนี่ย” ไว้หลังประโยคที่ได้ยิน และให้โต้ตอบอย่างรวดเร็ว

在听到的句子后选择添加语气词 “อะ” 或 “เนี่ย”，练习快速对话

例 จะไปไหน ➩ จะไปไหนอะ

พูดพอหรือยัง ➩ พูดพอยังเนี่ย

1) เป็นอะไรหรือเปล่า

2) ฝากใครลาป่วยหรือยัง

3) รู้สึกดีขึ้นบ้างหรือยัง

4) อยากได้อะไรไหม 　เดี๋ยวจะไปซื้อให้

5) เหนื่อยมากเลย

6) เดินไหวไหม

7) เดินไม่ไหวเลย

8) เอาบัตรนักศึกษามาหรือยัง

9) วัดความดันเสร็จหรือยัง

10) หมอตรวจเสร็จแล้วหรือยัง

3.2 ฟังและพูดทวนอีกครั้งโดยปรับเปลี่ยนให้เป็นภาษาพูดอย่างย่อ และให้พูดทวน
อย่างรวดเร็ว

再次听句子并改写为简略的口语表达形式，并练习快速对话

A	B
例	
เที่ยงนี้กินอะไรหรือยัง	⮐ เที่ยงนี้ กินไรยังอะ
พิมพ์รายงานเสร็จแล้วหรือยัง	⮐ พิมพ์รายงานเสร็จยัง
วันก่อนไปทำอะไรมา	⮐ วันก่อนไปทำไรมา
1) เย็นนี้จะกินอะไรดี	
2) พรุ่งนี้บ่ายทำอะไรดี	
3) เมื่อวานซืนนี้ไปทำอะไรมา	
4) ทำการบ้านเสร็จแล้วหรือยัง	
5) ทำรายงานที่อาจารย์ให้เมื่อวันจันทร์เสร็จ แล้วหรือยัง	
6) ฝากบอกเพื่อนช่วยลาป่วยให้แล้วหรือยัง	
7) ทานยาแล้วหรือยัง	
8) ดีขึ้นแล้วหรือยัง	
9) หายป่วยหรือยัง	
10) รู้สึกดีขึ้นบ้างแล้วหรือยัง	
11) รู้สึกหิวไหม อยากได้อะไรไหม เดี๋ยวจะ ออกไปซื้อให้	
12) เธอเคยแพ้ยาอะไรมาบ้างหรือเปล่า	
13) หมอให้ใบรับรองแพทย์แล้วหรือยัง	

ดูตัวอย่างและแต่งประโยคให้สมบูรณ์ 根据示例补全下列句子

4.1 หรือยัง

例 ▸ ■ พรุ่งนี้จะลาป่วย ขออนุญาตอาจารย์<u>หรือยัง</u>

■ นอนป่วยมา 5-6 ชั่วโมงแล้ว อยากทานอะไร<u>หรือยัง</u>

◌ ตัวร้อนมาก _____

◌ เล่นกีฬามาทั้งวัน _____

◌ พูดทั้งวัน _____

◌ อ่านหนังสือเตรียมสอบตั้งแต่เช้า_____

◌ ดูโทรศัพท์มือถือตั้งแต่เช้า _____

4.2 วันนี้ทั้งวัน

例 ▸ ■ <u>วันนี้ทั้งวัน</u>ยังไม่มีอะไรตกถึงท้องเลย

■ <u>วันนี้ทั้งวัน</u>ยังไม่ได้กินข้าวเลย

■ <u>ชั่วโมงนี้ทั้งชั่วโมง</u>ยังไม่ได้ทำอะไรเป็นชิ้นเป็นอันเลย（一件事都没做成）

◌ วันนี้ทั้งวัน_____

◌ เช้านี้ทั้งเช้า_____

◌ บ่ายนี้ทั้งบ่าย_____

◌ เมื่อวานนี้ทั้งวัน_____

4.3 ไหน

例 ▸ ■ <u>ไหน</u>ช่วยบอกอาการหน่อยว่า คุณมีอาการยังไง

■ <u>ไหน</u> ตกลงเธอชอบอันไหน บอกมา

◌ ไหนคุณช่วยบอกอาจารย์หน่อย_____

◌ ไหน ช่วยบอกหน่อย_____

◌ ไหนลูกช่วยบอกพ่อหน่อย_____

4.4 เผื่อหน่อยก็ดี/เผื่อไว้หน่อยก็ดี

例 ■ จะไปหาหมอ อย่าลืมขอใบรับรองแพทย์เผื่อไว้หน่อยก็ดี

■ จะไปเที่ยวพรุ่งนี้ เตรียมเสื้อเผื่อหลายชุดหน่อยก็ดี

➲ จะไปห้องสมุด____________________

➲ จะไปซูเปอร์มาร์เก็ตโลตัส____________________

➲ จะไปเมืองไทย____________________

5 พูดขออนุญาตลาอาจารย์ผู้สอนตามสถานการณ์ต่าง ๆ ดังนี้ 根据给出的情景向老师请假

1) ปวดศีรษะตั้งแต่เช้า

➲ ____________________

2) ปวดท้องและท้องเสีย

➲ ____________________

3) คุณย่าของศันสนีย์เพื่อนร่วมหอพักป่วย

➲ ____________________

4) ธนากรณ์เพื่อนร่วมหอพัก เล่นลูกบอลแล้วเท้าแพลง (崴脚)

➲ ____________________

6 จับคู่ถาม-ตอบคำถามต่อไปนี้ 两人一组练习问答

1) คุณป่วยบ่อยมั้ย

2) ตั้งแต่มาเรียนที่มหาวิทยาลัยคุณไปโรงพยาบาลกี่ครั้ง ทำไมต้องไปโรงพยาบาล

3) เวลาคุณป่วยคุณไปหาหมอที่โรงพยาบาลอะไร

4) คุณเคยแพ้ยามั้ย (แพ้ยาอะไร)

5) เวลาป่วยเป็นไข้หวัดมีอาการอย่างไร

6) เวลาพยาบาลเจาะเลือด คุณกลัวมั้ย

7) คุณเคยไปเยี่ยมใครที่โรงพยาบาลมั้ย

8) ถ้าเพื่อนร่วมหอพักป่วย คุณจะช่วยเขาอย่างไร

9) คุณต้องขอใบรับรองแพทย์มั้ย เอาใบรับรองแพทย์ไปทำอะไร

10) ถ้าคุณเป็นหมอ อยากเป็นหมอด้านไหน

(เช่น หมอรักษาโรคทั่วไป หมอรักษาตา หมอหัวใจ เป็นต้น)

แบ่งกลุ่ม ๆ ละ 3 คน ท่องจำบทเรียนและแสดงหน้าชั้นเรียน
组成 3 人小组，分角色背诵课文，并向全班展示

บันทึกของฉัน

บทที่12 第 12 课 สอบและเตรียมตัวสอบ 考试和备考

สาระสำคัญประจำบท

1. ศัพท์ สำนวนเกี่ยวกับการสอบและการประเมินผลการเรียน
2. ประโยคชี้แจงเกี่ยวกับรายละเอียดของการสอบ
3. ประโยคสนทนาเกี่ยวกับการเรียนการสอน การสอบ การติดตามผลการสอบ และการตั้งคำถามเกี่ยวกับการสอบ
4. ประโยคย้อนแย้งคู่สนทนา
5. ประโยคคำสั่ง ชี้แจง ตักเตือนและสั่งห้าม
6. ระดับภาษาสนทนาประจำบท : ภาษากึ่งทางการและภาษาสุภาพทั่วไป

本课要点

1. 练习关于考试和学习评价的词汇与短语
2. 练习与考试细则相关的句子
3. 练习与教师对话，询问关于教学、考试以及成绩的内容
4. 练习关于反驳他人的句型
5. 练习关于命令、指示、解释以及表示禁止的句子
6. 本课会话语言风格：半偏正式用语及一般礼貌用语

คำศัพท์ออกเสียงบังคับประจำบท 本课发音重点词汇

หายหน้าหายตา สอบกลางภาค สอบปลายภาค สุขภาพ ต้อง แจ้ง แจก กระดาษคำตอบ

บทเรียน 课文

1 พวกเราจะสอบปลายภาคเมื่อไหร่ 我们什么时候期末考试?

ในชั้นเรียน

ยุทธ์ พรรณี ได้ยินว่าป่วย ดีขึ้นแล้วยัง

พรรณี หาย (หายป่วย) ตั้งหลายวันแล้วค่ะ ขอบใจนะที่เป็นห่วง

อาจารย์เข้ามาในชั้นเรียน

นักศึกษา สวัสดีครับ สวัสดีค่ะ อาจารย์

อาจารย์ พรรณี วันจันทร์หายหน้าไป หายป่วยแล้วใช่มั้ย

พรรณี ค่ะ อาจารย์ ขอโทษด้วยค่ะที่หนูขาดเรียนคาบเรียนวันจันทร์ของอาจารย์

อาจารย์ ไม่เป็นไรจ้ะ ช่วงนี้อากาศเปลี่ยนแปลงบ่อย ทุกคนต้องดูแลสุขภาพให้ดี

นักศึกษา 1 อาจารย์ครับ พวกเราจะมีการสอบมิดเทอมมั้ยครับ

อาจารย์ มีสิคะ กลางเดือนหน้าจะสอบมิดเทอมกันค่ะ

นักศึกษา 1 แล้วปลายภาคล่ะครับ จะสอบเมื่อไหร่

อาจารย์ สอบปลายภาคช่วงปลายพฤษภาค่ะ วิชาของครูจะสอบในวันเวลาเดียวกับคาบเรียนของพวกเรา

นักศึกษา2	อาจารย์คะ งานกลุ่มของพวกเราที่รายงานเมื่อสัปดาห์ที่แล้ว คะแนนเต็มเท่าไหร่คะ
อาจารย์	คะแนนรวม 100 แบ่งออกเป็นจิตพิสัย 10 คะแนน คะแนนกลุ่ม 10 คะแนน สอบกลางภาค 30 คะแนน และคะแนนสอบปลายภาค 50 คะแนน
นักศึกษา 3	ข้อสอบมิดเทอมจะออกเนื้อหาบทไหนบ้างครับ ออกแนวไหนครับอาจารย์
อาจารย์	ข้อสอบวิชาการพูด ก็ต้องออกแนวการพูดสิค้า~ เนื้อหาการสอบมิดเทอม คือตั้งแต่บทเรียนที่ 1-5 ค่ะ ส่วนการสอบปลายภาค เอาไว้ใกล้ ๆ แล้วอาจารย์จะแจ้งให้พวกเราทราบนะ

ศัพท์ วลีและข้อสังเกต 单词、短语及知识点

1.	หาย (หายป่วย)	痊愈（病好了）
2.	เป็นห่วง	担心
3.	หายหน้าหายตาไป	消失
4.	ขาดเรียน	缺课
5.	คาบเรียนวันจันทร์	周一的课
6.	ช่วงนี้	最近这段时间
7.	อากาศ	天气
8.	เปลี่ยนแปลง	变化

9.	ดูแล	照顾
10.	สุขภาพ	健康状况
11.	การสอบมิดเทอม (สอบกลางภาค)	期中考试 注 มิดเทอม 英文 midterm 的转写
12.	สอบปลายภาค (สอบไฟนอล)	期末考试 注 ไฟนอล 英文 final 的转写
13.	ช่วงปลายพฤษภา	五月底
14.	วันเดียวกับ....	和……同一天
15.	งานกลุ่ม	小组作业
16.	คะแนนเต็ม	满分
17.	คะแนนรวม	总分
18.	เต็ม	满
19.	แบ่งออกเป็น	分成
20.	คะแนนจิตพิสัย	平时表现分
21.	คะแนนกลุ่ม	小组分
22.	ข้อสอบมิดเทอม	期中考试题
23.	ออก (ข้อสอบ)	出（试题）
24.	แนว	方面
25.	เนื้อหาการสอบ	考试内容
26.	เอาไว้ใกล้ ๆ	等到快要……的时候
27.	....ให้ทราบ〈书〉（ให้รู้〈口〉）	让……知道

เริ่มสอบและหลังสอบ   开考前和考试后

เริ่มสอบ

อาจารย์แจกข้อสอบนักศึกษาในชั้นเรียน....

เวลา 8:00 น.

อาจารย์ ได้เวลาสอบแล้ว ขอชี้แจงรายละเอียดของข้อสอบวิชานี้
    ก่อนนะคะ ข้อสอบวิชานี้มีด้วยกัน 6 ข้อใหญ่ เฉพาะข้อ
    1 และ 2 ที่เป็นข้อสอบปรนัย ข้อ 3-6 เป็นข้อสอบอัตนัย
    นักศึกษาสามารถเขียนคำตอบทุกข้อลงในตัวข้อสอบได้
    โดยตรงค่ะ ข้อสอบมีทั้งหมด 7 หน้า ทุกคนตรวจดูด้วย
    นะคะว่าได้รับข้อสอบครบทุกหน้ามั้ย

      ....

      อาจารย์ ถ้าไม่มีปัญหา พวกเราเริ่ม
          ทำข้อสอบได้ ขอย้ำว่าห้าม
          พูดคุยหรือทุจริตในการสอบ
          นะคะ   เริ่มทำข้อสอบได้ค่ะ

หลังสอบ

อาจารย์ หมดเวลาค่ะ ก่อนส่งข้อสอบ ช่วยตรวจดูหน่อยนะคะ
    ว่าบนหัวกระดาษข้อสอบของทุกคนเขียนเรียบร้อยแล้ว
    หรือยัง กรุณาเขียนชื่อและรหัสนักศึกษาบนหัวกระดาษ
    คำตอบด้านซ้ายมือของทุกหน้าด้วยค่ะ

อาจารย์เก็บข้อสอบเรียบร้อย....

อาจารย์   ข้อสอบวันนี้พอทำกันได้มั้ย

นักศึกษา 1 หนูพอทำได้ค่ะ

นักศึกษา 2 ข้อ 3 กับข้อ 4 ยากมากครับ ผมฟังไม่ทันเลยครับ

นักศึกษา 3 : ผลคะแนนของพวกเราจะออกเมื่อไหร่ครับอาจารย์

อาจารย์   : อาจารย์ก็น่าจะตรวจข้อสอบเสร็จภายในสองสัปดาห์นี้
            ค่ะ พวกเราคอยตามดูผลคะแนนทางเว็บไซต์มหาวิทยาลัย
            ก็แล้วกัน ขอให้โชคดีทุกคน   เปิดเทอมหน้าเจอกัน

นักศึกษา 2 : อาจารย์ให้คะแนนเมตตาพวกเราด้วยนะครับ
            ขอบคุณอาจารย์มากครับ พบกันเทอมหน้าครับ

ศัพท์ วลีและข้อสังเกต 单词、短语及知识点

1.	เริ่มสอบ	开始考试
2.	แจก	分发
3.	ข้อสอบ	试卷（试题）
4.	ได้เวลา....แล้ว	到……的时间了
5.	ชี้แจง	指示、告知
6.	รายละเอียด	细节
7.	มีด้วยกัน	一共有
8.	เฉพาะ	只有

9.	ข้อสอบปรนัย (ข้อสอบเลือกคำตอบ)	客观题（选择题）
10.	ข้อสอบอัตนัย (ข้อสอบเขียนคำตอบ)	主观题（简答题）
11.	ตัวข้อสอบ	本试卷
12.	ทั้งหมด	全部
13.	ตรวจ	检查
14.	....ดู	……看看
15.	ครบ	全了、齐了
16.	ทำข้อสอบ	做试题
17.	ย้ำ	强调
18.	ห้าม	禁止
19.	พูดคุย	说话（交头接耳）
20.	ทุจริต	作弊
21.	หลังสอบ	考试后
22.	หมดเวลา	到时间
23.	ส่งข้อสอบ	交试卷
24.	หัวกระดาษข้อสอบ	试卷题头
25.	กรุณา	请
26.	รหัสนักศึกษา	学号
27.	หัวกระดาษคำตอบ	答卷题头
28.	ทุกหน้า	每一页

29.	เก็บข้อสอบ	收试卷
30.	ผลคะแนน	分数
31.	ตรวจข้อสอบ	改试卷
32.	ตามดู (ติดตามดู)	关注
33.	ทาง (ช่องทาง)	渠道
34.	เว็บไซต์มหาวิทยาลัย	学校网站
35.	โชคดี	好运
36.	เมตตา	慈祥、仁慈（本文语境中译为手下留情、可怜、怜悯）

 ย้ำคำซ้ำความ 课文语音重点

1

ในชั้นเรียน

ยุทธ์   **พรรณี** ได้ยินว่าป่วย ดีขึ้นแล้วยัง

พรรณี   หาย (หายป่วย) ตั้งหลายวันแล้วค่ะ
           ขอบใจนะที่เป็นห่วง

อาจารย์เข้ามาในชั้นเรียน

นักศึกษา   สวัสดีครับ สวัสดีค่ะ อาจารย์

อาจารย์   **พรรณี** วันจันทร์หายหน้าไป
           หายป่วยแล้วใช่มั้ย

พรรณี ค่ะ อาจารย์ ขอโทษด้วยค่ะที่หนูขาดเรียนคาบเรียนวันจันทร์ของอาจารย์

อาจารย์ ไม่เป็นไรจ้ะ ช่วงนี้ อากาศเปลี่ยนแปลง บ่อย

ทุกคนต้องดูแลสุขภาพ (สุก-ขะ-พาบ) ให้ดี

นักศึกษา 1 อาจารย์ครับ พวกเราจะมีการสอบมิดเทอมมั้ยครับ

อาจารย์ มีสิคะ กลางเดือนหน้าจะสอบมิดเทอมกันค่ะ

นักศึกษา 1 แล้ว ปลายภาค ล่ะครับ จะสอบเมื่อไหร่

อาจารย์ สอบ ปลายภาค ช่วงปลายพฤษภาค่ะ วิชาของครูจะสอบในวันเวลาเดียวกับคาบเรียนของพวกเรา

นักศึกษา 2 อาจารย์คะ งานกลุ่มของพวกเราที่ รายงาน เมื่อสัปดาห์ที่แล้ว คะแนนเต็มเท่าไหร่คะ

อาจารย์ คะแนนรวม 100 แบ่งออกเป็น จิตพิสัย 10 คะแนน คะแนนกลุ่ม 10 คะแนน สอบกลางภาค 30 คะแนน และ คะแนนสอบปลายภาค 50 คะแนนค่ะ

นักศึกษา 3 ข้อสอบมิดเทอมจะออกเนื้อหาบทไหนบ้างครับ ออกแนวไหนครับอาจารย์

อาจารย์ ข้อสอบวิชาการพูด ก็ต้องออกแนวการพูดสิค๊า~ เนื้อหาการสอบมิดเทอมคือตั้งแต่บทเรียนที่ 1-5 ค่ะ ส่วนการสอบปลายภาค เอาไว้ใกล้ ๆ แล้ว อาจารย์ จะแจ้งให้ พวกเรา ทราบ นะคะ

เริ่มสอบ

อาจารย์ แจก ข้อสอบนักศึกษาในชั้นเรียน......

เวลา 8:00 น.

อาจารย์   ได้เวลาสอบแล้ว ขอชี้แจง รายละเอียด ของข้อสอบก่อนนะคะ ข้อสอบวิชานี้มีด้วยกัน 6 ข้อใหญ่ เฉพาะข้อ 1 และ 2 ที่เป็น ข้อสอบปรนัย (ปอ-ระ-นัย) ข้อ 3-6 เป็นข้อสอบอัตนัย (อัด-ตะ-นัย) นักศึกษาสามารถเขียนคำตอบทุกข้อลงใน ตัวข้อสอบ ได้ โดยตรงค่ะ ข้อสอบมีทั้งหมด 7 หน้า ทุกคน (ลอง) ตรวจดูด้วย นะคะว่าได้รับข้อสอบครบทุกหน้ามั้ย

อาจารย์   ถ้าไม่มีปัญหา พวกเราเริ่มทำข้อสอบได้ อาจารย์ ขอย้ำว่าห้าม พูดคุย หรือ ทุจริต (ทุด-จะ-หริด) ในการสอบนะคะ เริ่มทำข้อสอบได้ค่ะ

หลังสอบ

อาจารย์   หมดเวลาค่ะ ก่อนส่งข้อสอบ ช่วยตรวจดูหน่อยนะคะว่า บนหัวกระดาษข้อสอบของทุกคนเขียนเรียบร้อยแล้วหรือยัง กรุณาเขียน ชื่อและรหัสนักศึกษา บนหัวกระดาษคำตอบ ด้านซ้ายมือของทุกหน้าด้วยค่ะ

อาจารย์เก็บข้อสอบเรียบร้อย.......

อาจารย์   ข้อสอบวันนี้ พอทำกันได้มั้ย

นักศึกษา 1   หนู พอทำได้ค่ะ

นักศึกษา 2   ข้อ 3 กับข้อ 4 ยากมากครับ ผมฟังไม่ทันเลยครับ

นักศึกษา 3   ผลคะแนนของพวกเราจะออกเมื่อไหร่ครับอาจารย์

อาจารย์   อาจารย์ก็น่าจะ ตรวจข้อสอบเสร็จ ภายในสองสัปดาห์นี้
                ค่ะ พวกเราคอยตามดูผลคะแนนทางเว็บไซต์มหาวิทยาลัย
                ก็แล้วกัน ขอให้โชคดีทุกคน เปิดเทอมหน้าเจอกัน

นักศึกษา 2   อาจารย์ให้คะแนนเมตตาพวกเราด้วยนะครับขอบคุณ
                อาจารย์มากครับ พบกันเทอมหน้าครับ

 ## เสริมความรู้ 补充知识

1 **ประโยคตักเตือนและประโยคคำสั่ง**   表达提醒和命令

- ทุกคนช่วยตรวจดูข้อสอบด้วยว่าครบทุกหน้ามั้ย
- ขอให้นักศึกษาทุกคนตรวจดูว่าเขียนชื่อและรหัสนักศึกษา
  เรียบร้อยแล้วหรือยัง
- ขอให้นักศึกษาทุกคนเริ่มทำข้อสอบได้
- ขอให้ทุกคนตั้งใจทำข้อสอบให้ดี
- เริ่มสอบได้
- เริ่มทำข้อสอบได้
- ส่งข้อสอบได้
- ขอย้ำว่าทุกคนห้ามคุยกันในห้องสอบ
- ขอย้ำว่าห้ามทุกคนรับประทานอาหารในห้องเรียน
- กรุณาเขียนชื่อและรหัสนักศึกษาให้ถูกต้องเรียบร้อย

2 ประโยคสั่งห้าม 表示禁止的句式

- ห้ามพูดคุยในชั้นเรียน　禁止在教室中交谈
- ห้ามสูบบุหรี่ในชั้นเรียน　禁止在教室抽烟
- ห้ามใช้โทรศัพท์มือถือในชั้นเรียน
- ห้ามใช้โทรศัพท์มือถือในการสอบ
- ห้ามลอกข้อสอบ　禁止抄袭答案
- ห้ามทุจริตในการสอบ

3 ประโยคคำถามเกี่ยวกับการสอบ 关于考试的问题

- พวกเราจะสอบปลายภาคเมื่อไหร่
- พวกเราจะสอบกลางภาคเมื่อไหร่
- สัปดาห์หน้าพวกเราจะสอบกี่วิชา
- วิชาการพูดสอบวันไหน
- ข้อสอบมีกี่ข้อ
- ข้อสอบกลางภาคคะแนนเต็มเท่าไหร่
- ข้อสอบมีทั้งหมดกี่ข้อ กี่หน้า
- พวกเราต้องใช้เวลาสอบกี่ชั่วโมง
- พวกเราต้องเริ่มรายงานหน้าชั้น (在班级面前/讲台做报告) เมื่อไหร่
- พวกเราต้องรายงานกลุ่มละกี่นาที

- กลุ่มละกี่คน
- คะแนนรายงานเท่าไหร่
- พวกเราต้องส่งรายงานวันไหน (เมื่อไหร่)
- อาจารย์จะบอกผลคะแนนการสอบมิดเทอมเมื่อไหร่
- ถ้าผลคะแนนไม่ดี สอบซ่อม (补考) ได้หรือไม่

 อ่าน-ออกเสียง 发音练习

① ประโยคขออนุญาตและขอโทษ 请求允许和请求原谅的句式

- อาจารย์ครับ ขอโทษครับที่มาสาย
- ขอโทษที่หนูขาดเรียนคาบเมื่อวานของอาจารย์นะคะ
- ขอโทษครับ ผมตอบคำถามข้อนี้ไม่ได้ครับ
- ขอโทษครับ ผมแต่งประโยคนี้ไม่เป็นครับ
- ขอโทษค่ะ หนูแปลประโยคนี้ไม่ได้ค่ะ
- ขออนุญาต เข้าห้องน้ำนะคะ
- ขออนุญาต แนะนำตัวนะครับ
- ขออนุญาต แนะนำโชคชัยให้ทุกคนรู้จักนะครับ
- ขออนุญาต ตอบคำถามนี้นะครับ
- ขออนุญาต แนะนำหัวข้อนี้นะคะ

❷ ประโยคย้อนแย้งและย้อนย้ำคู่สนทนา 反驳他人的句式

- ข้อสอบการพูดก็ต้องออกแนวการพูดสิคะ~
- เขาซี้กัน（很亲密）ก็ต้องรู้ใจกัน（知心）สิคร้าบ~
- เจ้าหน้าที่（工作人员）บอกว่าวันนี้ยืมไม่ได้ ก็ยืมไม่ได้ค่ะ
- คุณถามว่าเขาไปโรงเรียนทำไม เขาก็ไปเรียนหนังสือสิคร้าบ~
- ไม่ถามก็ไม่รู้สิ

❸ ฝึกการตอบรับคำอย่างฉับพลัน 快速问答练习

■ ห้ามพูดคุยในชั้นเรียนนะ	■ ทราบแล้วครับ
■ ห้ามรับประทานอาหารในห้องเรียนนะ	■ ทราบแล้วค่ะ
■ พรุ่งนี้ ทุกคนอย่าลืมส่งรายงานนะคะ	■ รับทราบค่ะ
■ กิจกรรมเย็นนี้ ทุกคนต้องตรงเวลานะครับ	■ รับทราบครับผม
■ ตรวจงานให้เรียบร้อยก่อนส่งนะครับ	
■ ช่วยเตือนกฤษดาให้ส่งรายงานครูด้วยนะ	■ ค่ะ ได้ค่ะ
■ ช่วยเขียนรหัสนักศึกษาให้ถูกต้องด้วยนะ	■ ครับ ได้ครับ
■ ขอบใจนะที่บอก	■ ค่ะ ยินดีค่ะ
■ ขอบคุณนะที่แจ้งให้ทราบ	■ ครับ ยินดีครับ
■ ขอบใจนะที่มา	
■ ขอบคุณที่ให้ความช่วยเหลือนะ	
■ ขอบคุณทุกคนที่ให้ความร่วมมือ（合作）	

แบบฝึกหัด 练习

❶ ขยายคำศัพท์ 组词练习

1) หาย　　หายดี　หายหน้าหายตา　ของหาย（丢东西）

①　②　③

④　⑤

2) ขาด　　ขาดเรียน　ขาดงาน　ขาดอาหาร（缺少食物）

①　②　③

④　⑤

3) ดูแล　　ดูแลเพื่อน　ดูแลสุขภาพ

①　②　③

④　⑤

4) คะแนน　　คะแนนดี　ผลคะแนน

①　②　③

④　⑤

5) เนื้อหา　　เนื้อหาการพูด　เนื้อหาบทเรียน　เนื้อหาการสอบปลายภาค

①　②　③

④　⑤

6) แจก　　ของแจกของแถม　แจกสมุดการบ้าน

①　②　③

④　⑤

7) ตรวจ　　ตรวจดู　ตรวจงาน　ตรวจสอบ

①　②　③

④　⑤

8) (ลอง) + 动 + ดู	ลองทำดู ลองคิดดูดี ๆ ลองตามดู ① ② ③ ④ ⑤
9) รหัส	รหัสนักศึกษา รหัสลับ（密码）รหัสชั้นเรียน ① ② ③ ④ ⑤
10) ผล	ผลสอบ ผลการสอบ ผลการเรียน ผลการรักษา ① ② ③ ④ ⑤

❷ ทบทวนบทสนทนา 2 และเติมคำในช่องว่างให้สมบูรณ์

复习课文第二段对话，并在空格中填入合适的词补全句子

1) ได้เวลาสอบแล้ว อาจารย์__________รายละเอียดของข้อสอบก่อนนะครับ ข้อสอบวิชาการพูดภาษาไทยนี้__________ 6 ข้อใหญ่ แต่ละข้อใหญ่__________ข้อย่อย 10 ข้อ __________ 5 หน้า ทุกคนตรวจดูให้ดีนะครับว่าครบทุกหน้ามั้ย

2) ถ้าไม่มีปัญหา พวกเราเริ่มทำข้อสอบได้ อาจารย์__________ ห้ามพูดคุยหรือ__________ ในการสอบนะครับ เริ่มทำข้อสอบได้ครับ

3) __________ ก่อนส่งข้อสอบ ช่วย__________ ดูหน่อยนะครับว่า__________ ของทุกคนเขียนเรียบร้อยแล้วหรือยัง กรุณาเขียนชื่อและรหัสนักศึกษาบนหัว__________ ด้านซ้ายมือของทุกหน้าด้วยครับ

③ เติมคำในช่องว่างให้สมบูรณ์ จากนั้นฝึกอ่านให้คล่อง (ใช้คำซ้ำได้) 选词填空，补全句子，并练习朗读直至流利（可以重复选词）

ยาก ได้แก่ เต็ม เช้า สอน ส่ง บ้าง เตือน ก่อน เขียน แจ้ง บน คะแนน วิชา สอบ ถาม ตอบ

อาจารย์ชุดา________ว่า พวกเราจะ________ปลายภาคต้นเดือนกรกฎาคม วิชาภาษาไทยที่จะสอบ ________ วิชาภาษาไทยพื้นฐาน สอบวันจันทร์เช้า วิชาการพูดภาษาไทยสอบวันอังคาร________ เหมือนกัน ส่วนวิชาการฟังภาษาไทย________วันพฤหัสบ่าย อาจารย์บอกพวกเราว่า________การพูดภาษาไทยที่อาจารย์________ สอบปลายภาคคะแนน________ 70 คะแนน คะแนนจิตพิสัย 10 ________ คะแนนรายงานกลุ่ม 20 คะแนน พงษ์ศักดิ์ ________ อาจารย์ชุดาว่ารายงานกลุ่มต้อง________ให้อาจารย์วันไหน อาจารย์________ว่าส่งภายในวันศุกร์นี้ อาจารย์ยัง________พวกเราให้________ชื่อและรหัสนักศึกษา________ปกรายงานให้เรียบร้อย________ส่งให้อาจารย์ จันทราถามอาจารย์ชุดาว่าการสอบปลายภาคสอบบทไหน________ อาจารย์ชุดาตอบว่าสอบบทเรียนที่ 1-7 จันทรายัง________ต่อว่า ข้อสอบปลายภาค________ไหม อาจารย์ชุดายิ้ม ไม่ตอบ

④ แต่งประโยคโดยใช้คำที่กำหนด 用下列词汇造句

1) ในวันเดียวกับ, ในวันเดียวกันกับ

例 ■ คุณลุงของผมเกิดในวันเดียวกับคุณพ่อ

■ วันสอบวิชาภาษาไทยเป็นวันเดียวกันกับการสอบวิชาภาษาฝรั่งเศส

第12课 考试和备考

2) คอยตามดู

例 ■ พวกเราคอยตามดูผลสอบทางเว็บไซต์ของมหาวิทยาลัยก็แล้วกัน

■ คุณแม่คอยตามดูลูกว่าทำการบ้านเสร็จแล้วยัง

3) ขอย้ำว่า

例 ■ ขอย้ำว่า การสอบครั้งนี้ยากมาก

■ ขอย้ำว่า ห้ามทำแบบนี้อีก（不能再这样了）

4) ก่อน....ช่วย....

例 ■ ก่อนส่งข้อสอบ ช่วยตรวจดูหน่อยว่าทุกคนเขียนรหัสนักศึกษาเรียบร้อยหรือยัง

■ ก่อนออกจากบ้าน ช่วยดูหน่อยว่าปิดแอร์แล้วหรือยัง

5) ปัญหา

例 ■ ปัญหาเขาเยอะจัง / เขามีปัญหาเยอะจัง

■ ถ้าไม่มีปัญหาอะไรแล้ว เลิกเรียนได้

5 จับคู่และออกแบบประโยคสนทนากับเพื่อน
ในชั้นเรียน เรื่องการเตรียมตัวสอบ
(อย่างน้อย 10 คำถาม)

两人一组写一篇关于准备考试的对话
（至少10 组问答）

1)

....

....

2)

....

....

3)

....

....

4)

....

....

5)

6)

7)

8)

9)

10)

เนื้อหาแบบทดสอบ
测试题

บทที่ 5 第五课

แบบฝึกหัด 练习

1. ฟังและแยกคำที่มีเสียงสระ "อือ" และ "เอือ" และเสียงสระ "ไอ" และ "อาย" ทำเครื่องหมาย ✓ ลงในช่องตารางกลุ่มเสียงที่ได้ยิน

区分元音 "อือ" "เอือ", "ไอ" "อาย" 的发音，根据听到的发音在空格中打 √

1.1		1.2	
อือ	**เอือ**	**ไอ**	**อาย**
1) ซื้อ	เสื่อ	1) ไฟ	ฟาย
2) บื้อ	เบื่อ	2) ไม่	หม้าย
3) ขื่อ	เครื่อง	3) ไข	ขาย
4) ลื่อ	เลื่อน	4) ใย	ยาย
5) มือถือ	เมื่อถึง	5) ใช้	ชาย
6) ชื่อ	เชื่อ	6) ใยไหม	ยายหมาย
7) รื้อ	เรื่อย	7) ใส ๆ	สาย ๆ
8) มื้อ	เมื่อย	8) ไปไกล	ปลากราย
9) อื้อ	เอื้อ	9) ไฝ	ฝ้าย
10) ดือ	เดือย	10) สไตร์ค	สไตล์

บทที่ 6 第六课

แบบฝึกหัด 练习

1. ฟังและแยกแยะคำที่ลงท้ายด้วยเสียงสะกด “ก” “ด” “บ” “น” “ม” ทำเครื่องหมาย ✓ ในช่องตารางกลุ่มเสียงที่ได้ยิน

区分尾辅音 “ก” “ด” “บ” “น” “ม”，在表格中打 √ 选择听到的尾辅音

1.1			1.2	
ก	**ด**	**บ**	**ม**	**น**
1) กก	กด	กบ	1) กลม	กรน
2) โกรก	โกรธ	กบ	2) โมม	มนต์
3) แปลก	แปด	แปบ	3) ตม	ตน
4) โลก	โลด	โลภ	4) เสียม	เสียน
5) ออก	ออด	ออบ	5) เข้ม	เค้น
6) เลิก	เลิศ	เริบ	6) คำ	คัน
7) รัก	รัด	รับ	7) ม้าม	นั้น
8) ขวาก	ขวด	ขวบ	8) หมุมหมิม	นู่นนั่น
9) บึก	บึด	บึบ	9) ตูมตาม	ตื่นเต้น
10) บุกเบิก	บิดเบียด	ปุบปับ	10) แหม่ม	แม่น

คำศัพท์ สำนวนในบทเรียน
单词、短语汇总表

ก	
ก็	也
ก็ใช่ว่าจะ....	也不是……
กด	按
กรรไกร	剪刀
กระเป๋าสัมภาระ	行李箱
กระดานทัชสกรีน	交互式触摸屏
กระดาษเขียนรายงาน (กระดาษโน้ต)	稿纸
กระติกน้ำ	水壶、保温杯
กรุณา	请
กลิ่นเหม็นอับ	臭味、异味
กลืนไม่ลง	咽不下去
ก๋วยเตี๋ยว	粿条、河粉
ก๋วยเตี๋ยวราดหน้า	盖浇河粉
กว่า	更加
ก๊อก ๆ	敲门的拟声词
ก่อน	先
ก้อน	块（量）
กะเพราไก่ไข่ดาว	罗勒炒鸡加煎蛋
กัน	一起
....กันเถอะ	一块……吧
กันเอง (ราคากันเอง, ราคาย่อมเยา)	亲切、亲民（价格亲民）
กับ	和

กับข้าว	菜
การเขียน	写作
การแปล	翻译
การกล่าวสุนทรพจน์	演讲
การบ้าน	作业
การพูด	口语
การล่าม	口译
การสอบมิดเทอม (สอบกลางภาค)	期中考试
การอยู่ร่วมกัน	同居
การอ่าน	朗读、阅读
กาวช้าง (กาวตราช้าง)	大象牌强力胶
กำลัง	正在
กินกลางวัน (กินข้าวกลางวัน)	吃午饭
กี่	几
กี่โมง	几点
เก่ง	厉害、好
เก็บข้อสอบ	收试卷
เก่า	旧、陈旧
เกินไป	过于
เกี๊ยว	饺子
แกง	汤菜
แกงเขียวหวาน	绿咖喱
แก้อักเสบ	消炎

แกะ	拆开
ใกล้ ๆ	靠近、挨着
ใกล้เที่ยง	近正午、快要 12 点
ไก่	鸡

ข	
ขยัน	刻苦
ขวามือ	右手
ขอโทษ	对不起
ขอให้	希望、祝愿
ข้อ	题目、条
ข้อสอบปรนัย (ข้อสอบตัวเลือก)	单选题
ข้อสอบอัตนัย (ข้อสอบเขียนคำตอบ)	简答题
ข้อใหญ่	大题
ของ	的
ของ (สิ่งของ)	东西
ข้อตกลง	协议、共识
ขอตัว	告辞、再见
ขอบคุณ	感谢
ข้อย่อย	小题
ข้อสอบ	试卷、试题
ข้อสอบปรนัย (ข้อสอบเลือกคำตอบ)	客观题（选择题）
ข้อสอบมิดเทอม	期中考试题
ข้อสอบอัตนัย (ข้อสอบเขียนคำตอบ)	主观题（简答题）
ขออนุญาต	请求允许
ข้างเตียง	床边

ขาดเรียน	缺课
ขาย	卖
ข้าว	大米、米饭
ข้าวเหนียว	糯米
ข้าวต้ม	稀饭（โจ๊ก 粥）
ข้าวสวย	米饭（蒸饭）
ขีด (กรัม)	重量单位，相当于 100 克
ขึ้นมา	上来
....ขึ้น (ดีขึ้น)	……多了（好多了）
ขึ้นชั้น (ขึ้นชั้นปี)	升级（……年级）
เขา	他
เข้าใจ	明白
เขียนการบ้าน	写作业
เขียนรายงาน	写报告
ไข่ดาว	煎蛋

ค	
คง (คงจะ)	应该（不会）……
คณะ (คณะวิชา)	院系
คณะเอเชียศึกษา	亚洲学院
คน	人（名、量）
คนไข้เก่า (ผู้ป่วยเก่า)	老病人（以前注册过）
คนไหน	哪个人
คนขาย	卖家
คนจีน (ชาวจีน)	中国人
คนที่ไหน	哪里人
คนนั้น	那个人
คนปักกิ่ง	北京人
คนอื่น	别人

ครบ	全了、齐了
ครอบครัว	家庭
ครับ	句末敬语（男性使用）
ครึ่ง	半
ครู	老师
ความสะอาด	卫生
ค่อนข้าง	比较……、挺……
คอมพิวเตอร์	电脑
คะ	句末敬语（女性使用，表疑问）
คะแนนเต็ม	满分
คะแนนกลุ่ม	小组分
คะแนนจิตพิสัย	平时表现分
คะแนนรวม	总分
คาบเช้า	上午的课
คาบเรียนวันจันทร์	周一的课
คาบบ่าย	下午的课
คือ	是
คุณ	你
คุณแม่	母亲、妈妈
คุณตา	外公
คุณปู่	爷爷
คุณพ่อ	父亲、爸爸
คุณภาพ	质量
คุณย่า	奶奶
คุณยาย	外婆
คุ้น ๆ	熟悉
คุย (พูดคุย)	谈论（商量）
เค็ม	咸
เคย	曾经
เคยได้ยิน	曾经听说
เครื่องเขียน	文具
เครื่องใช้ไฟฟ้า	电器
เครื่องจิ้ม	蘸料
เคาะ	敲
แค่	只是
แคนตาลูป	蜜瓜
โคมไฟ	灯
โคมไฟตั้งโต๊ะ	台灯
ใคร	谁
ใครบอก	谁说的
ใครว่า	谁说的
ใครว่าละคะ	谁说的啊

ง

งั้น ๆ (อย่างนั้นแหละ)	一般
งานกลุ่ม	小组作业
ง่าย	容易、简单
งู ๆ ปลา ๆ	一般般
เงิน	钱
ไง	语气词，类似于啊、呗

จ

จดโน้ต	记笔记
จน (จนกระทั่ง)	直到、以至、到
จริง ๆ	真的、真是
จริง ๆ แล้ว	实际上
จอทัชสกรีน (จอสัมผัส)	触摸屏

จะ	将要
จ้ะ	是、是的（句末语气词）
จะได้	将会、才会
จัง	很、真
จัง	……极了、真……
จัดจ้าน	刺激、鲜亮
จันทร์	周一
จานกระดาษ	纸盘
จำเป็น (จำเป็นต้อง)	必须、必要
จำพวก	种类
จำพวกแป้ง	面食
เจ (อาหารเจ)	素（素菜）
เจ้อเจียง	浙江
เจ้าภาพ	主人、请客人
เจ้าหน้าที่	职工
เจาะเลือด	抽血
เจิ้งโจว	郑州
เจียงซู	江苏
เจี่ยวจึ (เกี๊ยว)	饺子
แจก	分发
แจ้ง	告知、通知

ฉ

ฉัน	我
ฉงชิ่ง	重庆
เฉพาะ	只有

ช

ช่วง	时间段
ช่วงกลางคืน	晚上
ช่วงนี้	最近这段时间
ช่วงปลายพฤษภา	五月底
ช่วงสาย ๆ	晚一点
ช่วย	帮助
ช้อน	勺子
ชอล์กสี	彩色粉笔
ชะโงก	探出头
ชั่ง	称
ชั่งน้ำหนัก	称重
ชั่วโมง	小时
ชั้น (ฉัน)	我
ชั้น	层
ชั้นเรียน	班级
ชั้นปีที่	第……年级
ช้า	迟
ช่าง	工、技工
ชาร์จ (ชาร์จแบตเตอรี่)	充（充电）
ชาวจีนทางตอนเหนือ	中国北方的人
ชาวต่างชาติ (คนต่างประเทศ)	外国人
ชำรุด	损坏
ชิ้น	块
ชิ้นโต ๆ	大块
ชี้แจง	指示、告知
ชื่อ	名字、名叫
ชื่อเล่น	小名
ชื่อไทย (ชื่อภาษาไทย)	泰语名
ชุ่มคอ	润嗓子

ชุ่มฉ่ำ	多汁的
เช็ด	擦
เช่น	像、比如
เช่นกัน	一样
เชอร์รี	樱桃
เชียวนะ	十分、很
เชาโส่ว (เกี๊ยวประเภทหนึ่ง)	抄手
โชคดี	好运
ใช่	是、是的
ใช้	用
ใช้เสร็จ	用完
ใช้ได้ดีทีเดียว	相当可以
ใช้งาน	使用

ซ

ซ่อม	维修
ซัก	大约、仅仅
ซักผ้า	洗衣服
ซ้ายมือ	左手
ซาลาเปา	包子
ซื้อ	买
ซูเปอร์มาร์เก็ต	超市
เซี่ยงไฮ้	上海

ด

....ด้วยนะ	一起……吧（有请求之意）
ด้านข้าง	旁边
ด้านใน	里面
ด้านล่าง	下面
ด้าม	支
ดิฉัน	第一人称（较正式）
ดินสอกด	自动铅笔
ดี ๆ	好
ดีอยู่แล้ว	本来就好、足够好
ดื่มน้ำ	喝水
ดู	看
....ดู	……看看
ดู .... แล้ว น่าจะ....	看……应该……
ดูแล	注意
ดูไม่....เลย	看起来一点都不……
เดิน	走
เดินเรื่อง (ทำเรื่อง)	办手续
เดินตรงไป	直走
เดิม (เดิมที, แต่เดิม)	原来，本来
เดี๋ยว .... ให้/เอง	一会我自己 / 一会我帮你……
เดี๋ยว เดี๋ยว (รอเดี๋ยว รอเดี๋ยว)	等等
โดยเฉพาะ	尤其
ได้	可以
ได้เวลา....แล้ว	到……时间了
ได้มั้ย (ได้ไหม)	可以吗
ได้ยินว่า	听说

ต

ตกถึงท้อง	（吃）进肚
ต้นเทอม	学期的开始
ต้ม	煮
ต้มข่าไก่	泰式椰汁南姜鸡汤

ต้มยำกุ้ง	冬阴功汤
ตรงไหน (ที่ไหน)	哪里
ตรงนี้	这里
ตรวจ	检查
ตรวจข้อสอบ	改试卷
ตรวจดู	检查看看
ตลอดทั้ง	整、全
ต่อ.... (ต่อ + 时间量词)	每个
ต่อคิว	排队
ต้อง	必须
ตอนนี้	现在
ต่อราคา (ต่อรองราคา)	讲价
ตะเกียบ	筷子
ตั้งแต่....	从……开始
ตั้งใจ	认真
ตั้งชื่อ (ให้)	（给）取名
ตั้ง (ตั้งอยู่)	立、摆（摆着）
ตัว	个、张（量）
ตัวข้อสอบ	本试卷
ตัวร้อน	身体发热
ตัวรุม ๆ	身上有些温热
ตากผ้า	晾衣服
ตากฝน	淋雨
ต่างกัน	不同
ต่างประเทศ	外国
ต่างหาก	而是
ตาม	跟随
....ตาม	接着……

ติง (ท้วงติง)	反驳、批评
ติดต่อ	联络、办理
ตื่น	睡醒
ตื่นขึ้นมา	醒过来
ตู้น้ำดื่ม	饮水机
เต็ม	满
เต้าหู้	豆腐
เติม	添加
เตียง	床
แต่	但是
แตงโม	西瓜
แต่ละ	各个
แต่ละท้องที่	各个地方
โต๊ะ	桌子
โต๊ะเขียนหนังสือ	书桌
ใต้ดิน	地下

ถ	
ถนอมสายตา	保护视力
ถังขยะ	垃圾桶
ถังขยะส่วนกลาง	公用垃圾桶、共用垃圾桶
ถังน้ำ	水桶
ถ้า	如果
ถ้าไม่ ....ไปหน่อยก็จะดี	如果不太……就好了
ถาม	问
ถึง	到
ถึง (ทำไมถึง)	会（为什么会）
ถึงจะ	才会

ถู	擦洗
ถูก (ราคาถูก)	便宜
เถ๊อะ (เถอะ)	吧

ท

ทอด	煎、炸
ทอดมันกุ้ง	炸虾饼
ทอดมันปลา	炸鱼饼
ทั้งที่	有……的、还有……的
ทั้งหมด	全部
ทัน	来得及
ทาง	边
ทาง (ช่องทาง)	渠道
ทางตอนใต้	南方
ทาน (รับประทาน)	吃
ทำ	做
ทำไม	为什么
ทำไมถึง	怎么会
ทำข้อสอบ	做试题
ทำความสะอาด	做卫生
ทำงาน	工作
ทิ้ง	扔、丢弃
ที่	在
ที่	关系代词
ที่ (คุณ) พูดถึง	（你）所说的
ที่เดิม	原处
ที่โกยผง (ที่โกยขยะ)	簸箕
ที่นี่	在这
ที่สุด	最
ทุกคน	大家、每个人
ทุกรายการ	每一项
ทุกหน้า	每一页
ทุจริต	作弊
เทปลบคำผิด	修改带
เทอม (ภาคการศึกษา)	学期
เทอมแรก	第一个学期
เท่าไหร่ (เท่าไร)	多少
เท่านั้น	而已
เที่ยง	十二点、正午
แท่ง	支、块
โทรศัพท์	电话
โทรศัพท์มือถือ	手机
ไทย	泰、泰国

ธ

เธอ	你、她

น

นอกจาก	除了
นอกจาก....ยัง....	除了……还……
นอกจาก.... (แล้ว) ยังมี....	除了……还有……
น้องสาว	妹妹
นอนต่อ	继续睡
น้อย	少
นัด	约定
น้า (นะ)	语气词，类似于“呢”
น่าจะ....	应该会……
น่าเสียดาย	真遗憾

นาที	分钟
นาน	久
นาฬิกา	钟、表
น้ำ	水、水分
น้ำดื่ม	饮用水
นำทาง	带路
น้ำพริก	辣椒酱
น้ำมูก	鼻涕
น้ำร้อน	热水
นิดหน่อย	一点
นิยม	喜欢
นี่เอง	就……呢
นึ่ง	一
เน้น....เป็นหลัก	以……为主
เนี่ยะ (นี่นะ)	了、了吗，句末语气词
เนื้อหาการสอบ	考试内容
แน่นอน	肯定
แนว	方面
แนะนำ	介绍
แนะนำไม่หมด	介绍不完
ใน....	在……里面、里边

บ

บทเรียน	课文
บน	在……上面
บนหัวข้อสอบ	在试卷题头上
บรรจุ	包装
บอก	告诉
บอกเลยว่า	可以说
บอกว่า	告诉
บะหมี่	面条
บะหมี่เย็นตาโฟ	酿豆腐面
บะหมี่แห้ง	干面
บะหมี่ต้มยำ	冬阴功面
บะหมี่น้ำ	汤面
บัตร	卡、证件
บัตรประชาชน	居民身份证
บัตรผู้ป่วยโรงพยาบาล	就诊卡
บ้าง	一些
บาง ๆ	薄的
บางที	有时候
บางที่	有些地方
บ้างยัง	……点了吗
บ้าน	家
บุคลากร	工作人员
แบ่ง	安排、分配
แบ่งออกเป็น	分成
แบต (แบตเตอรี่)	电池
แบบ	式样
ใบกะเพรา	罗勒叶
ใบรับประกัน	保修卡
ใบรับรองแพทย์	医生证明
ใบสั่งยา	药物处方
โบราณ	陈旧、古老、老式

ป

ปกติ	一般、平常
ปกติ	平常、正常

ประเภท	种类、类别
ประเภทไหน	哪种
ประตู	门
ประวัติแพ้ยา	药物过敏史
ประวัติศาสตร์ไทย	泰国历史
ประหยัด	节省
ปรับ	调整
ปลั๊กไฟ	插座
ปลา	鱼
ปลาทอดราดน้ำปลา	鱼露炸鱼
ปลายเดือนที่แล้ว	上个月末
ปวดหัว	头痛
ปัญหา	问题
ปากกาไวท์บอร์ด	白板笔
ปากกาไฮไลท์	记号笔、荧光笔
ปากกาลูกลื่น	圆珠笔
ปากกาหมึกซึม	钢笔
ปานกลาง	中等
ปี (ชั้นปี)	年级
ปีต่อ ๆ ไป	往后几年、接下来的几年
ปึก	叠、沓（量）
ปุ่ม	按钮
ปุ่มเปิด-ปิด	开关键
ปุ่มสตาร์ท	开机键
เป็น	是
เป็นเพื่อน	陪伴
เป็นไง (เป็นอย่างไร)	怎么样了
เป็นไร (เป็นอะไร)	怎么了
เป็นของ	属于
เป็นต้น	等等
เป็นห่วง	担心
เปรี้ยว	酸
เปล่า	才不是呢
เปล่า	没有呢（不是呢）
เปลี่ยน	变、换
เปลี่ยนแปลง	变化
เปิด	打开
แป้งห่อเกี๊ยว	饺子皮
แป๊บ (สักเดี๋ยว, สักครู่)	一会儿
แปรงฟัน	刷牙
แปรงลบกระดาน	黑板擦
โปรด (ชอบ)	喜欢、喜爱
โปะ	盖
ไป	去
ไป๊ (ไปซิ)	赶紧、快走，表催促
ไปไหน	去哪

ผ

ผล	结果
ผลตรวจเลือด	验血结果
ผลไม้	水果
ผลคะแนน	分数
ผอม	瘦
ผัด	炒菜
ผัดไทย	泰式炒米线
ผัดกะเพรา	炒罗勒
ผัดผัก	炒蔬菜

ผ้าเช็ดโต๊ะ	擦桌抹布
ผ่านไป	过去
ผู้ป่วยใหม่	新病人（未注册）
เผ็ด	辣
เผอิญ	刚好、正巧
เผื่อ	以备、以防
แผนก	部门、部
แผนกอายุรกรรม	内科

ฝ

ฝน	雨
ฝาแฝด	双胞胎
ฝาก	请、拜托
ฝึก	练习

พ

พนักงาน	工作人员
พยาบาล (นางพยาบาล)	护士
พยุง	扶、支撑
พริกไทย	泰椒
พริกน้ำปลา	鱼露辣椒酱
พริกสด	鲜辣椒
พรุ่งนี้	明天
พฤศจิกา (พฤศจิกายน)	十一月
พฤหัส (พฤหัสบดี)	周四
พล่า	泰式沙拉
พวก....	……类
พวกเรา	我们
พวกนั้น (เหล่านั้น)	那些
พัสดุ	包裹
พอจะ....	可以……
พอดี	正好
พา	带、领
พี่ชาย	哥哥
พี่น้อง	兄弟姐妹
พื้นฐาน	基础
พุธ	周三
พูดคุย	说话（交头接耳）
พูดง่าย	好说话、好沟通
พูดถึง	说到
พูดว่า	说
เพราะ	好听
เพลีย (อ่อนเพลีย)	虚弱、没有力气
เพิ่งจะ	刚要
เพิ่งจะขึ้น....	刚刚要升（……年级）
เพื่อน	朋友
เพื่อนร่วมชั้น	同班同学
เพื่อนในชั้นเรียน	同班同学
เพื่อนนักเรียน	同学
เพื่อนรูมเมท (เพื่อนร่วมห้องพัก)	室友
แพ็คกิ้ง (บรรจุภัณฑ์)	包装
แพง	贵
แพ้ยา	药物过敏

ภ

ภาคเหนือ	北方

ภาคใต้	南部
ภาคตะวันตก	西部
ภาคตะวันออก	东部
ภาควิชา (สาขาวิชา)	专业
ภายใน....	在……之内
ภาษาเอเชีย	亚洲语言
ภาษาโปรตุเกส	葡萄牙语
ภาษาไทย	泰语
ภาษาไทยพื้นฐาน	基础泰语

ม

มด	蚂蚁
มหาวิทยาลัย	大学
มะม่วง	芒果
มั้ง (มัง, กระมัง)	大概……吧
มังสวิรัติ	素食
มัน	油
มั้ย (ไหม)	吗
มา	来
มาก	很、非常
มาจาก	来自
มาถึง	到
มิน่า	怪不得、难怪
มิน่าถึง....	怪不得会……
มี	有
มีแค่	只有
มีไข้	发烧
มีดคัตเตอร์	美工刀
มีด้วยกัน	一共有
มีเดีย	“美的”
มีนัด	有约
มื้อ	顿
มื้อเช้า	早饭
มื้อเย็น	晚饭
มื้อกลางวัน (มื้อเที่ยง)	午饭
มือถือ	手机
มุมขวา	右角
เมตตา	慈祥、仁慈（课文中意为手下留情、可怜、怜悯）
เมนู (รายการอาหาร)	菜式、菜单
เมื่อไหร่	什么时候
เมื่อเย็นวาน	昨天晚上
แม่บ้าน	保洁阿姨
แมลง	虫子
โมง	点、钟
ไม่เจอ	找不见
ไม่เป็นไร	没关系
ไม่เลือก	不挑
ไมโครโฟน	麦克风
ไม่ก็ (หรือไม่ก็)	或者
ไม้กวาด	扫把
ไม่ค่อย	不太
ไม่เจ	荤、荤菜
ไม่ติด	无法连接
ไม้ถูพื้น	拖把
ไม่ทันเห็น	没看见
ไม่น่าจะ	不应该

ไม่มี	没有
ไม่มีปัญหา	没问题
ไม่รู้ว่า....	不知道……
ไม่สบาย	不舒服
ไม่หรอก	才没有、才不是
ไม่อยาก	不想
ย	
ยัง	还
....ยัง, ...รียัง (....หรือยัง)	了吗
ยังไงก็ไม่เจอ	怎么都找不到
....ยังเนี่ยะ (....หรือยังนะ)	……了吗
ยังอยากได้	还想要
ยา	药
ยาแก้เจ็บคอ	治喉咙痛的药
ยาแก้ไอ	止咳药
ยาแคปซูล	胶囊药丸
ยาก	难
ยางลบ	橡皮
ย้าย	搬、搬家
ยาลดเสมหะ	祛痰药
ยาลดไข้	退烧药
ยาลดน้ำมูก	减少鼻涕的药
ยาวถึง....	一直到……（强调时间久）
ยำ	拌菜
ย้ำ	强调
ยินดีที่ได้รู้จัก	很高兴能认识
ยี่ห้อ	品牌
ยืมใช้ (ขอยืมใช้)	借用
เย็น	凉
เยอะ ๆ	很多
ร	
รบกวน	打扰
ร่วมชั้น	同班
รสจัด	口味重的
รสชาติ	味道
รหัสนักศึกษา	学号
รอ	等
รอสักครู่	稍等一会
ระคายคอ	嗓子发痒
ระดับ	等级、级别
รัก	爱
รักษา	保持
รับประทาน	吃
รับผิดชอบ	负责
รับยา	取药
ราคา	价格
ราด	浇
ร้านขายเครื่องเขียน	文具店
ร้านค้า	商店
ร้านอาหารไทย	泰餐馆
รายงาน	报告
รายชื่อ	名单
รายละเอียด	细节
ราว (ราวตากผ้า)	杆（晾衣杆）

รีโมทแอร์	空调遥控器
รีบ	着急、赶紧
รีบไปกันเถอะ	快去吧、快走吧
รุ่น	代、届
รู้จัก	认识
รู้สึกว่า	感觉
เร็ว	快
เรา	我们、我
เริ่ม	开始
เริ่มเรียน	上课
เริ่มสอบ	开始考试
เรียก	叫、称呼
เรียกว่า	叫做
เรียน	学习
เรียน (ศึกษา)	学习
เรียน (อาจารย์)	向教师报告
เรียบร้อย	完成、妥善
เรียบร้อยแล้ว	都办妥了
โรงบาล	医院
โรงอาหาร	食堂
โรงอาหารนักศึกษา	学生食堂
ฤดู	时节
ฤดูท้อ	吃桃子的季节

ล

ลงตัว	正合适、正好
ลงทะเบียน	挂号、注册
ล่วงหน้า	事先、提前
ละ	句末语气词，放在表示告知的句子中
ละกัน (แล้วกัน, ก็แล้วกัน)	好啦、吧
ล่ะ (ล่ะคะ, ล่ะครับ)	句末语气词，类似于“呢”
ลาก	拖
ล้างหน้า	洗脸
ลาป่วย	请病假
ลืม	忘记
ลืมไปแล้ว	忘记了
ลุก	起身
ลูก	个
ลูกโทน	独生子女
ลูกท้อ	桃子
เล็ก ๆ	小的
เล่ม	本、册、把（量）
เลย	直接
เล้ย (เลย)	句末语气词，强调“别那样做”
เลอะเทอะ (เลอะ)	脏乱（脏乱的）
เล่า	讲
เลิกเรียน	下课
เลี้ยวซ้าย	左转
เลือก	选择
แล้ว	了
แล้วแต่	视……而定、随便
และ	和
โล, กิโล (กิโลกรัม)	千克

ว

วัดไข้	量体温
วัดความดัน	量血压

วัตถุดิบ	原材料
วัน	天
วันเดียวกับ....	和……同一天
วันที่	（日期）几号
วันนั้น	那天
วันนี้	今天
วันนี้ทั้งวัน	今天一整天
วันพุธ	星期三
วันศุกร์	星期五
วันอาทิตย์ (อาทิตย์)	星期日
ว่า (ตั้งชื่อว่า....)	叫作（取名叫……）
ว่าแต่	说起来
วาง	放
วาย	过去、过季
วิงเวียน	晕、眩晕
วิชา	课程
วีแชท	微信
เวลา	时间
เวร	值日
เว็บไซต์มหาวิทยาลัย	学校网站
เวียนหัว	头晕
ไวท์บอร์ด (กระดานไวท์บอร์ด)	白板

ศ

ศีรษะ	头
ศุกร์	周五

ส

สกปรก	脏
ส่ง	交、送
ส่ง....ทาง....	用……发送
ส่งเสียงดัง	发出响声、噪音
ส่งข้อสอบ	交试卷
สด ๆ	新鲜的
สตรอว์เบอร์รี	草莓
สนุก	有趣
ส้มตำ	青木瓜沙拉
ส่วน	至于
สมาชิก	成员
ส่วนใหญ่	大部分
ส่วนกลาง	公用的
ส่วนตัว	个人的
สว่าง	明亮
สว่างจ้า	刺眼
สอง	二
สอบปลายภาค (สอบไฟนอล)	期末考试
ส้อม	叉子
สักครู่	一会儿
สั่ง (สั่งอาหาร)	点餐
สังเกต	观察
สังเกตเห็นว่า	观察发现
สับปะรด	菠萝
สัปดาห์แรก	第一周
สัปดาห์ก่อน	上礼拜
สามโมงเช้า	早上 9 点
สามารถ	能够

สำหรับ	针对
สิ	语气词，类似于“啊”
สินค้า	商品
สีดำ	黑色
สีน้ำเงิน	蓝色
สุขภาพ	身体
สุดทาง	尽头
สีฟ้า	天蓝色
เส้นหมี่	米线
เสร็จ	完、结束
เสร็จแล้ว....ได้เลย	结束后就可以……
เสร็จแล้ว....ด้วย	结束后也……
เสาร์	周六
เสีย	损坏
เสียง	声音
เสียงดัง	大声
เสียงแห้ง (เสียงแหบ)	声音沙哑
เสื้อผ้า	衣服
แสง (แสงไฟ)	光（灯光）
แสน...., แสนจะ....	非常……
ใส่	装
ใส่ใจ	关心
ไส้ไก่	鸡肉馅
ไส้กุ้ง	虾仁馅
ไส้ผัก	素馅
ไส้หมู	猪肉馅

ห

หน่อย	一下、一些
....หน่อยสิ	……一下吧
หนังสือ	书
หนังสือพิมพ์	报纸
หนา	厚
หน้า	页、脸、下一（个）
หน้าตา	面貌、长相
หน้าตา	脸色
หน้าที่	第……页
หมด	耗光
หมดเวลา	到时间
หมอ	医生
หมั่นโถว	馒头
หมายความว่าไง	什么意思
หมึกแห้ง (น้ำหมึกแห้ง)	没墨了、墨水干了
หรือเปล่า	了吗
หรือยัง	了吗
หลัก ๆ แล้วคือ....	主要的是……
หลังสอบ	考试后
หลังอาหาร	饭后
หลับยาว	一直睡、睡得时间长
หลาย	许多
หลายคน	好多人
หลายปี	好几年
หลายอย่าง	好几样
หวัดธรรมดา	普通感冒
หวาน	甜
หวานอมเปรี้ยว	甜中带酸

ห่อ	包
ห้องจ่ายยา	配药室、药房
ห้องน้ำ	洗手间
ห้องน้ำรวม	公共卫生间
ห้องพัก	宿舍
ห้องสมุด	图书馆
หอพัก	宿舍楼
หอพักนักศึกษาหญิง	女生宿舍
หั่น	切
หัวกระดาษคำตอบ	试卷题头
หัวค่ำ	傍晚
หัวหน้าชั้น	班长
หา	找
ห้าม	禁止
หาย (หายป่วย)	痊愈（病好了）
หายหน้าไป	消失，不见
หิว	饿
หุนทุน (เกี๊ยวแผ่นบาง)	馄饨
เห็น	看见
เห็น....ว่า	认为
เห็นด้วย	同意
เหมือนเคย....มาว่า	就像曾经……那样
เหรอ (หรือ)	吗、是吗、真的吗
....ให้ทราบ (ให้รู้)	让……知道
ให้รู้จัก	给……认识
....ให้	给、为
....ให้มากกว่า	更加……
....ไหว	受得了、能够做
ไหน	来（语气词）

อ

อย่าไป	别去
อยากได้ไรมั้ย (อยากได้อะไรไหม)	想要什么吗
อยากได้	想要
อย่างละ	每样
อย่างอื่น	其他的
อย่าลืม	别忘了
อยู่	居住
อยู่ที่ไหน	在哪里
อร่อย	好吃
อ้วน	胖
อ้อ	哦
อ๋อ	语气词，“哦”
ออก (ข้อสอบ)	出（试题）
ออก (ค่อนข้าง)	偏
ออกไป	出去
จ่ายยา (สั่งยา)	开药
อะ (อ้ะ)	句末语气助词，强调疑问语气
อะไร	什么
อะไรบ้าง	……些什么、哪些
อังคาร	周二
อัน	个
อาการ	症状
อากาศ	天气
อ่างชะล้าง (อ่างซักล้าง)	洗漱池

อ่าน	读
อาศัย	居住
อาหาร	食物
อาหารเสฉวน	四川菜
อาหารเส้น	面条类的
อาหารหลัก	主食
อาหารหูหนาน	湖南菜
อีก	再
อีกไหม	还……吗
อีกคน	另一个人
อีกหลายอย่าง	还有许多种
อื่น ๆ	其他
อืม	嗯
อุปกรณ์	设备

....อยู่แล้ว	已经……
เอ....	诶
เอก (วิชาเอก)	主修专业
เอ่อ	呃
เอาไว้....	留着备用于……、等到（以后）
เอาไว้ใกล้ ๆ	等到快要……的时候
เอามา	拿来
แอร์	空调
โอ้โห	哇哦
โอกาสหน้า	下次

ฮ	
ฮาฮา	哈哈

เนื้อหาบทเรียน
课文中文版本

第一课

1. 你是哪里人？ P2

A: 你是中国人吗？

B: 是的。

A: 你是哪里人？

B: 我来自上海，你是哪里人？

A: 我是北京人。

B: 你朋友是哪里人？

A: 哪个朋友？

B: 就是你的那位朋友啊。

A: 哦，他是重庆人。

2. 你跟谁住在一起？ P3

A: 你跟谁住在一起？

B: 我跟爷爷奶奶一起住，我父母在江苏工作。

C: 我跟外公、外婆还有妈妈一起住，我爸爸在国外工作。

…………

A: 你家里有哪些人呢？

B: 爸爸、妈妈，还有我的双胞胎妹妹，你呢？

A: 我家一共三个人，我、爸爸、妈妈。我是独生子，没有兄弟姐妹。

C: 我有两个哥哥，一个在浙江工作，另一个在郑州上学。

第二课

1. 帮忙介绍一下好吗？ P18

张瑞 ： 那个人看起来很眼熟，你认识他吗？

李丽红： 他就是我们学校的泰国同学嘛。

张瑞 ： 可以帮忙介绍让我们认识一下吗？

李丽红： 当然可以啦（叫朋友过来），维塔，你好。

维塔 ： 你好，丽红，不好意思啊，我刚才没看到你。

李丽红： 没事啦，我有个朋友想认识你。他叫张瑞，是我的同班同学。

维塔 ： 你好，张瑞，很高兴认识你。

张瑞 ： 我也很高兴认识你。

2. 你有泰语名字吗？ P20

维塔 ： 张瑞，你有泰语名吗？

张瑞 ： 有的，我泰语名叫忠塔，小名叫忠。

李丽红： 是拉恰尼彭老师给我们取的泰语名字。

维塔 ： 丽红，你的泰语名字叫什么来着，我忘记了。

李丽红： 妮恰亚，我的泰语名叫妮恰亚。

维塔 ： 你们的泰语名都好好听。

李丽红 张瑞： 谢谢！

第三课

1. 今天的作业在第几页？ P34

学生 1： 老师，今天我们有作业吗？今天的作业在第几页呢？

老师： 今天大家的作业是第 4 课的 22-23 页。

学生 2： 22-23 页有几道题？

老师： 有两道大题，二十道小题。

学生 1：　老师给我们留的作业好多呀。

老师：　　多做作业多练习，大家才能学得好。

2. 我们什么时候要交作业？ P36

班长：　　我们什么时候要交作业？

老师：　　下周五。

班长：　　同学们，今天是星期几？

同学们：　今天是十一月十二号，周三。

班长：　　我们到下周四之前都还有时间，肯定来得及做作业。

第四课

1. 现在 11 点 45 分　P52

A:　你有表吗，现在几点了？

B:　没有，你用手机看下时间呗。

A:　我的手机正好没电了。

B:　噢，这样啊，那我帮你看看……现在 11 点 45 分。

A:　再过 15 分钟就到 12 点了。

B:　时间真的过得好快啊。

A:　你急着去哪儿啊？

B:　我和萨达约在图书馆见面，我先走啦。

2. 对不起来晚了　P54

A:　不好意思我来晚了，萨达。

B:　没事，我也刚到。

A:　我们现在走吗？

B:　稍等一会，珊道还没来，她说会稍微晚一点到。

…………

C:　不好意思久等了。

B:　我们跟德莱蓬老师约的是一点半，现在才刚十二点二十，还来得及。

A:　但我觉得咱们还是赶紧过去吧，我不想

让老师等。

第五课

1. 我想买支荧光笔　P70

A:　一起去买文具吗？我想买支荧光笔。

B:　我也正好想买几支圆珠笔，我跟你一起去吧。

在文具店

A:　我想买三支黑色钢笔、两支好一点的自动铅笔、修正液和强力胶各一瓶，你想要些什么呢？

B:　除了黑色和蓝色的圆珠笔之外，我还想要几沓稿纸、一块橡皮擦，还有美工刀和剪刀各一把。

A:　你要拿那些东西干什么呢？

B:　拿来记笔记，写作业，写报告。剪刀和美工刀是拿来拆包裹的。

A:　一会儿买完文具了，我还想去电器区看看灯和插座，拿回去宿舍用。

2. 那天买的电器好用吗？ P74

A:　那天买的蓝色台灯好用吗？

B:　"美的"的质量本来就不错，还可以调节各种亮度呢，有低亮度、中亮度和高亮度，低亮度是护眼模式，在床上读书的时候可以用，不会太刺眼影响到别人。

A:　真不错，我的是老古董了，不能调节亮度。说起来你那天买的插座也是"美的"的，对吗？好用吗？

B:　呃，感觉有点问题，不能给手机充电（充不上），正想着明天拿去换呢。不知道卖家给不给换。

A:　有保修卡吗？如果商品损坏或有问题，7 天内是可以换货的。

B：应该没关系的，学校里的商店应该好说话。

第六课

1. 电脑开机键在哪里？ P98

老师：谁能告诉老师一下，教室电脑的开机键在哪里？

班长：在您左手边下面，老师您要先按一下“上课”键，然后电脑和触摸屏就能运行了。

老师：那么“上课”键在哪儿呀？

学生 1：老师，我来帮您吧。“上课”键在这里，等下课了您不用电脑了再按一下“下课”键，就在“上课”键边上。

老师：那麦克风的开关呢，在哪里打开？

班长：老师您点一下麦克风开关，在触摸屏的右下角，就可以了，在这里，我帮您打开。

2. 找不到黑板擦 P100

老师：谁看到空调遥控器了吗，在哪里？

学生 1：我们教室的空调遥控器坏了。

老师：通知维修工（职工）过来换了吗？

班长：上个星期就告诉了，但他还没有来帮我们换。

老师：空调不太凉啊。

班长：用了好几年了，已经旧了。

老师：我们教室有黑色的白板笔吗？

班长：黑色的墨水干了，老师您用触摸屏会不会更好？

老师：今天我想换着用一下白板。但是，欸…怎么哪都找不到黑板擦呢。

学生 1：应该是在电脑旁边吧。

老师：噢，找到了，就在这呢。

第七课

1. 我们的室友 P118

女生宿舍

（敲门声，咚咚……开门）

小漂：你是搬来和我们一起住的同学吗？

小芬：是的，我叫小芬。

小漂：这是我们的舍友，这是丹莫，那是小谷，而我叫小漂。你的床和桌子在那边。

小芬：谢谢你（把行李箱拖到床边），我的床在上面是吗？

小谷：嗯，但你的书桌是右手边里面那个。

小漂：我先带你去看看我们宿舍的卫生间好吗，你就知道在哪里了。

丹莫：我先借你水桶和抹布，这样你就可以去卫生间接水回来打扫卫生了。

小芬：谢谢。

小漂：我们楼用的是公共卫生间，出了我们的宿舍之后左转直走到头，就能看见卫生间了。

小芬：好的，帮忙带我去一下吧。

小漂：卫生间前有饮水机，你可能需要去买一个水壶来装饮用水和热水。

小芬：（探头看卫生间）卫生间挺干净的。

小漂：对，晚一点的时候卫生间会比较脏，但每天下午保洁阿姨都会来帮我们打扫。你可以在这边的洗手池洗衣服、洗脸、刷牙，然后在那边的杆子（晾衣杆）上晒衣服哈。

小芬：放在那边的拖把、扫把和簸箕，我可以用吗？

小漂：那个是我们宿舍保洁阿姨的，先借用

一下应该可以的。用完之后别忘了放回原处就行。

2. 寝室公约 P123

小漂： 我们想说一下寝室公约，让小谷和丹莫介绍一下好啦。

小谷： 好的，我们的协议很简单的，只有两点。第一，每个人都要一起保持宿舍卫生；第二，晚上不要发出噪音影响舍友。

丹莫： 我们还安排了宿舍的卫生值日表，周日到周一是小谷，周二到周三是小飘，原先周四、周五、周六是我，但现在你加入我们了，你就负责周六一天好啦。

小芬： 没问题。是不是大家都有自己的垃圾桶呀？我看书桌旁边放着垃圾桶。

小谷： 对，一般我们每天都会把垃圾丢到外面的公共垃圾桶，这样宿舍才不会有臭味，蚂蚁和虫子也不会进来。

小芬： 那我明天去买个垃圾桶放在我的桌边，谢谢你们告诉我这些。

第八课

1. 你为什么选择学习泰语呢？ P140

A： 你在哪个学院学习，怎么会说泰语？

B： 亚洲学院的泰语专业。

A： 难怪……你现在几年级？

B： 我是泰语专业大二的学生。这学期刚升大二。

A： 泰语难吗？为什么选择学习泰语？

B： 我原来选择的是葡萄牙语专业，经常有人问我为什么选择泰语，其实并非是我选择了泰语，而是泰语选择了我（哈哈）。

A： 那现在呢，你还想学葡萄牙语吗？

B： 我从开学的第一周起就爱上泰语啦。我爱班里的每位老师和同学。我们的老师上课认真而且有趣，班里的同学也刻苦努力学习。

A： 你刚学泰语没多久就能说这么多句话，相当不错呀。

B： 没有啦，之前德莱蓬老师还提醒说，我们的泰语还是一般般的水平，还需要更加努力学习。

2. 各个学期都学哪些科目？ P143

A： （你们）每个学期上哪些课？每门课几个小时？

B： 第一学期我们只有基础泰语课，一个星期大概十个课时。

A： 哦吼，一星期十个小时啊，怪不得这么快就能说泰语了。

B： 我们这学期刚刚开始上泰语口语课，这门课是我最喜欢的课程，老师教的很有趣，也非常关心我们每个人。

A： 这学期除了口语课还要上哪些课呢？

B： 只有基础泰语和口语课，我们大二才会上报刊阅读、写作，接下来的几年上笔译、口译、演讲、泰国历史以及其他的好几门课程。

A： 祝你学习愉快，有什么不明白的可以来问我。

B： 先谢谢你啦。

第九课

1. 超市里的水果贵吗？ P158

乙云： 我喜欢吃新鲜的樱桃和草莓，味道酸酸甜甜的。现在这些水果正当季，价格应该不会太贵。

铭悦：我喜欢西瓜和密瓜，尤其是西瓜，含有很多水分，美味多汁。菠萝和芒果味道甜中带酸的，吃了之后也很润嗓子。

乙云：我之前看到我们学校超市有卖一整个菠萝的，也有切完装到纸盘里包装好再卖的。

铭悦：对。超市里有好多种水果，既有整个卖的，称重卖的，也有切成一块块，论斤两称着卖的。

乙云：现在桃子的价格应该不便宜了。

铭悦：桃子的产季从上个月末就过了，吃其他水果吧，能省不少钱呢。

乙云：学校超市里的水果，可以讲价吗？

铭悦：价格已经很便宜了，别去和他讲价啦。

2. 我不挑食，什么都吃 P162

萨丽纱：教工食堂的饭菜好吃吗？

坤廷　：我老师觉得一般般，价格也不是很亲民。

萨丽纱：那学生食堂呢，哪一层最好吃最便宜？

坤廷　：要看是哪一层了，地下一层有很多菜色可供选择，都很好吃，但是价格比其他层要稍贵些。

萨丽纱：听说食堂一层卖素食。

坤廷　：什么意思？

萨丽纱：之前听说食堂一层的窗口大部分卖的都是炒蔬菜和豆腐。

坤廷　：谁说的，也有鱼和鸡肉呢，你平时是吃素食的吗？

萨丽纱：不是呀，谁说的。我什么都吃不挑食，素菜和荤菜都吃。但是一般还

是吃口味重的，比如湖南菜和四川菜，尤其是湖南菜，我非常喜欢。湖南菜经常会放鲜辣椒或者胡椒类的食材，味道很辛辣刺激。

坤廷　：我觉得要是湖南菜和四川菜不那么油就好了。

萨丽纱：我同意，容易发胖，不利于减肥。

第十课

1. 中国各地的人喜欢不同的食物 P186

A：中国各地的人喜欢不同味道的食物。中国北方人的口味偏咸，南方喜甜，东部偏辣，西部喜酸。

B：中国人吃什么主食呢？

A：米饭、面条、粿条（河粉）和一些面食，比如馒头、包子、饺子之类的。

B：说起饺子，我发现中国北方和南方的饺子不太一样。中国北方的饺子皮比中国南方的饺子皮厚一些，是吗？

A：เกี๊ยว 中文叫做"饺子"。有虾仁馅、猪肉馅、鸡肉馅和各种素馅。你所说的面皮薄、个头小的饺子，叫"馄饨"，有些地方叫做"抄手"，不一样的。

B：泰国人把面皮厚、个头大的饺子叫做"เกี๊ยวซ่า"。至于个头小的饺子，泰国人喜欢和面条一起吃，汤面和干面都有。有时候还会做成煎饺放在酿豆腐面、冬阴功面、盖浇河粉等菜品里。

A：一聊起食物，肚子就开始咕咕叫了。现在刚好快中午了，我请你吃顿饭，好不好？

B：真是太遗憾了！今天中午我恰好有约了，下次再说吧！

2. 泰国人的主食是米饭 P190

A: 泰国人的主食是米饭和面条吗？

B: 主要是米饭，大部分泰国人早饭、午饭和晚饭都吃米饭，有的地方也喜欢吃糯米。

A: 泰国菜有哪些菜式呢？

B: 泰国菜好多种类，既有炖菜、汤菜、拌菜、泰式沙拉、炒菜，还有辣椒酱之类的蘸酱菜。

A: 我听说过一些泰国菜的名字，有泰式炒米线、冬阴功、青木瓜沙拉，是吗？

B: 是的，（这些是）外国人熟知的泰国菜。除了你说到的之外，还有绿咖喱、炒罗勒、椰汁鸡汤、炸鱼饼、炸虾饼、鱼露炸鱼，还有许多种，都介绍不完。

A: 说起炒罗勒，我曾经听一个朋友说，在泰国的时候，他很喜欢点"罗勒鸡肉煎蛋"，是什么样的菜呀？

B: 罗勒鸡肉煎蛋是一道用罗勒叶和鸡肉炒制而成的菜品，放上鸡蛋，配上热乎乎的米饭，最后浇上辣椒碎和鱼露汁，味道好极了。

A: 泰国人用筷子吗？

B: 吃饭的时候喜欢用勺子和叉子，如果是河粉、面条类的话会和中国人一样用筷子。

A: 你能推荐几家北京好吃的泰国餐厅吗？

B: 没问题。一会儿我用微信把北京有名的泰餐馆名单发给你吧。

第十一课

1. 症状好些了吗？ P212

欣怡：潘妮，今天早上和下午都没有看见你来上课，身体不舒服吗？

潘妮：昨天晚上淋了雨，今早起床感觉头晕，浑身发热，还有点发烧。

欣怡：有拜托谁去帮你请假吗？

潘妮：我让苏达帮我和老师请了一天病假。

欣怡：现在感觉怎么样呀？感觉好些吗？午饭吃了吗？脸色看起来不怎么好呀。

潘妮：嗯…感觉很疲倦。今天一整天都还没有吃东西呢。我从昨晚一直睡到早上九点，醒来后又继续睡到了下午三点。

欣怡：感觉好些了吗？饿吗？想要什么？一会儿出去给你买。

潘妮：不用啦，嗓子疼，食物咽不下去（声音沙哑）。你陪我去看看医生吧，我想取些退烧药和治喉咙痛的药来吃。

欣怡：嗯，可以，能站起来吗？你先去换衣服，快去，一会儿我扶你去医院。

2. 对什么药物过敏过么？ P216

在医院

欣怡：你以前来过这家医院吗？需要注册成新病人吗？我去帮你问问。

潘妮：我是"老病人"啦，你帮我去内科排下队，可以吗？我在这里等你，实在走不动了。

欣怡：嗯，你在这里等一会儿，我去帮你走流程。

潘妮：等等！带上我的就诊卡和身份证去吧，没准儿一会儿要用到。

………

欣怡：都办妥了，护士让我们先去称重、量血压，结束后就可以去三楼等着了。

………

医生：来和我说说，哪里不舒服，都有些什么症状？

潘妮： 我一整个晚上头疼、头晕、身体发热，想开一些退烧药来吃，医生。

医生： 让我来检查一下。有点发热，有鼻涕吗？

潘妮： 没有。但是从下午开始就觉得嗓子发痒，吃东西也咽不下去。

医生： 你先去抽血，量一下体温，一会把结果拿给我。

潘妮： 好的，医生。

………

潘妮： 这是验血结果。

医生： 验血结果很正常，看你的症状应该只是普通感冒，我会开退烧药和祛痰药，你有没有对什么药物过敏过？需要开点止鼻涕的药留着备用吗？

潘妮： 没有过敏史，您帮我开一些止咳药和止鼻涕的药来备用也好。噢，对了，另外麻烦您帮我开一张就诊证明。

护士： 给，这是处方，这是就诊证明，可以去 1 楼的药房排队拿药了。

药方工作人员：瓶装的药是退烧药，每日吃三次，早饭、午饭、晚饭后吃。胶囊药是用来消炎的，每天在晚上睡觉前吃一次，吃完后多喝水。

第十二课

1. 我们什么时候期末考试？ P242

在教室

小尤： 潘妮，听说你生病了，好点了吗？

潘妮： 好几天前就好了，谢谢你关心。

老师走进教室

学生： 老师好。

老师： 潘妮，周一的时候没看到你，病好了吗？

潘妮： 是的，老师。很抱歉缺了您周一的课。

老师： 没关系的，这段时间天气多变，每个人都要好好照顾身体啊。

学生 1： 老师，请问我们有期中考试吗？

老师： 当然有了，下个月中旬就要期中考试了。

学生 1： 那期末考试呢？什么时候考？

老师： 五月底期末考试，我这门课的考试时间和平时我们上课的时间一样。

学生 2： 老师，我们上周汇报的小组作业总分是多少？

老师： 考试满分是 100 分，平时分占 10 分，小组分 10 分，期中考试 30 分，期末考试占 50 分。

学生 3： 期中考试会涉及哪些课文的内容呢？会出哪方面的试题呢，老师？

老师： 口语课的考试当然是出口语题啦。期中考试范围是从第一课到第五课。至于期末考试，等到快要考试的时候我再告诉你们。

2. 开考前和考试后 P245

开始考试

老师在教室里分发试卷

八点钟

老师： 到考试时间了，我先说一下考试细则。这次泰语口语考试一共有 6 道大题，只有第 1 和第 2 题是客观题，第 3-6 题是主观题，大家可以直接把每题的答案直接写在试卷上，试卷一共有 7 页。大家检查一下试卷的页面都全了没有。

老师： 如果没有问题，我们就可以开始考试了。我要重申一下在考试过程中禁止交头接耳和作弊。可以开始做题了。

考试后

老师： 到时间了，在交试卷之前，请每个人都检查一下试卷的抬头有没有填写完整，也请在每页答题纸的左上角写好姓名和学号。

老师收完试卷……

老师： 今天的试卷怎么样，做得还好吧？

学生1： 我做得还可以。

学生2： 第1题和第2题太难了，我来不及听。

学生3： 我们的分数什么时候出呢，老师？

老师： 我大概会在这两周之内批改完试卷，大家等着去学校网站上查分数就可以了。祝大家好运，下学期再见。

学生2： 老师多给点同情分吧，非常感谢，下学期见。

เกี่ยวกับผู้เขียน
作者简介

ศาสตราจารย์ ดร.จรัสศรี จิรภาส
谢玉冰教授

北京外国语大学 亚洲学院
泰语专业

学历
博士：（比较文学与世界文学）北京师范大学
硕士：（中国文学）台湾中国文化大学
本科：（中文）泰国宋卡纳卡林王子大学

专长
中泰文学比较 中泰语言文化比较

教授经历

▶ 泰国华侨崇圣大学（HCU）：

本科：汉语写作、汉语阅读 1-2、汉语 4、汉泰翻译 1-2、文学翻译、文学选读、公共关
系汉语、秘书汉语、旅馆与服务业汉语、商业汉语翻译、泰国华侨社会、基础汉语 1-4
（中医专业课程）、中国文化（公共课程）、中泰文化

研究生：中泰比较文学（中国现当代文学专业）、泰译外（应用泰语第二语言专业）

▶ 北京外国语大学（BFSU）：

本科：基础泰语 1-3、报刊 1、笔译 1-2、口译 1-2、基础泰语口语 1-3、泰国历史、泰
语语音及基础口语、泰语演讲 1-2

研究生：中泰语言比较研究、跨文化交际、文体与翻译、应用翻译 1-2、口译理论与技巧、
翻译概论、传媒翻译、文学翻译 1-2、中泰翻译简史

相关教学科研成果（部分）

[1] 谢玉冰 .《罗摩衍那》在中国的研究 [J]. 古城 .2003, 29(4): 112-116

[2] 谢玉冰 . 泰国本科人才水平的局限与对汉语专业本科课程发展之意见 [J]. 文科评论（华侨崇圣大学文学院院刊).2003,2(3): 39-49

[3] 谢玉冰 . 行者一齐天大圣：从文学形象走向神坛的猴子 [M]. 曼谷：文化艺术出社 .2004

[4] 谢玉冰 . 交际汉语 [M]. 曼谷：如是出版社 .2008

[5] 谢玉冰 . 口述宣传汉语 [M]. 曼谷：如是出版社 .2008

[6] 谢玉冰 . 中泰高校汉语专业课程的成立与发展 [J]. 文科评论（华侨崇圣大学文学院院刊).2009,4(7):75-89

[7] 谢玉冰 . 汉语标点符号 [M]. 曼谷：如是出版社 .2012

[8] 谢玉冰 . 泰译中国古诗在曼谷皇朝的流传研究 [T]. 北榄：华侨崇圣大学 .2012

[9] 谢玉冰 . 高级商务汉语 [M]. 曼谷：素可泰远程大学出版社 .2014

[10] 谢玉冰 . 神猴：印度"哈奴曼"和中国"孙悟空"的故事在泰国的传播 [M]. 北京：社会科学文献出版社 .2017

[11] 白湻、陈利、谢玉冰 . 汉语小词典（泰语版）[M]. 北京：外语教学与研究出版社 .2017

[12] 白湻、陈利、谢玉冰 . 西去东来（泰语版）[M]. 北京：外语教学与研究出版社 2017

[13] 谢玉冰 . 泰语字帖 [M]. 北京：外语教学与研究出版社 .2019

[14] 谢玉冰 . 中国古典诗歌在泰国传播的过程、研究方法及其特殊性 [J]. 东方丛刊（广西）.2018,2(总 75 辑): 166-185

[15] 谢玉冰 . 中国文学海外发展报告 [C]: 中国文学在泰国等东南亚国家的发展（2018）. 北京: 中国文学海外发展报告 .2018：46-98

[16] 谢玉冰 . 翻译、改译、校订：TAE 三种角色的翻译过程 [J]. 佛统：艺术大学文学院院刊 .2019,2(总 75 辑): 185-200

[17] 谢玉冰 . 泰汉专有名词翻译：泰汉音译研究概况、翻译局限及原则 [J]. 东方大学 .2019.7:11-38(2019 年泰国第二届国际中国学术研讨会论文集)

[18] 谢玉冰 . "泰语课程"及"泰国学"在中国 [J]. 曼谷：语言与文化（玛希敦大学期刊）2019,38（1）：94-118

[19] 谢玉冰 .《西游记》泰译本 110 年：中国文学译本和刊印的归类与分析法 [J]. 文科评论（华侨崇圣大学文学院院刊).2021,16(1):205-226

[20] 谢玉冰，中国古典诗歌杰出的先驱翻译家——荣英卡维：作品与翻译风格 [J]，泰国艺术大学文学院院刊，2021,43(2):240-263

[21] 谢玉冰、黎德才编著 . 百年泰国"中国学"目录：1912-2012[M]. 北京：泰国皇家大使馆科技处（泰国高等教育、科学、研究和创新部）.2021.4

ดร. เถียนหลิน

田霖博士

泰语专业
北京外国语大学 亚洲学院

学历
博士：（东南亚文化）北京大学
硕士：（东南亚研究）伦敦大学亚非学院 SOAS
本科：（泰语）北京外国语大学

专长
泰国社会文化

相关教学科研成果

[1] 田霖 . (2018).《零起点泰语入门》慕课，中国高校外语慕课平台，https://moocs.unipus.cn/course/2564

[2] 田霖 . (2022).《基础泰语 1》慕课，中国高校外语慕课平台，https://moocs.unipus.cn/course/2041

[3] 宋清润、田霖 .(2022).《利益、认知的耦合与泰国长期对华友好合作政策》,《东南亚研究》，2022 年第 1 期

[4] 田霖 .(2018).《泰国电影中消费主义观念与传统生活方式的对抗》，《亚非研究》，2018 年第 1 辑